AF518790

ഗ്രീൻ ബുക്സ്

ഓർമ്മകളുടെ സ്നേഹതീരം

ടി.എൻ. പ്രതാപൻ

തൃശ്ശൂർ ജില്ലയിലെ നാട്ടിക ഫർക്കയിലെ
തളിക്കുളം ഗ്രാമത്തിൽ ജനനം.
വിദ്യാഭ്യാസം: തളിക്കുളം സൗത്ത് ജി.എം.എൽ.പി. സ്കൂൾ,
ഗവ. ഹൈസ്കൂൾ, ശ്രീനാരായണ കോളേജ് നാട്ടിക.
വിദ്യാർത്ഥി സംഘടനയിലൂടെ രാഷ്ട്രീയപ്രവർത്തനത്തിലെത്തി.
2001 മുതൽ 2011 വരെ നാട്ടിക എം.എൽ.എ.
2011 മുതൽ 2016 വരെ കൊടുങ്ങല്ലൂർ എം.എൽ.എ.
2019 മുതൽ ലോകസഭാംഗമാണ്.
വായന, എഴുത്ത്, സ്പോർട്സ്, സംഗീതാസ്വാദനം,
യാത്ര, പരിസ്ഥിതിപ്രവർത്തനങ്ങൾ എന്നിവയിൽ സജീവം.

ഓർമ്മ

ഓർമ്മകളുടെ സ്നേഹതീരം

ടി.എൻ. പ്രതാപൻ

ഗ്രീൻ ബുക്സ്

green books private limited
gb building, civil lane road, ayyanthole,
thrissur- 680 003, kerala, ph: +91 487-2381066, 2381039
website: www.greenbooksindia.com
e-mail: info@greenbooksindia.com

malayalam
ormakalute snehatheeram
(memoirs)
by
t.n. prathapan

first published august 2020
copyright reserved

cover design : mansoor cheruppa
illustrations : muhammed raashid

branches:
thrissur 0487-2422515
thiruvananthapuram 0471-2335301
calicut 0495 4854662
ernakulam 8589095302

isbn : 978-93-89671-87-2

---

no part of this publication may be reproduced,
or transmitted in any form or by any means,
without prior written permission of the publisher.

GBPL/1152/2020

മുഖക്കുറി

വിനയാന്വിതനായ ഒരു രാഷ്ട്രീയനേതാവിന്റെ ആത്മകഥാംശമുള്ള ഒരു രചനയാണിത്. കാറും കോളും നിറഞ്ഞ കടൽത്തീരത്തെ പാവപ്പെട്ട വീട്ടിൽ ജനിച്ച ഒരു സാധാരണക്കാരന്റെ നേതൃത്വപദവിയിലേക്കുള്ള വളർച്ച വളരെ കൗതുകകരമാണ്. നിസ്വാർത്ഥമായ ജനസേവനത്തിന്റെ പ്രതീകം കൂടിയാണ് ഗ്രന്ഥകർത്താവ്. ഉള്ളടക്കം കൊണ്ടും ശൈലീപരമായ മനോഹാരിത കൊണ്ടും ശ്രദ്ധേയമായ ഒരു പുസ്തകമാണിത്. ഈ പുസ്തകം പ്രസിദ്ധീകരിക്കുന്നതിൽ ഗ്രീൻബുക്സിന് ചാരിതാർത്ഥ്യമുണ്ട്.

കൃഷ്ണദാസ്

മാനേജിങ് എഡിറ്റർ

സമർപ്പണം

എന്റെ ജീവിതം മുഴുവനായും
കടപ്പെട്ടിരിക്കുന്നത്, എന്റെ പാഠശാലയും
സർവ്വകലാശാലയുമായ
എന്റെ മാതാപിതാക്കളോടാണ്.
മത്സ്യത്തൊഴിലാളിയായ അച്ഛൻ
നാരായണൻ, അമ്മ കാളിക്കുട്ടി.
അടിസ്ഥാന വിദ്യാഭ്യാസം പോലു
മില്ലാതിരുന്ന എന്റെ രക്ഷിതാക്കൾ
നൽകിയ മാനവികമൂല്യങ്ങളാണ്
എന്നെ ഇന്നത്തെ ഞാനാക്കി മാറ്റിയത്.
ഓരോ ഓർമ്മക്കുറിപ്പുകളും
അവർക്കുള്ള ദക്ഷിണയാണ്.
ഈ പുസ്തകം അച്ഛനും
അമ്മയ്ക്കും സമർപ്പിക്കുന്നു.
ഒപ്പം, മുപ്പതു വർഷത്തോളമായി
എന്റെ താങ്ങും തണലുമായി,
ഏത് പ്രതിസന്ധിയിലും സഹനത്തോടെ
കൂടെ നിൽക്കുന്ന പ്രിയപ്പെട്ട രമയ്ക്കും.

ഉള്ളടക്കം

കടൽ ആർത്തലച്ച്, നുര പൊന്തി തീരത്തേക്ക് ഒന്ന് തല ചായ്ച്ച്, വീണ്ടും മടക്കത്തിനൊരുങ്ങുന്നു. ആവർത്തിച്ചാവർത്തിച്ചങ്ങനെ.

തീരത്ത് കാലിയായ, ദ്രവിച്ചുതുടങ്ങിയ ഓലക്കൊട്ടയുമായി അവൻ അലകളില്ലാത്ത കടലിന്റെ നോട്ടപ്പുറംവരെ കണ്ണിനെയയച്ച് കാത്തിരിക്കുകയാണ്. കടൽ അപ്പോഴും തിരകളായി വന്ന് കാലിന്റെ അടിയിൽ നിന്നും മണലുകോരി മടങ്ങിക്കൊണ്ടിരുന്നു. തിരമാലകൾ തീർക്കുന്ന തടവറയഴികൾക്കുമുന്നിൽ ശൂന്യമായൊരു നോട്ടവുമായി കണ്ണീരുപോലെ അവൻ.

വിശപ്പിന്റെ വറചട്ടിയിലേക്ക് കണ്ണീര് കോരിയൊഴിച്ച് പതിനൊന്ന് അരച്ചാൺ വയറുകൾ നിറയ്ക്കാൻ കഴിയാതെ, എണ്ണ വറ്റിയ ചിമ്മിനിവിളക്കുപോലെ നീറുന്ന കരയിലെ അമ്മയാണ് അവന്റെ മനസ്സ് മുഴുവൻ. ഒരു പിൻനടത്തത്തിനും നഗ്നമായ കാലുകൾക്ക് ശേഷിയില്ലാതായിരിക്കുന്നു. ഏകാന്തമായ തടവറയിലെന്ന പോലെ ദിവസങ്ങളോളം.... ഇന്നതിനെ 'ക്വാറന്റൈൻ' എന്നു വിളിക്കാം. ക്വാറന്റൈൻ! ഒരു കാത്തിരിപ്പാണ്!!

അതെ, അന്നത്തെ ആ കുട്ടി ഞാൻ തന്നെയായിരുന്നു. ഞാൻ കാത്തിരുന്നത് മീനുമായി വരുന്ന അച്ഛനെയും ചേട്ടനെയുമായിരുന്നു. മണിക്കൂറുകളോളം നീണ്ട, ദിവസേനയുള്ള കാത്തിരിപ്പ്. കാത്തിരിപ്പിനോളം വിരസമായതൊന്നുമുണ്ടാവില്ല. അത് വിശപ്പടക്കാനുള്ളതു കൂടിയാണെങ്കിലോ?

കാത്തിരിപ്പ്, അല്ലെങ്കിൽ ക്വാറന്റൈൻ, വൈറസ് മുക്തമായ ശരീരവും മനസ്സുമായി നാമെല്ലാം നമ്മുടെ വഴികളിലൂടെ, നമ്മുടെ ജോലികളിലൂടെ, ഇഷ്ടങ്ങളിലൂടെ, സ്വാതന്ത്ര്യത്തിലൂടെ ഒഴുകിനടക്കാനുള്ള കാത്തിരിപ്പാണ്. ഈ പുസ്തകം വായിച്ചുകൊണ്ടിരിക്കുമ്പോൾ നിങ്ങൾ

ഇതിനെയും മറികടന്നിട്ടുണ്ടാവും. ക്വാറന്റൈനും ലോക്ഡൗണും ചരിത്രമായി മാറും. ആ ചരിത്രത്തിൽ നിങ്ങൾക്കും അഭിമാനത്തോടെ, വർഷങ്ങൾക്കു ശേഷം ഓർത്തെടുത്ത് പറയാനാകും; അന്നത്തെ ലോക്ഡൗണിൽ, ഞാൻ അടച്ചിരുന്ന്, ആർക്കും രോഗം പടർത്തുവാനുള്ള ഒരു 'ഷേക്ഹാന്റ് കണിക' പോലുമാകാതെ ഭാഗമായിരുന്നു എന്ന്.

ഈ ക്വാറന്റൈൻകാലം വർഷങ്ങൾക്കപ്പുറമുള്ള സുഗന്ധമാർന്ന ഓർമ്മയായി മാറട്ടെ. ഓർമ്മകൾക്ക് എന്തൊരു സുഗന്ധമാണ് എന്ന് പറയാറില്ലേ? അതെത്ര ശരിയാണ്. ഞാനും ഓർമ്മകളുടെ തീരത്തായിരുന്നു ക്വാറന്റൈൻകാലത്ത് കുടിലുകെട്ടി താമസിച്ചത്. അറബിക്കടൽപോലെ നിറഞ്ഞ്, അലകളടിച്ചുകൊണ്ടിരിക്കുകയായിരുന്നു ഓർമ്മകൾ. പാർലമെന്റ് സമ്മേളനവേളയിൽത്തന്നെ നമ്മുടെ രാജ്യത്തിനുമേലും കോവിഡ് എന്ന മഹാമാരിയുടെ കരസ്പർശമേറ്റിരിക്കുന്നു എന്നുറപ്പാക്കിയിരുന്നു. ഉടനെതന്നെ തിരികെ തൃശ്ശൂരിലേക്ക് തിരിക്കേണ്ടിയും വന്നു. നെടുമ്പാശ്ശേരിയിൽ നിന്നും തളിക്കുളത്തെ വീട്ടിലേക്ക് എത്തുമ്പോൾ ആരോഗ്യപ്രവർത്തകർ 14 ദിവസത്തെ ക്വാറന്റൈൻ നിർദ്ദേശിച്ചിരുന്നു. അങ്ങനെ ആ പഴയ കുട്ടിയെപ്പോലെ ഞാൻ കാത്തിരിപ്പാരംഭിച്ചു. 14 ദിവസം എന്നതായിരുന്നു എന്റെ ആദ്യകാത്തിരിപ്പ്. പിന്നീട് അവസാന വ്യക്തിയുടെയും രോഗം ശമനമായി എന്റെ നാട് അതിജീവിച്ചെത്തുവാനുള്ള കാത്തിരിപ്പായി.

പതിന്നാലുദിവസം പതിന്നാല് സംവത്സരം പോലെയായിരുന്നു. ശ്രീരാമന്റെ വനവാസംപോലെ, രാമനെ കാത്തുള്ള ഭരതന്റെ കാത്തിരിപ്പ് പോലെ. പൊതുപ്രവർത്തന ജീവിതം ആരംഭിച്ചതുമുതൽ ഇതുപോലെ ഞാൻ ഇരുന്നിട്ടുണ്ടാവില്ല. പത്തു മുതൽ പതിനഞ്ചുവരെ കുറയാത്ത ആളുകളെ പുതുതായി കാണാത്ത ഒരു ദിവസംപോലും ഉണ്ടായിട്ടില്ല. പക്ഷേ, ഇത്, ക്വാറന്റൈൻ ജീവിതത്തിലാദ്യം!

ഫോൺ, ഇ-മെയിൽ വഴി ചെയ്യാൻ പറ്റുന്നതൊക്കെ പരമാവധി ചെയ്തു. എങ്കിലും പിന്നെയും സമയം ബാക്കി. ഞങ്ങളുടെ ഓമനയായ മുത്തുവെന്ന വെച്ചൂർപശുവുണ്ട്

വീട്ടിൽ. അവളുടെ അരുമയായ കണ്ണൻ എന്ന കിടാവും. അവർക്കുവേണ്ടി, അവർക്കൊപ്പം മണിക്കൂറുകൾ. പിന്നെ ഭാര്യ നട്ടുവളർത്തിയ പച്ചക്കറികളിൽ ഞാനും സഹോദരതുല്യനായ സുൽഫിക്കറും ചേർന്ന് വസന്തം തീർക്കാൻ ഓടിനടന്നു. ആ ഓട്ടത്തിനിടയിലും ഓർമ്മകൾ വസന്തത്തിലെ രാജപുഷ്പങ്ങളെപ്പോലെ സൗഗന്ധികം തീർത്തു. ഞാൻ എഴുതിത്തുടങ്ങി. ഓർമ്മകൾ, ക്വാറന്റൈൻകാലത്തെ അനുഭവങ്ങൾ, കാഴ്ചകൾ എല്ലാം എന്റെ ഓർമ്മകളുടെ സൗവർണ്ണങ്ങളും അനുഭവങ്ങളുടെ നീറ്റലുകളും കാഴ്ചകളുടെ പകർപ്പുകളും എല്ലാം ഞാനിതിൽ ചാലിച്ചുവയ്ക്കുന്നു. വായനയുടെ പിൻബലം തന്നെയാണ് ഈ എഴുത്തിന്റെ ശക്തി. ഇതെന്റെ ഹൃദയവും രക്തവും ജീവനുമാണ്.

ഈ ഓർമ്മക്കുറിപ്പുകൾ പ്രസിദ്ധീകരണത്തിന് അതിയായ സ്നേഹത്തോടെ ഏറ്റെടുത്ത ഗ്രീൻ ബുക്സിനോട് വലിയ കടപ്പാടുണ്ട്. അവതാരിക എഴുതാൻ എം.കെ. സാനുമാഷ് തയ്യാറായി എന്നത് എന്നെ തെല്ലൊന്നുമല്ല സന്തോഷിപ്പിച്ചത്. അല്ലെങ്കിലും അതൊരു ചെറിയ ഭാഗ്യമൊന്നുമല്ലല്ലോ. സാനുമാഷിന് ഹൃദയം കൊണ്ട് ഞാൻ നന്ദി പറയട്ടെ. എന്റെ എഴുത്തിനെ പ്രേരിപ്പിക്കുകയും പ്രോത്സാഹിപ്പിക്കുകയും ചെയ്ത സുഹൃത്തുക്കളായ എം.സി. താജുദ്ദീൻ, സി.ആർ. രാഖേഷ്ശർമ്മ, എൻ.എസ്. അബ്ദുൽഹമീദ്, ഈ പുസ്തകത്തിലെ രേഖാചിത്രങ്ങൾ തയ്യാറാക്കിയ മുഹമ്മദ്റാഷീദ് എന്നിവരോട് ഹൃദയം തുറന്ന് വെച്ചിട്ടുണ്ടെന്ന് മാത്രം പറയുന്നു. പുസ്തകരചനയുടെ ആത്മാവിന് കടപ്പാട് കെ. സജിമോൻ എന്ന എന്റെ സുഹൃത്തിനോടുണ്ട്.

ഇനി പ്രിയപ്പെട്ട എന്റെ വായനക്കാരോടാണ്,
നമുക്കൊരു യാത്രപോകാം.
എന്റെ ഓർമ്മകളിലൂടെ ഒരു കൊച്ചുയാത്ര.

സ്നേഹത്തോടെ,

ടി.എൻ. പ്രതാപൻ

അവതാരിക

പ്രൊഫ. എം.കെ. സാനു

'ഞാൻ കണ്ട യൂറോപ്പ്' എന്ന യാത്രാവിവരണ ഗ്രന്ഥത്തെപ്പറ്റി സഞ്ജയൻ ഒരു ഫലിതം കുറിച്ചതായി കേട്ടിട്ടുണ്ട്. 'യൂറോപ്പ് കണ്ട ഞാൻ' എന്ന് തിരുത്തിയാൽ തലക്കെട്ട് ഉചിതമാകും എന്നാണദ്ദേഹം പറഞ്ഞത്. വിവരണത്തിൽ 'ഞാൻ' എന്നതിനാണ് പ്രാധാന്യം എന്നർത്ഥം.

മലയാളത്തിലിറങ്ങുന്ന ആത്മകഥകൾക്കും സഞ്ജയന്റെ ഈ പരിഹാസം ബാധകമാണ്. ആത്മകഥകളാവട്ടെ, ഇന്ന് ധാരാളമായി ഇറങ്ങിക്കൊണ്ടിരിക്കുകയും ചെയ്യുന്നു. 'എന്റെ പ്രാധാന്യം എന്തെന്ന്, മാലോകരേയും നിങ്ങൾക്ക് വേണ്ടത്ര അറിഞ്ഞുകൂടാ. ആകയാൽ ഈ ആത്മകഥ വായിച്ചു പഠിക്കൂ' എന്നൊരു മനോഭാവമാണ് അതിൽ നിറഞ്ഞു നിൽക്കുന്നത്.

ടി.എൻ. പ്രതാപന്റെ ഈ ആത്മകഥാംശം വായിച്ച് താഴെ വെച്ചപ്പോഴാണ് മുകളിൽ കുറിച്ച ഫലിതത്തെക്കുറിച്ച് എനിക്കോർമ്മ വന്നത്. ഞാനെന്ന ഭാവം ഈ ആത്മകഥയിൽ ഒരിടത്തും കാണാൻ കഴിയുകയില്ല. ഭൂതക്കണ്ണാടി വെച്ച് നോക്കിയാൽ പോലും!

ഒരു മനുഷ്യന്റെ വലിപ്പമാരംഭിക്കുന്നത് ഈ അപാരമായ പ്രപഞ്ചത്തിൽ താൻ ആരുമല്ലെന്ന ബോധം ഉദിക്കുന്നതോടുകൂടിയാണ്. പ്രപഞ്ചത്തിന്റെ കാര്യം പോകട്ടെ, നമ്മുടെ വിശാലമായ ഈ ലോകത്തിൽ തന്നെയും നമുക്ക് എന്താണ് സ്ഥാനം? ജനിക്കുന്നു, വളരുന്നു, ജീവഭോഗങ്ങളിൽ മുഴുകുന്നു, ഒടുവിൽ വാർദ്ധക്യം പ്രാപിച്ച് മരണമടയുന്നു. അതിൽക്കവിഞ്ഞ പ്രാധാന്യമൊന്നും നമ്മുടെ ജന്മങ്ങൾക്കില്ല. അൽപമെങ്കിലും പ്രാധാന്യം നാം നേടിയെടുക്കുന്നത് അന്യർക്ക് ഏതെങ്കിലും തരത്തിൽ ഉപകരിക്കുന്നതിലൂടെയാണ്. ജീവിതത്തിനർത്ഥമുണ്ടാകുന്നതും അങ്ങനെത്തന്നെ. കവിയുടെ രണ്ടുവരികൾ ഇവിടെ ഓർമ്മിച്ചുകൊള്ളുന്നു.

"പരനിലുപകാരമെങ്കിലീ
നരജന്മത്തിന് മാറ്റും അറ്റുപോകും."

അറിഞ്ഞോ അറിയാതെയോ ഈ പ്രമാണം സാംശീകരിച്ചു എന്നതാണ് ടി.എൻ പ്രതാപന്റെ വൈശിഷ്ട്യമെന്ന് ഞാൻ കാണുന്നു. അദ്ദേഹം പദവികളിൽ എത്തിയിട്ടുണ്ട്, സംശയമില്ല. മന്ത്രിപദം അലങ്കരിച്ചിട്ടില്ലന്നേയുള്ളൂ. ആ പദവിയിലൂടെ അദ്ദേഹം പ്രമാണിയാവുകയല്ല, ആ പദവികൾ ദുരിതത്തിലാണ്ടു കഴിയുന്ന മനുഷ്യർക്ക് ഉപകരിക്കാൻ ഉപയോഗിച്ചു എന്നതിലാണ് ആ വൈശിഷ്ട്യത്തിന്റെ കാതൽ കാണേണ്ടത്.

ടി.എൻ. പ്രതാപന്റെ 'ഓർമ്മകളുടെ സ്നേഹതീരം' എന്ന ഈ ആത്മകഥാംശ ലേഖനങ്ങൾക്ക് ഞാൻ നൽകുന്ന തലക്കെട്ട് 'നന്മയുടെ ലളിത ഗാനം' എന്നായിരിക്കും. തുടക്കം മുതൽ ഒടുക്കം വരെ നന്മയുടെ മൂകസംഗീതം ഈ പ്രതിപാദനത്തിൽ അടിയൊഴുക്കായി വർത്തിക്കുന്നത് നിങ്ങൾക്ക് കേൾക്കാം. അത് മധുരമാണ്. അത് ഹൃദയസ്പർശിയുമാണ്. സ്നേഹവും നന്മയും നിറഞ്ഞതാണ്, ചിലപ്പോഴതിൽ കണ്ണുനീരിന്റെ ഉപ്പ് കാണാം. മറ്റു ചിലപ്പോൾ സഹനത്തിന്റെ സ്വർണ്ണതിളക്കവും.

ആ നന്മ പ്രകൃതിയോടുള്ള അവിഭാജ്യമായ ബന്ധത്തിലാരംഭിക്കുന്നു. പ്രകൃതി എന്ന വാക്കിൽ ജീവജാലങ്ങളും ഉൾപ്പെടുന്നു. അന്തസ്സ് കാണിച്ച് രണ്ട് കാലിൽ നിവർന്നുനടക്കുന്ന മനുഷ്യൻ ഈ ജീവജാലങ്ങളിൽ ഒന്നുതന്നെയാണ്. അതിനാൽ ജീവജാലങ്ങളുമായി മനുഷ്യന് വിവരണാതീതമായ ബന്ധമുണ്ടെന്ന കാര്യം സംശയാതീതമാണ്. നമ്മുടെ ചങ്ങമ്പുഴ ഒരു നാടകീയ കാവ്യത്തിൽ നാലുവരികൾ കുറിച്ചിരിക്കുന്നത് ഞാനോർക്കുന്നു.

"ശരദഭ്രവീഥിയിലുല്ലസിക്കും
ഒരു വെള്ളിനക്ഷത്രമെന്തുകൊണ്ടോ
അനുരക്തനായിപോയ് പൂഴിമണ്ണി-
ലമരുമൊരു കൊച്ചു പുൽക്കൊടിയിൽ."

ഒരു കാല്പനിക കവിയുടെ ഭാവനാവിലാസമെന്ന സ്ഥാനമല്ല ഈ വരികൾക്കുള്ളത്. പ്രതിഭാശാലിയുടെ അനുഗൃഹീതമായ ഹൃദയത്തിലുണർന്ന സത്യബോധോദയമായി ഇത് കാണണം. കവിയല്ലെങ്കിലും ഈ ബോധോദയത്തിന്റെ അനുഗ്രഹം ജന്മവാസനയിൽ ഏറ്റെടുത്ത ഒരു വ്യക്തിയാണ് ടി.എൻ. പ്രതാപനെന്ന് ഈ ആത്മകഥാംശത്തിലെ ഓരോ താളും വിളംബരം ചെയ്യുന്നു.

ഈ ആത്മകഥാംശത്തിൽ പ്രത്യേകമായ ഒരു പ്രതീകം ആദ്യാവസാനം നമ്മുടെ ശ്രദ്ധയെ പിടിച്ചുനിർത്തുന്നു. ആ

പ്രതീകം കടലാകുന്നു. കടൽത്തീരത്താണ് അദ്ദേഹം ജനിച്ചത്, കടലുമായി ബന്ധപ്പെട്ടാണ് വളർന്നത്, കടലിന്റെ മക്കളുമായി നിരന്തരം സമ്പർക്കത്തിലേർപ്പെട്ടാണ് അനുഭവസമ്പത്ത് നേടിയതും. കടൽ - എത്ര ഹൃദയാവർജ്ജകമായ പ്രതീകമാണത്. ശാന്തമായ കടൽ, ഗർജ്ജിക്കുന്ന കടൽ, പോറ്റമ്മയായ കടൽ, സൗന്ദര്യറാണിയായ കടൽ, ഒരിക്കലും മടുക്കാത്ത പ്രകൃതിയുടെ ഹൃദയതാളമായ കടൽ ഇങ്ങനെ എത്രയെത്ര ഭാവഭേദങ്ങൾ കൊണ്ട് ഹൃദയാകർഷമാണ് കടൽ. ഈ ആത്മകഥാംശത്തിലൂടെ നീങ്ങുന്ന ഓരോ വായനക്കാരനും മറ്റു വിഷയങ്ങൾ പ്രതിപാദിക്കുന്നിടത്തുപോലും ഈ ഭാവഭേദങ്ങൾ അന്തഃരംഗത്തിൽ അനുഭവപ്പെടാതിരിക്കില്ല. സി.ആർ. ദാസിന്റെ 'സാഗർ സംഗീതം' എന്ന ബംഗാളി കാവ്യം പല സന്ദർഭങ്ങളിലും ഈ ആത്മകഥാംശത്തെ അനുസ്മരിപ്പിക്കുന്നു.

ലാളിച്ചു വളർത്തുന്ന പശു ടി.എൻ. പ്രതാപന്റെ പ്രകൃതിയുടെ നേർക്കുള്ള സമീപനത്തിന്റെ പ്രതിനിധിയാണ്. ആ ഭാഗം വായിച്ചപ്പോൾ വാസ്തവത്തിൽ എനിക്ക് അസൂയയാണ് തോന്നിയത്. അവാച്യമായ ആനന്ദത്തിന്റെ അങ്കുരങ്ങൾ ആസ്വദിക്കാൻ എനിക്ക് അവസരമുണ്ടായിട്ടില്ലല്ലോ എന്ന സങ്കടവും.

കുടുംബബന്ധത്തിന്റെ കാര്യത്തിലും ഈ ആത്മകഥാഗ്രന്ഥകർത്താവ് ഒരു മാതൃകയാണ്. ശ്രേഷ്ഠമായ മാതൃകതന്നെ എന്നു പറയണം. ദാമ്പത്യത്തെക്കുറിച്ച് സഹോദരൻ അയ്യപ്പൻ എഴുതിയ നാലുവരികൾ ഞാനോർത്തുപോകുന്നു.

"നറുക്കെടുപ്പുപോലല്ലോ
വിവാഹം നിരൂപിക്കുകിൽ
ചിലർക്ക് ഭാഗ്യം കിട്ടീടാം
പലർക്കും ഭാഗ്യദോഷവും."

ഏറ്റവും സൗഭാഗ്യകരമായ ദാമ്പത്യജീവിതം നയിച്ച അദ്ദേഹം ഏതോ ഉൾക്കാഴ്ചയുടെ നിമിഷത്തിലാണ് ഇതെഴുതിയത്. കുടുംബജീവിതത്തിൽ പരമഭാഗ്യം ലഭിച്ചവരുടെ കൂട്ടത്തിലാണ് ടി.എൻ. പ്രതാപനെ ഉൾപ്പെടുത്തേണ്ടത്. അദ്ദേഹത്തെ ഞാൻ അഭിനന്ദിക്കുന്നു.

ഒരിക്കലല്ല, പല പ്രാവശ്യം ആവർത്തിച്ചു വായിക്കാൻ പ്രേരിപ്പിക്കുന്ന 'ഓർമ്മകളുടെ സ്നേഹതീരം' എന്ന ഈ ആത്മശുദ്ധീകരണപ്രദമായ ഈ കഥ കേരളീയ സഹൃദയരുടെ മുമ്പാകെ അവതരിപ്പിക്കാൻ എനിക്ക് അത്യധികമായ സന്തോഷമുണ്ട്. സന്തോഷത്തേക്കാളധികം, എന്റെ ദൃഷ്ടിയിൽ കുട്ടിയായ പ്രതാപന്റെ ആത്മകഥാംശം അഭിമാനപൂർവ്വം സമർപ്പിക്കുന്നു.

■

ഒന്നാം ദിവസം

പ്രകൃതിയുടെ മടിയിൽ

മീനച്ചൂടിന്റെ ഉഷ്ണമാപിനി ഉയർന്ന് പൊങ്ങിക്കൊണ്ടിരിക്കുകയാണ്. തലേദിവസത്തെ യാത്രയുടെ ക്ഷീണം വല്ലാതെ ബാധിച്ചിരിക്കുന്നു. ഉണർന്നെണീക്കുമ്പോൾ പിന്നെയും കട്ടിലിലേക്ക് വലിക്കുന്ന ഉറക്ക ക്ഷീണം. എങ്കിലും കട്ടിലിൽ എഴുന്നേറ്റിരുന്നു.

ജനാലയ്ക്കരികിൽ ഏതോ ഉണർത്തുപാട്ടുമായി ഉണർവ്വിലേക്ക് സ്വാഗതം ചെയ്യുന്ന പക്ഷിക്കൂട്ടം. മുറ്റത്തെ ഇരുമ്പൻപുളിമരത്തിന്റെ മുകളിൽ കുഞ്ഞുകുരുവികൾ കൂടൊരുക്കിയിട്ടുണ്ട്. കുറുകലും കരുതലുമായി അമ്മക്കിളി വിട്ടകന്നുപോകാൻ മടിച്ച്, ഇടയ്ക്കിടെ വന്ന് പോകുന്നത് ഞാൻ നോക്കിയിരുന്നു.

ആകാശത്തിന്റെ വിശാലതയിലേക്ക് പറക്കാൻ കൊതിച്ച്, എന്നാൽ കുടുവിട്ട് പറക്കാനാകാതെ കുഞ്ഞു കുരുവികൾ നേർത്ത ശബ്ദത്തിൽ എന്തൊക്കെയോ പറയുകയാണ്.

കുരുവിക്കൂട്ടിലേക്ക് കണ്ണുംനട്ട് ഞാനെത്രനേരം അവിടെ നിന്നു എന്നറിയില്ല. ജനാലക്കമ്പികളിൽ മുഖമമർത്തി ഇരുമ്പൻപുളിമരത്തിന്റെ ചില്ലയിലേക്കും മുറ്റത്തെ പച്ചക്കറിത്തോട്ടത്തിലേക്കും ഞാൻ ഏറെനേരം നോക്കിനിന്നിരുന്നു. ഞാനും കുരുവിക്കുഞ്ഞുങ്ങളെപ്പോലെ കാത്തിരിപ്പിലാണ്; താൽക്കാലികമായ ഏകാന്തതടവറയിൽ!

കോവിഡ് 19 എന്ന മഹാമാരി നമ്മുടെ രാജ്യത്തെയും ബാധിച്ചിരിക്കുന്നു. പാർലമെന്റ് സമ്മേളനം നടക്കുന്ന വേളയിലായിരുന്നു കോവിഡിന്റെ വേഗതയിലുള്ള വരവ്. പാർലമെന്റ് സമ്മേളനം നിർത്തിവെച്ച് വിമാനമാർഗ്ഗം ഞാൻ വീട്ടിലേക്ക് മടങ്ങി. ഇനി പതിന്നാലുദിവസം വീട്ടുതടങ്കലിലാണ്. ഇന്ന് അതിന്റെ ആദ്യദിനവും.

ഓർമ്മവെച്ചനാൾ മുതൽ ഇന്നേവരെ ഇങ്ങനെ വീട്ടിൽ കഴിയേണ്ടി വന്നിട്ടില്ല. തിരക്കോടുതിരക്കായിരുന്നു എന്നും. ബാല്യകാലത്ത് സ്കൂൾ,

കളിസ്ഥലങ്ങൾ, ചെറിയ കൃഷിയിടങ്ങൾ, കടൽ അങ്ങനെയങ്ങനെ യാത്രകളും തിരക്കുകളും. കോളേജിലേക്കെത്തിയപ്പോൾ സംഘടനാ ഭാരവാഹിത്വവും അതിന്റെ യാത്രകളും, പിന്നീട് പഞ്ചായത്തംഗമായ കാലം വീടുവീടാന്തരം കയറിയിറക്കവും ജീവിതം കരുപ്പിടിപ്പിക്കാനുള്ള ശ്രമവുമായിരുന്നു തിക്കിത്തിരക്കിയത്. പതിനഞ്ച് വർഷം നിയമസഭാംഗമായിരുന്നപ്പോൾ യാത്രയുടെ വ്യാപ്തി കൂടിവന്നു. പിന്നീട് ഡിസിസി പ്രസിഡന്റായപ്പോൾ തിരക്കുകൾക്ക് ഒട്ടും കുറവുണ്ടായിരുന്നില്ല. ഇപ്പോ ഇതാ പാർലമെന്റേറിയൻ എന്ന ചുമതലയിൽ യാത്രകളുടെയും തിരക്കിന്റെ വലിയൊരു ലോകത്തേക്ക്. ഓട്ടം തുടരുന്നതിനിടയിൽ ഒരിടവേള! കോവിഡ് എന്ന വൈറസ്മാരിയുടെ പേരിൽ.

പെട്ടെന്നാണ് ചില്ലയിലെ കൂടിനരികിലേക്ക് പുളിയുറുമ്പുകൾ ജാഥനയിച്ച് പോകുന്നതു കണ്ടത്. എന്റെയുള്ളിൽ ഒരാന്തൽ! ഞാൻ ജനാലയ്ക്കരികിലേക്ക് കുറേക്കൂടി നീങ്ങിനിന്നു. നേരത്തേയെത്തിയ ഉറുമ്പിൻ കൂട്ടങ്ങൾ അപ്പോഴേക്കും മറ്റൊരു ചില്ലയിലെ ഇലകൾ ചേർത്ത് കൂടൊരുക്കിക്കഴിഞ്ഞിരുന്നു. അങ്ങോട്ടാണ് ബാക്കിയുള്ളവരുടെ യാത്രയെന്നു കണ്ടപ്പോൾ അല്പം ആശ്വാസമായി.

ഞാൻ ഉള്ളിൽ നേർത്ത പുഞ്ചിരി നിറച്ചു. ഒരു മരം, ഒരു കുഞ്ഞു മരം. അതിൽ എന്തൊക്കെ ജീവജാലങ്ങളാണ്. മനുഷ്യന്റെ തിരക്കിട്ട ഓട്ടത്തിനിടയിൽ അതൊന്നും കാണാനും അനുഭവിക്കാനും പറ്റാറില്ല. ഞാൻ എന്നെയടക്കം ഉൾപ്പെടുത്തിത്തന്നെയാണ് പറഞ്ഞത്. പ്രകൃതി എന്നും സുന്ദരിതന്നെയാണ്. നാം കണ്ണ് തുറന്ന് കാണാറില്ലെന്നുമാത്രം. ഈ ക്വാറന്റൈൻകാലം പ്രകൃതിയിലേക്കുള്ള കാഴ്ചയുടെ തുറവികാലം കൂടിയാണ്.

രാജ്യം പൂർണ്ണമായും ലോക്ഡൗണിലേക്ക് നീങ്ങുന്നുവെന്നതിന്റെ സൂചനകൾ വന്നുതുടങ്ങിയിരിക്കുന്നു. രാജ്യത്തെ അഭിസംബോധന ചെയ്ത് പ്രധാനമന്ത്രി ജനതാകർഫ്യൂ പ്രഖ്യാപിച്ചിരിക്കുകയാണ്. ലോക്ഡൗണിനുള്ള സൂചനയാണത്. കൊറോണാ വൈറസിന്റെ പ്രഭവകേന്ദ്രമായി കണക്കാക്കുന്ന ചൈനയിലെ വുഹാൻനഗരം ദിവസങ്ങളോളം പൂർണ്ണമായും അടച്ചിട്ടിരുന്നു. കൊറോണാവ്യാപനത്തെ തടയാനായിരുന്നു അത്. അതേ മാർഗംതന്നെ ഇവിടെ നടപ്പാക്കേണ്ടിവരും എന്ന സൂചനയാണ് പ്രധാനമന്ത്രിയുടെ വാക്കുകളിൽ നിന്നുയർന്നത്.

ജനതാകർഫ്യൂ ദിവസം ആരോഗ്യപ്രവർത്തകർക്ക് ആദരസൂചകമായി വൈകുന്നേരം പാത്രങ്ങൾ അടിക്കണം എന്ന് പ്രധാനമന്ത്രി പറഞ്ഞിരിക്കുന്നു. കൊറോണാ വ്യാപനം തുടരുന്ന പല രാജ്യങ്ങളിലും ലോക്ഡൗൺ പ്രഖ്യാപിക്കുകയും വീടുകളിൽ ആളുകൾ തുടരുകയും ചെയ്യുന്ന സാഹചര്യത്തിൽ ഫ്ളാറ്റുകളുടെ ബാൽക്കണിയിൽ ഇരുന്ന് സംഗീതോപകരണങ്ങൾ വായിച്ചും കൈയ്യടിച്ചും ആരോഗ്യപ്രവർത്തകർക്ക് ആദരവ്

അർപ്പിച്ചിരുന്നു. അതേ മാതൃകതന്നെയാണ് പ്രധാനമന്ത്രി അവതരിപ്പിച്ചത്. പ്രധാനമന്ത്രിയുടെ വാക്കുകളിലെ ശരിതെറ്റുകൾ അവിടെ നിൽക്കട്ടെ. പക്ഷേ, ആരോഗ്യപ്രവർത്തകരുടെ കാര്യം ആദരവ് അർഹിക്കുന്നതുതന്നെയാണ്.

എന്റെ മകൾ ആൻസി അടക്കം നിരവധി പേരാണ് രാവും പകലും എന്നില്ലാതെ, സ്വന്തം ജീവിതംപോലും മറന്ന് ആരോഗ്യമേഖലയിൽ സജീവമായി ഇടപെടുന്നത്. ആൻസിയുടെ ഫോൺവിളികളിൽ നിന്നും അന്യരെക്കുറിച്ചുള്ള അവരുടെ വേവലാതികൾ എനിക്ക് കേൾക്കാനാവുന്നുണ്ട്. ആരോഗ്യപ്രവർത്തകർക്ക് നന്ദി ഒരു പാത്രംകൊട്ടലിൽ ഒതുക്കാനാവില്ല.

മുറി വിട്ട് പുറത്തേക്ക് ഞാനിറങ്ങി. മകൾ ആൻസിയെ പലതവണ വിളിച്ചപ്പോഴാണ് കിട്ടിയത്. സംസാരിക്കുന്നത്രയും നേരംകൊണ്ട് ഒരു രോഗിയെയെങ്കിലും പരിചരിക്കാനാവുമെന്നാണ് അവൾ പറഞ്ഞത്. അവളാണ് ശരി.

ഈ മഹാമാരി വേഗം ഒഴിഞ്ഞുപോകട്ടെ. മോളേ, അതിനുശേഷം നീ വായിക്കാൻ ഞാൻ ഒരു കഥ പറയാം. ഒരു അനുഭവകഥ.

തോട്ടുവരമ്പത്തെ ചാഞ്ഞുനിൽക്കുന്ന കൈതോലച്ചെടിയിൽ നിന്നും ആയാസപ്പെട്ട് അമ്മ കൈതോലകൾ പറിച്ചെടുത്തു. അത് തോട്ടിലേക്കിട്ട് ഒന്നൊലുമ്പിയെടുത്ത് കെട്ടാക്കി. അതെല്ലാം പെറുക്കിയെടുത്ത് കെട്ടി തലച്ചുമടായി വീട്ടിലേക്ക് കൊണ്ടുവന്നു. ഒമ്പതുമാസത്തിന്റെ നിറവയറിനുള്ളിൽ അപ്പോൾ കുഞ്ഞ് പുറത്തേക്ക് വരാനുള്ള വെപ്രാളത്തിലായിരുന്നു.

ദിവസങ്ങളെടുത്ത് കൈതോലകൾ മെടഞ്ഞ് പായയുണ്ടാക്കി. അതിൽ നീണ്ടുനിവർന്ന് കിടന്ന് കുഞ്ഞിന്റെ വരവിനായി അമ്മ കാത്തുനിന്നു.

വീടാകെ ചാണകം മെഴുകി വൃത്തിയാക്കിയ ദിവസം അമ്മയ്ക്ക് പേറ്റുനോവുണ്ടായി. അടിവയറ്റിൽ നിന്നും തുടങ്ങിയ വേദന ശരീരത്തെയാകെ വിറപ്പിച്ചു.

“കുറുമ്പേനോടൊന്ന് വരാമ്പറയ്യോ?”

അയൽപക്കത്തെ മറ്റൊരു അമ്മയായ റാവിയുമ്മ ആരോടോ പറയുന്നത് അകത്തുനിന്നും അമ്മ കേട്ടു. അമ്മയ്ക്കകത്തുനിന്നും ആ കുഞ്ഞും ആ പേര് കേട്ടിരിക്കണം. ‘കുറുമ്പ.’

പഴന്തുണിക്കെട്ടും ഒക്കത്ത് തിരുകി, മണ്ണെണ്ണ വിളക്കും പിടിച്ച് കുറുമ്പ എത്തി. തേഞ്ഞും മറഞ്ഞും നിറം മാറിയ വെള്ള റൗക്കയുമിട്ട് കുറുമ്പ ഓലക്കുടിലിലേക്ക് കയറുന്നതിനു മുമ്പ് വായിലെ മുറുക്കാൻ തുപ്പി വായയൊന്ന് കഴുകി.

“നല്ല സമയാണ്.”

കുറുമ്പ പ്രസവമെടുക്കുന്നതെല്ലാം എന്നും നല്ല സമയംതന്നെ യായിരുന്നു.

കുറുമ്പ അമ്മയുടെ വയറിനുമുകളിൽ എന്തോ ഇട്ട് തടവിക്കൊണ്ടി രുന്നു. അമ്മയുടെ കാലുകൾ അകത്തിപ്പിടിച്ച് വയറിനുമുകളിലെ തടവൽ തുടർന്നു. കുറുമ്പയുടെ തലോടലിൽ അമ്മയുടെ ആശ്വാസം. കുറുമ്പ യുടെ കൈകൾ അമ്മ ചേർത്തുപിടിച്ചു.

“പേ്യടിക്കേണ്ട മോളേ...”

കുറുമ്പയുടെ കൈയിലെ അമ്മയുടെ പിടുത്തം മുറുകി. അകം പൊട്ടി നീറ്റലിന്റെ വേദന കൂടിക്കൂടി വന്നു. രക്തങ്ങൾക്കിടയിലൂടെ ഒരു കുഞ്ഞു തല പുറത്തേക്ക് വന്നു. കുറുമ്പ ആ തലയിലേക്കും അമ്മയുടെ കൈയി ലേക്കും ഇരുകൈകൾ പകുത്തു.

അമ്മ പ്രസവിച്ചു. കുറുമ്പ കുഞ്ഞിനെ പുറത്തേക്കെടുത്തു.

“ആങ്കുട്ട്യാ.”

കുറുമ്പ കുഞ്ഞിനെ നോക്കി ചിരിച്ചു.

കുഞ്ഞിന്റെയും അമ്മയുടെയും പരിചരണവുമായി കുറുമ്പ പിന്നെയും ഏറെനേരം ആ കൂരയ്ക്കുള്ളിൽത്തന്നെ. ഇടയിലെപ്പോഴോ ഒരു തുള്ളി വെള്ളം കുടിച്ചു.

എന്റെ അമ്മ പതിനൊന്ന് പ്രസവിച്ചു. എല്ലാവരെയും കുറുമ്പ തന്നെ യായിരുന്നു ആദ്യം കൈയിലേക്കെടുത്തത്. കുറുമ്പ തന്നെയായിരുന്നു ആ നാട്ടിലെ എല്ലാ മക്കളെയും ആദ്യം കൈയിലേക്കെടുത്തിട്ടുണ്ടാവുക.

അമ്മ പ്രസവിച്ചിട്ട പതിനൊന്നു പേരിൽ ഒമ്പതുപേർ മാത്രമാണ് അതിജീവിച്ചത്. ബാലമരണങ്ങൾ ഏറെയുണ്ടായിരുന്ന കാലമായിരു ന്നല്ലോ അത്. എന്നാൽ കുറുമ്പയുടെ അശ്രദ്ധ കൊണ്ടോ, അറിവുകേട് കൊണ്ടോ ഒരു കുഞ്ഞും മരണപ്പെട്ടതായി അറിവില്ല.

കുറുമ്പേന്റെ കൈ വർക്കത്തുള്ള കൈയാണ് എന്ന് ആരെങ്കിലും പറഞ്ഞാൽ അത് എല്ലാ അർത്ഥത്തിലും ശരിയായിരുന്നു. ഒരു വീട്ടിൽ ത്തന്നെ കുറഞ്ഞത് അഞ്ചോ ആറോ പ്രസവമുണ്ടാകുമായിരുന്നു. അതി നെല്ലാം കുറുമ്പതന്നെ വേണമായിരുന്നു.

പ്രസവം കഴിഞ്ഞ് കുറുമ്പ യാത്രയാകുമ്പോൾ കൈയ്യിൽ എന്താണോ ഉള്ളത്, അതായിരുന്നു കുറുമ്പയുടെ ശമ്പളം. ചിലപ്പോൾ അണ, മറ്റു ചിലപ്പോൾ നെല്ലോ, അരിയോ, കപ്പയോ അങ്ങനെയെന്തെ ങ്കിലും. ഒരിക്കലും കൂലി കണക്കാക്കി ചോദിക്കാറില്ലായിരുന്നു കുറുമ്പ.

ലോകത്തെ ഏറ്റവും വലിയ ഗൈനക്കോളജിസ്റ്റ് ആരെന്ന് ഒരു മാർക്കിന്റെ ഉത്തരമായി ഏതെങ്കിലും പരീക്ഷയ്ക്ക് ചോദിച്ചിരുന്നു വെങ്കിൽ, ചിലപ്പോൾ മാർക്ക് കിട്ടിയില്ലെന്നു വരാം. എങ്കിലും ഞാൻ

കുറുമ്പഅമ്മ എന്നേ എഴുതൂ. സ്നേഹവും കരുതലും എല്ലാമായിരുന്നു കുറുമ്പ.

മകളേ ആൻസീ, നീ കുറുമ്പയായിത്തീരുക. പ്രിയപ്പെട്ട ആരോഗ്യ പ്രവർത്തകരേ, നിങ്ങളിപ്പോൾ കുറുമ്പമാരാകുക. പ്രതിഫലത്തേക്കാൾ ചെയ്യുന്ന കർമ്മത്തിൽ സന്തോഷം കണ്ടെത്തുക. നിങ്ങൾ ഒരു ജനതയെ യാണ് പരിചരിക്കുന്നത്, ഒരു സമൂഹത്തിനാണ് കാവൽനിൽക്കുന്നതെന്ന് ഓർക്കുക. അങ്ങനെത്തന്നെയാണ് നിങ്ങൾ ചെയ്യുന്നതെന്ന് അറിയാം. നിങ്ങളെ ലോകം ആദരിക്കുന്നു. ഹൃദയം തുറന്ന് ഞാനും നിങ്ങൾ ക്കൊപ്പമാണ്.

എന്നെ എങ്ങനെയാണ് പ്രസവിച്ചത് എന്ന എന്റെ ചോദ്യത്തിനുള്ള അമ്മയുടെ മറുപടിയിൽ നിന്നാണ് ഞാൻ കുറുമ്പയെക്കുറിച്ച് കൂടുതൽ അറിയുന്നത്. അമ്മയും കുഞ്ഞും തമ്മിലുള്ള പൊക്കിൾകൊടി ബന്ധം മുറിച്ചുമാറ്റുന്നതിനെക്കുറിച്ച് എനിക്കപ്പോഴും സംശയം തീർന്നിട്ടില്ലായി രുന്നു.

“അതെങ്ങനെയായിരിക്കും അമ്മേ കുറുമ്പമ്മ ചെയ്തിട്ടുണ്ടാവുക?”

എന്റെ ചോദ്യത്തിന് അമ്മ ഒരു ചിരി ചിരിച്ച് ഒന്നാലോചനയിൽ മുഴുകി.

ക്വാറന്റൈൻ ഒന്നാം ദിവസത്തെ ഈ രാത്രിയിൽ ഉറങ്ങാൻ കിടക്കു മ്പോഴും ഞാൻ ആലോചിക്കുകയായിരുന്നു: ‘എങ്ങനെയായിരിക്കും, എന്തുപയോഗിച്ചായിരിക്കും പൊക്കിൾക്കൊടി മുറിച്ചിട്ടുണ്ടാവുക?’

ഇന്ന് അതിനുത്തരം തരുവാൻ അമ്മയോ കുറുമ്പമ്മയോ ഇല്ല. അന്ന് അമ്മ ചിരിച്ച അതേ ചിരി ഇപ്പോൾ എന്റെ മുന്നിൽ കുറുമ്പമ്മയും ചിരി ക്കുന്നുണ്ട്.

അറിയാതെ ഞാൻ പൊക്കിൾക്കൊടിയിൽ തൊട്ടു. അമ്മയും കുറു മ്പമ്മയും അപ്പോഴും എന്നെ നോക്കി ചിരിക്കുകയായിരുന്നു.

രണ്ടാം ദിവസം

പ്രകൃതിയുടെ കരുതൽ പാഠങ്ങൾ

ഫോൺ റിംഗ് ചെയ്യുന്ന ശബ്ദത്തോടെയാണ് ക്വാറന്റൈനിലെ എന്റെ രണ്ടാംദിവസം ആരംഭിക്കുന്നത്.

പുലരുംമുമ്പേ തുടങ്ങുന്ന ഫോൺകോളുകൾ എനിക്ക് ശീലമാണ്. ഫോൺ ഉപയോഗിച്ചുതുടങ്ങിയ കാലംതൊട്ട് പുലർകാലംതൊട്ടുള്ള ഫോൺബെല്ലടി ശബ്ദത്തിന് കുറവുണ്ടായിട്ടില്ല. ഞാൻ ഫോണെടുക്കാറില്ല എന്നാരും പറയില്ലെന്നുറപ്പാണ്. അതുകൊണ്ടുതന്നെ രാവെന്നോ പകലെന്നോ ആരും നോക്കാറുമില്ല. ആവശ്യക്കാരന് ഔചിത്യമില്ലല്ലോ!

എന്നെ ഈ കാണുന്ന നിലയിലേക്കൊക്കെ ഉയർത്തിയ പൊതുജനങ്ങളുടെ ഫോൺകോളുകൾ ഞാൻ എടുത്തില്ലെങ്കിൽ പിന്നെന്തിനാണ്...?

പരാതികൾ, പരിഭവങ്ങൾ, ആവശ്യങ്ങൾ, ആവലാതികൾ എല്ലാം ഫോണിലൂടെ കേട്ട് ഞാൻ ആവശ്യമായത് ചെയ്യാറുണ്ട്. ഈ ക്വാറന്റൈൻ കാലത്ത് അത് കൂടുതലാകും എന്നുറപ്പ്. നേരിട്ട് കാണാൻ എനിക്ക് നിർവ്വാഹമില്ലല്ലോ. വാട്ട്സാപ്പ് മുഴുവൻ സമയവും ഞാൻ തുറന്നിട്ടു.

വീണ്ടും ഫോൺ ബെല്ലടിക്കുന്നു.

ഫോണിൽ സംസാരിക്കുന്നതിനിടെ നിരവധി കോളുകൾ വന്നുകൊണ്ടിരിക്കുന്നു. സാനിറ്റൈസറില്ല, മാസ്കില്ല, അത്യാവശ്യമായ മരുന്ന് കിട്ടാനില്ല, ഭക്ഷണത്തിന്റെ കാര്യം, എന്ത് ചെയ്യണം? എം.പി. വിചാരിച്ചാൽ...? ഇങ്ങനെ പോകുന്നു ഫോൺവിളികളുടെ രത്നച്ചുരുക്കം. എം.പി. ഓഫീസിലേക്ക് വിളിച്ച് പരാതിയും പരിഭവവും ആവലാതികളും പറയുന്നവരുടെ മറ്റൊരു ലിസ്റ്റും വിവരങ്ങളും ഓഫീസിൽ നിന്നും ഇടയ്ക്കിടെ വിളിച്ച് പറയുന്നുണ്ട്.

എനിക്ക് പുറത്തിറങ്ങാൻ നിർവ്വാഹമില്ല. പതിന്നാലു ദിവസത്തെ ക്വാറന്റൈൻ പാലിച്ചേ പറ്റൂ. പക്ഷേ, പതിനാലു ദിവസം ഞാനെങ്ങനെ ഇതെല്ലാം കേട്ട് ഇവിടെയിരിക്കും? ഒരു എം.പി.യോ എം.എൽ.എയോ ഒന്നുമല്ലെങ്കിലും എന്നെ വിശ്വസിക്കുന്ന, സ്നേഹിക്കുന്ന പതിനായിരക്കണക്കിന് ആളുകൾക്കു മുന്നിൽ ഞാനെങ്ങനെ ഈ വാതിലുകൾ

അടച്ചിടും. നമ്മെ വിളിച്ചാൽ എല്ലാം ശരിയാക്കും എന്ന അവരുടെ പ്രതീക്ഷയല്ലേ ഈ ഫോൺകോളുകൾ?

പക്ഷേ, ക്വാറന്റൈൻ! ഞാനത് തെറ്റിച്ചാൽ, ഏതെങ്കിലും വിധത്തിൽ മറ്റൊരാളിലേക്ക് പകരാനിട വന്നാൽ...! ചിന്തകൾ ഇങ്ങനെ പല വിധത്തിൽ മാറിമറിഞ്ഞുകൊണ്ടിരുന്നു. ആലോചിച്ചിരിക്കാൻ നേരമില്ല. എം.പി. ക്വാറന്റൈനിലാണ് എന്നു കരുതി ജനങ്ങളുടെ ആവശ്യങ്ങൾക്കൊന്നും മുട്ടുണ്ടാവാൻ പാടില്ല. ആലോചനകൾ പല വഴിക്ക് നീങ്ങി. ഏറ്റവും അത്യാവശ്യം എന്താണ്?

"സാനിറ്റൈസർ!"

പ്രാഥമിക ആരോഗ്യകേന്ദ്രത്തിലെ ഹെൽത്ത് ഇൻസ്പെക്ടർ അനീഷ് തൈപ്പറമ്പത്തിന്റെ മറുപടി.

ആൽക്കഹോൾ അടങ്ങിയ സാനിറ്റൈസർ ഉപയോഗിച്ച് കൈ കഴുകുക എന്നത് ഏറ്റവും വലിയ പ്രതിരോധ മാർഗ്ഗമാണ് എന്ന് ആരോഗ്യ പ്രവർത്തകരും വിദഗ്ധരും പറഞ്ഞുകഴിഞ്ഞു.

ലോകത്തെ പിടിച്ചുകുലുക്കിക്കൊണ്ടിരിക്കുന്നത് ഇത്തിരിപ്പോന്ന ഒരു വൈറസാണ്. ഇത്തിരിപ്പോന്ന എന്നുപോലും പറയാൻ പറ്റില്ല. അതിനാകട്ടെ, സാനിറ്റൈസർ ഉപയോഗിച്ച് പ്രതിരോധിക്കാനുമാവും. ഈ പ്രപഞ്ചത്തിലെ ഓരോ സൃഷ്ടിയും ഇങ്ങനെ എത്രയെത്ര അത്ഭുതങ്ങളാണ് നമ്മെ പഠിപ്പിച്ചുകൊണ്ടിരിക്കുന്നത്! പ്രകൃതിക്ക് എന്തൊരു കരുതലാണ്! ഒപ്പം ചില പാഠങ്ങളും.

തിരക്കുപിടിച്ചോടുന്ന മനുഷ്യൻ, കുന്നിടിച്ച്, പ്രകൃതിയെ നോക്കാത്ത വികസനം, മലിനീകരണംകൊണ്ട് നിറയുന്ന നമ്മുടെ റോഡുകൾ എല്ലാം ചെറിയൊരു വൈറസിന്റെ പേരിൽ അതിന്റെ സ്വാഭാവികതയിലേക്ക് തിരിച്ചുവരുന്നു. പ്രകൃതിയെ നമിക്കാതെ വയ്യ.

സാനിറ്റൈസറിനെക്കുറിച്ച് പറഞ്ഞപ്പോഴാണ് പ്രകൃതിയുടെ കരുതലിനെക്കുറിച്ചും പഴയ മനുഷ്യരുടെ തിരിച്ചുള്ള ആദരവിനെക്കുറിച്ചും ഓർത്തത്.

തളിക്കുളത്തെ ഞങ്ങളുടെ പഴയ വീടിനോടു ചേർന്ന് നിറയെ മരങ്ങളുണ്ടായിരുന്നു. വീടെന്ന് പറയാനൊന്നുമില്ല, ഒരു കൂര. ഓല മേഞ്ഞ കൂര.

പറമ്പിന്റെ കിഴക്കേ ഭാഗത്തായി ഒരു കുളമുണ്ടായിരുന്നു. പടിഞ്ഞാറ് ഭാഗത്ത് മറ്റൊരു കുളം. കിഴക്കേ ഭാഗത്തെ കുളത്തിൽ ഉപ്പിന്റെ അംശം കുറച്ച് കുറയും. അതിനാൽ അതിലെ വെള്ളമായിരുന്നു കുടിക്കാനായി എടുത്തിരുന്നത്. പൈപ്പ് കണക്ഷനോ, എന്തിന് കറന്റ് പോലുമില്ലാത്ത കാലമല്ലേ, കുടമെടുത്ത് ചെന്ന് പതിയെ മുകളിലൂടെ കുടമിട്ട് ഇളക്കി മുക്കിയൊരു കോരൽ! അങ്ങനെയായിരുന്നു വെള്ളമെടുത്തിരുന്നത്.

കിഴക്കേ കുളത്തിന്റെ കരയിൽ നിറയെ വേപ്പുമരങ്ങളായിരുന്നു. ഇലയും കായും വെള്ളത്തിലേക്ക് ചാഞ്ഞ് വീണുകൊണ്ടിരുന്നു.

പടിഞ്ഞാറേ കുളം കുളിക്കാൻ മാത്രമായിരുന്നു ഉപയോഗിച്ചിരുന്നത്. ആ കുളത്തിന്റെ കരയിൽ കുടംപുളി മരവും പനച്ചിമരവും തഴച്ചുവളർന്നിരുന്നു. ഏത് മീനച്ചൂടിലും ഒരു കുളിര് ആ കുളം സൂക്ഷിച്ചിരുന്നു.

എനിക്കെപ്പോഴും ചോദ്യങ്ങളുണ്ടായിരുന്നു. ആ ചോദ്യങ്ങൾതന്നെയാണ് എന്നെ ഞാനാക്കിത്തീർത്തത് എന്ന് തോന്നിയിട്ടുമുണ്ട്. ആരാണ്, എന്തിനാണ്, ഈ മരങ്ങൾ ഇവിടെ നട്ടത് എന്ന എന്റെ ചോദ്യം അച്ഛനോടായിരുന്നു.

അച്ഛൻ തന്നെയായിരുന്നു അവിടെ ആ മരങ്ങൾ നട്ടത്. ഇനി എന്തിനാണ് എന്ന ചോദ്യത്തിനുള്ള ഉത്തരം:

വേപ്പിന്റെ കായും ഇലകളും വീണ് കിഴക്കേ കുളത്തിലെ വെള്ളം എപ്പോഴും ശുദ്ധീകരിക്കപ്പെട്ടുകൊണ്ടിരിക്കും. വേപ്പ് ഔഷധഗുണമുള്ള മരമാണ്. പടിഞ്ഞാറേ കുളത്തിന്റെ കരയിലെ പനച്ചിമരവും കുടംപുളി മരവും നല്ല തണുപ്പ് നൽകും. കണ്ടിട്ടില്ലേ, അവയുടെ ശിഖരങ്ങൾ നിറയെ നല്ല പച്ചിലകളാണ്.

രണ്ടാം ക്ലാസ്സ് വരെ മാത്രം പഠിച്ച അച്ഛൻ ഈ പ്രകൃതിയോട് എത്ര മാത്രം ഇണങ്ങിയാണ് ജീവിക്കുന്നത്. പരസ്പരം കരുതലോടെയാണ് പ്രകൃതിയും മനുഷ്യനും ജീവിച്ചുപോന്നിരുന്നത്.

ഒരു ചെറിയ മുറിവു വന്നാൽ 'കമ്യൂണിസ്റ്റ്'പച്ചയെടുത്ത് തിരുമ്മി അതിൽ പുരട്ടുന്നു. ചൂടേറ്റ് പൊള്ളിയാൽ മണ്ണ് വാരി തേയ്ക്കുന്നു. പരസ്പരസഹവർത്തിത്വമായിരുന്നു ആ കാലഘട്ടത്തിലെ മനുഷ്യനും പ്രകൃതിയും തമ്മിൽ.

മഹാത്മാഗാന്ധി പറഞ്ഞ വാക്കുകളാണ് ഞാനോർക്കുന്നത്.

"മനുഷ്യകുലത്തിന് വേണ്ടതെല്ലാം പ്രകൃതി ഒരുക്കിവച്ചിട്ടുണ്ട്. എന്നാൽ ഒരാളുടെപോലും അത്യാഗ്രഹത്തിന് അത് തികയുകയില്ല."

അടുത്തിടെ ഞാനൊരു സിനിമ കണ്ടു. പ്ലാറ്റ്ഫോം. പല കാരണത്താൽ കുത്തനെയുള്ള ഒരു കെട്ടിടത്തിന്റെ ഓരോ പ്ലാറ്റ്ഫോമുകളിലും രണ്ട് വീതം തടവുകാർ. അവർക്കിടയിലൂടെ ഒരു തുറന്ന തുരങ്കം താഴേക്കുണ്ട്. അതിലൂടെ ഭക്ഷണം സമയാസമയം എത്തിക്കൊണ്ടിരിക്കും. ഏറ്റവും മുകളിലത്തെ, പൂജ്യം നിലയിൽ നിന്നും ഏറ്റവും താഴെ നാനൂറോളം വരുന്ന നിലകളിലുള്ള എല്ലാവർക്കും അവർ ആവശ്യപ്പെടുന്ന ഭക്ഷണമാണ് ഒരുക്കി അയയ്ക്കുന്നത്. എന്നാൽ ഒന്നാമത്തെ നിലയിലുള്ളവർതൊട്ട് അവരുടെ ആർത്തി കാണിച്ചുതുടങ്ങും. അമ്പതാമത്തെ നില തൊട്ട് പൂർണ്ണമായും കാലിയായ പാത്രങ്ങൾ മാത്രമായിരിക്കും എത്തുക. അവരവർക്ക് ആവശ്യമുള്ളത് മാത്രം എടുത്തിരുന്നെങ്കിൽ ഏറ്റവും താഴെയുള്ളവർക്കുകൂടി വിശപ്പടക്കാൻ പറ്റുമായിരുന്നു. ഇത് തിരിച്ചറിഞ്ഞ ഒരാൾ ഭക്ഷണം എല്ലാവർക്കും എത്തിച്ചുകൊടുക്കാൻ നടത്തുന്ന ശ്രമവും സാമൂഹികക്രമത്തിലെ രാഷ്ട്രീയവുമാണ് സിനിമ ചർച്ച ചെയ്യുന്നത്.

പ്ലാറ്റ്ഫോം എന്ന സിനിമ കണ്ടപ്പോൾ ഗാന്ധിജിയുടെ വാക്കുകൾ ദൈവവചനമായി എനിക്ക് തോന്നി.

കൊറോണാ വൈറസ് തടയാനുള്ള മാർഗ്ഗമെന്നോണം സാനിറ്റൈസർ കൂടുതൽ പേരിലേക്ക് എത്തിക്കുകയാണ് വേണ്ടതെന്ന് ഞാനപ്പോഴേക്കും തീരുമാനമെടുത്തിരുന്നു.

എക്സൈസ് ഡിപ്പാർട്ടുമെന്റിനെ ബന്ധപ്പെട്ട് ആവശ്യമായ സ്പിരിറ്റ് ലഭ്യമാക്കി. എത്രയും വേഗം സാനിറ്റൈസർ ഉണ്ടാക്കി വിതരണം ചെയ്യാനുള്ള ഏർപ്പാടുകൾ ഒരുക്കി ഉറപ്പുവരുത്തുമ്പോഴേക്കും അന്നേദിവസം വൈകുന്നേരമായിരുന്നു.

പുറത്തിറങ്ങുമ്പോഴും അകത്തേക്ക് കയറുമ്പോഴും സാനിറ്റൈസർ ഉപയോഗിച്ച് കൈകഴുകി കൊറോണ മഹാമാരിയുടെ ബന്ധത്തെ തുടച്ചു നീക്കുന്ന കൈപ്പത്തികൾ സ്വപ്നം കണ്ട് ഞാൻ രണ്ടാംദിവസം ഉറങ്ങാൻ കിടന്നു.

മൂന്നാം ദിവസം

അയൽപക്കത്ത് ചുരത്തിയ പാലുറവകൾ

കുറുമ്പു കാട്ടി കണ്ണൻ മുറ്റത്ത് ശ്ശടപടാന്ന് ഓടിക്കൊണ്ടിരിക്കുന്നു. ഇടയ്ക്ക് ഒന്ന് നിന്ന് ചെറുതായൊന്ന് അമറി പയറുചെടിയുടെ തളിരിലയിലൊന്ന് കടിച്ച് പിന്നെയും ഒരോട്ടം.

“അവനിന്നും കയറുപൊട്ടിച്ചൂന്നാ തോന്നുന്നത്.”

ഭാര്യ രമയുടെ പരിഭവത്തോടെയാണ് ക്വാറന്റൈൻ മൂന്നാം ദിവസം ഞാൻ എഴുന്നേറ്റത്.

“അവനിത്തിരി കുറുമ്പു കൂടുതലാണ്.”

ഞങ്ങളുടെ കൺമണിയായ മുത്തുവിന്റെ മോനാണ് കണ്ണൻ. മുത്തു നാടൻ വെച്ചൂർ പശുവാണ്. മുലകുടി മാറാനുള്ള പ്രായമൊക്കെയായെങ്കിലും ഇപ്പോഴും ഇത്തിരിപ്പോന്ന മുത്തുവിന്റെ അമ്മിഞ്ഞ അവസരം കിട്ടുമ്പോഴൊക്കെ കണ്ണൻ വലിച്ചു കുടിക്കും.

“ഇത്തിരി പാലാ കിട്ടുന്നത്. അത് അവൻ ഇന്ന് കട്ട് കുടിച്ചു.” രമയും ഞാനും നിങ്ങളിൽ പലരും ഇങ്ങനെ പറഞ്ഞിട്ടുണ്ടാകും. കുടിക്കട്ടെ, അവന് വയറു നിറയ്ക്കാൻ അവന്റെ അമ്മയുണ്ടാക്കിയതല്ലേ?

അല്ലെങ്കിലും പാൽ കിട്ടുമല്ലോ എന്നു വിചാരിച്ചല്ല മുത്തുവിനെ വളർത്തുന്നത്. അരുമയായി നാടൻപശുവൊരെണ്ണം വീട്ടിൽ വേണം എന്ന ആഗ്രഹവും അതിന്റെ ചാണകംകൊണ്ട് കൃഷിക്ക് വളമിടാം എന്നതുകൊണ്ടുകൂടിയാണ്. വിഷമില്ലാത്ത, തീർത്തും ജൈവപച്ചക്കറി ഉണ്ടാക്കുക തന്നെയാണ് ലക്ഷ്യം.

“അവനാ പച്ചക്കറിയൊക്കെ തിന്നും.”

രമയുടെ ശബ്ദം.

ഞാനുടനെ കണ്ണനെ പിടിക്കാനായി ഓടി. എന്റെ വരവ് കണ്ടതും സ്നേഹത്തോടെ കണ്ണൻ അടുത്തേക്ക് വന്നു. ഒന്ന് പിടിക്കാൻ

ആഞ്ഞപ്പോഴേക്കും 'പറ്റിച്ചേ' എന്ന മട്ടിൽ കുതറിയോടി. ഞാൻ സ്നേഹത്തോടെ വിളിച്ചു. നേരത്തെ കടിച്ച പയറുചെടിയുടെ തളിരിലയുടെ ബാക്കിക്കായി അവൻ നാവ് നീട്ടി നിന്നു. മൂക്കിൽ നിന്നും കുറുമ്പ് ചാടുന്നുണ്ട്. പതിയെ അവൻ 'കളീ മതിയാക്കി' എന്ന ഭാവേന നിന്നു. ഞാൻ അടുത്തു ചെന്ന് പച്ചക്കറിച്ചെടികളൊന്നും ചവിട്ടാതെ അവനെ തൊഴുത്തിലേക്കാക്കി. മുത്തു എന്നെ കണ്ടപ്പോൾ സ്നേഹത്തോടൊന്ന് നക്കി.

കുറച്ചുകൂടെ കഴിഞ്ഞ് കുളിപ്പിക്കാം എന്നു കരുതി ഞാൻ തൊഴുത്തിൽ നിന്നും ഇറങ്ങി. രമ നട്ടുവളർത്തിയ പച്ചക്കറിച്ചെടികൾക്കിടയിലൂടെ ഒന്ന് കണ്ണോടിച്ച് നടന്നു. ചെടികൾക്കെല്ലാം വെള്ളമൊഴിക്കുന്ന ജോലി ഞാൻ അപ്പോഴേ ഏറ്റെടുത്തു.

പ്രഭാതകൃത്യങ്ങളെല്ലാം കഴിച്ച്, ഓഫീസിലേക്ക് വിളിച്ച് സാനിറ്റൈസർ എത്തിക്കുന്നതിനെക്കുറിച്ച് മാർഗ്ഗനിർദ്ദേശങ്ങൾ നൽകി, ഫോണിൽ വിളിച്ച് ആവശ്യങ്ങളുന്നയിച്ചവരുടെ കാര്യങ്ങൾക്ക് പരിഹാരങ്ങൾ നിർദ്ദേശിച്ച് ഞാൻ വീണ്ടും മുത്തുവിന്റെയും കണ്ണന്റെയുമടുത്തേക്ക് മടങ്ങി.

കണ്ണൻ അപ്പോഴും ഒരു ഓട്ടത്തിന് തയ്യാറായി നിൽക്കുകയാണ്. വേലിക്കെട്ടില്ലാത്ത, മതിലുകളില്ലാത്ത വിശാലമായ ഒരു പറമ്പാണ് കണ്ണൻ സ്വപ്നം കാണുന്നതെന്ന് തോന്നി. അവനങ്ങനെ ഓടിച്ചാടി നടക്കണം. കണ്ണെത്താദൂരത്തെ പുൽനാമ്പുകളിലൊന്ന് കടിച്ച്, ചെമ്പരത്തിക്കാടുകൾ നിറഞ്ഞുനിൽക്കുന്ന കുഞ്ഞുകുളത്തിന്റെ കരയിൽച്ചെന്ന്, അല്പം വെള്ളം കുടിച്ച്, പിന്നെയും ഓടി, വാഴത്തോട്ടത്തിനരികിലൂടെ, തെങ്ങിൻതോപ്പിലേക്ക് കടന്ന്, അവിടെ പുതുമഴയിൽ തലയുയർത്തിത്തുടങ്ങിയ പഞ്ചാരപ്പുല്ല് നുകർന്ന് അങ്ങനെയങ്ങനെ ഓടിയോടി കളിക്കാനൊരു വിശാലമായ പറമ്പുതന്നെയാകണം അവന്റെ സ്വപ്നം. എനിക്കത് മനസ്സിലാവുന്നുണ്ട്. കാരണം ഞാനുമൊരു കുട്ടിയായിരുന്നല്ലോ.

അന്ന് ഇതുപോലെ മതിലുകളൊന്നുമുണ്ടായിരുന്നില്ല. കടൽപോലെ പരന്നു കിടക്കുന്ന ഇടങ്ങൾ. ഇടയിൽ ഓരോ വീടുകൾ. തൊട്ടടുത്ത റാവിയുമ്മയുടെ വീട്, മാളിയേക്കൽ തറവാട്, ഐഷുമ്മാന്റെ, നായരശ്ശേരി കുമാരന്റെ, അഹമ്മദിക്കാന്റെ വീടുകൾ, മാപ്പിള സ്കൂൾ, ജുമാമസ്ജിദ്, അതിനുമപ്പുറം വെങ്ങാലി രാമന്റെ ചായക്കട നമ്പിക്കടവിൽ. പിന്നെ പുതിയങ്ങാടിയിലെ ഓലമേഞ്ഞ മദ്രസ, പിന്നെയും വീടുകൾ, അതുകഴിഞ്ഞ് തെങ്ങുകൾ, പിന്നെ ഞങ്ങളുടെ തീരം - തളിക്കുളം കടൽ.

മതിലുകളില്ലാതെ സ്നേഹം ചുരത്തിക്കൊണ്ടിരുന്ന ഇടങ്ങളായിരുന്നു അയൽപക്കങ്ങൾ. സ്നേഹം പകുത്തുകൊടുത്ത് ശീലിച്ച റാവിയുമ്മയായിരുന്നു എന്റെ ഏറ്റവും അടുത്ത അയൽപക്കം.

റാവിയുമ്മയുടെ 'മോൻ' ആയിരുന്നു ഞാൻ.

'മോനേ...' എന്ന വിളി റാവിയുമ്മയുടെ പുരയുടെ പിന്നാമ്പുറത്തു നിന്ന് കേട്ടാൽ അത് എന്നെയായിരിക്കും എന്നതിൽ എനിക്ക് സംശയ മേയില്ല. ഞാനോടിച്ചെന്നിരിക്കും. ഒരു മിഠായിക്കഷണമോ ഏതെങ്കിലും കറിയുടെ വിശിഷ്ടരുചിയോ എന്റെ നാവിലേക്ക് ചാലിച്ചുതരുവാനായി രിക്കും ആ വിളി.

റാവിയുമ്മയുടെ മുലപ്പാൽ ഞാൻ കുടിച്ചിട്ടുണ്ട്. എന്റെ ഓർമ്മയ്ക്കും മുന്നേയാണത്. എങ്കിലും ആ മധുരം ഇപ്പോഴും നാവിലുണ്ട്.

ജോലികൾക്കിടയിലൊരു വിശ്രമസമയം പോലെയായിരുന്നു അമ്മയ്ക്ക് പ്രസവവും തുടർന്നുള്ള പരിചരണവും. മക്കളുടെ വിശപ്പ കറ്റാൻ അച്ഛൻ കടലിൽ പോയി കൊണ്ടുവരുന്നതുകൊണ്ട് എന്താകാനാണ്? അയൽപക്കത്തെ വലിയ വീടുകളിൽ അടുക്കളജോലി എടുക്കും. അതും കഴിഞ്ഞാൽ കൊയ്ത്തിന് പോകും. ഇങ്ങനെ വിശ്രമമില്ലാത്ത ഓട്ടമായിരുന്നു അമ്മയുടെ ജീവിതം.

കൊയ്ത്തിനു പോയി ജോലി കഴിഞ്ഞാൽ ഉപേക്ഷിക്കപ്പെട്ട കച്ചികളിലാവും അമ്മയുടെ നോട്ടം. എല്ലാവരും പാടത്തുനിന്ന് മടങ്ങിയാലും അമ്മ ആ പാടത്തിന്നരികിൽ സന്ധ്യയെ പാൽപ്പകലാക്കി മാറ്റും. നെല്ല് തല്ലിയെടുത്ത് ഉപേക്ഷിക്കപ്പെട്ട കറ്റകൾ ഓരോന്നായി എടുത്ത് അമ്മ വീണ്ടും അടിക്കും. ചിലപ്പോൾ ഒന്നോ രണ്ടോ നെൽമണികൾ വീഴാതെ അവയിലുണ്ടാകും. അത് അടിച്ച് ഒരു ചേർക്ക നെല്ല് കിട്ടിയാലായി. അതും കൊണ്ടാണ് അമ്മ അന്നത്തെ അന്നത്തിനുള്ള വക കണ്ടെത്തുന്നത്.

അമ്മയ്ക്കെന്നും വിശ്രമമില്ലാത്ത ജോലി തന്നെയായിരുന്നു. ഒന്നും സമ്പാദിക്കാനായിരുന്നില്ല, അന്നന്നത്തെ പട്ടിണി അകറ്റാൻ മാത്രം.

അമ്മയ്ക്ക് ഏതെങ്കിലും കല്യാണത്തിനോ വിശേഷപ്പെട്ട ചടങ്ങിനോ പോകണമെങ്കിൽ ഉടുത്തൊരുങ്ങാൻ നല്ലൊരു വസ്ത്രംപോലുമില്ലായിരുന്നു. കല്യാണത്തിന് പോകണമെങ്കിൽ നേരെ റാവിയുമ്മയുടെ അടുത്തേക്ക് പോകും.

“റാവിയേ, ഒരു കല്യാണംണ്ട്. അച്ഛന്റെ പെങ്ങടെ ഇളയവളുടെ രണ്ടാമത്തേതിന്റെ...”

ഇത്രയും അമ്മ പറഞ്ഞുതീരുമ്പോഴേക്കും ഇരുമ്പുപെട്ടിയിൽ നിന്നും പാറ്റമണമുള്ള സിൽക്കുപോലെയുള്ള ചുവന്ന സാരിയുമായി റാവിയുമ്മ പുറത്തേക്കെത്തി ഒന്നു കുടയും.

“ഞ്ഞി നേരത്തേ പറഞ്ഞാ ഞാനത് തിരുമ്പിവെക്കില്ലേ?”

റാവിയുമ്മ അമ്മയോട്.

“അതൊന്നും സാരൂല്യ...”

അമ്മ എന്നും അങ്ങനെയായിരുന്നു.

റാവിയുമ്മയുടെ സാരി അവിടെവെച്ചുതന്നെ ഉടുത്ത് പോകാനൊരുങ്ങുമ്പോൾ റാവിയുമ്മ:

“നിക്ക്... ഇതുംകൂടി ഇട്ടോണ്ട് പോ...”

റാവിയുമ്മയുടെ കാതിലെ തോടക്കമ്മൽ അമ്മയുടെ കാതിലേക്ക് ഊരിയിട്ട് കൊടുക്കും.

“ആ കാതില് ഒന്നുല്ലാണ്ടാവുമ്പോ എന്തോ ഷീണം പിടിച്ചപോലെ തോന്നും.” റാവിയുമ്മയുടെ കരുതലും സ്നേഹവുമാണത്.

എന്നെ പ്രസവിച്ച നാളുകളിൽത്തന്നെയാണ് റാവിയുമ്മ ജബ്ബാറിനെയും പ്രസവിച്ചത്. എന്നെ പ്രസവിച്ച് ദിവസങ്ങൾക്കുശേഷം അമ്മ കൊയ്ത്തിനും മറ്റു ജോലികൾക്കുമായി ഇറങ്ങി. എന്നെ റാവിയുമ്മയെ ഏൽപ്പിച്ചു.

റാവിയുമ്മ എന്റെ വിശപ്പിന്റെ കരച്ചിലിന് അവസരം കൊടുത്തതേയില്ല. വിശക്കുന്നു എന്നു തോന്നിയാൽ ജബ്ബാറിനൊപ്പം എനിക്കും മുലപ്പാൽ തന്നു.

വലത്തേ മുല ജബ്ബാറിനാണെങ്കിൽ ഇടത്തേമുല എനിക്കാണ്. ജബ്ബാറിന് കുറച്ച് കുറഞ്ഞാലും എനിക്ക് ഒട്ടും കുറവു വരരുതെന്ന് റാവിയുമ്മ വിചാരിച്ചിട്ടുണ്ടാകും എന്ന് ഉറച്ച് വിശ്വസിക്കാനാണ് എനിക്ക് ഇന്ന് ഇഷ്ടം. ഞാൻ ഓർമ്മവെച്ച നാൾമുതൽ ആ കരുതലും സ്നേഹവും കാണുന്നതാണ്. ‘എന്റെ ഉമ്മ’യാണ് റാവിയുമ്മ.

റാവിയുമ്മയുടെയും എന്റെ അമ്മയുടെയും മുലകൾ കുടിച്ച് ഞാൻ വളർന്നു. എനിക്കൊപ്പംതന്നെ എന്റെ വീട്ടിലെ ദാരിദ്ര്യവും വളർന്നിരുന്നു. ആൾബലം കൂടുമ്പോൾ പകുത്തുനൽകേണ്ട പാത്രത്തിന്റെ എണ്ണവും കൂടുകയാണല്ലോ, വരുമാനം കൂടുന്നുമില്ല.

പരിശുദ്ധ റമദാൻ മാസങ്ങളിൽ റാവിയുമ്മയുടെ വീട്ടിലുണ്ടാക്കുന്ന ഭക്ഷണങ്ങൾ എനിക്കും കിട്ടിത്തുടങ്ങി. അവരുടെ ശീലങ്ങൾ ഞങ്ങളുടേതുമായിത്തീരുന്നതങ്ങനെയാണ്.

നോമ്പുകാലത്ത് റാവിയുമ്മ കൊണ്ടുതരുന്ന ജീരകക്കഞ്ഞി കുട്ടിക്കാലത്തെ എന്റെ പട്ടിണിയുടെ നോമ്പുതുറയായി മാറിയിട്ടുണ്ട്. വയള് കേൾക്കാൻ ചില രാത്രിയിൽ പുതിയങ്ങാടി മദ്രസയിലേക്ക് റാവിയുമ്മയും ജബ്ബാറും സക്കീനയുമൊക്കെ പോകും. പോകുന്ന കൂട്ടത്തിൽ വീടിന്റെ മുന്നിലേക്കെത്തി, “മോനേ...” എന്ന് റാവിയുമ്മ നീട്ടിവിളിക്കും.

ഞാൻ ആ വിളിക്ക് കാതോർത്തിരിക്കുന്നതുപോലെ പുറത്തേക്കിറങ്ങി വരും. റാവിയുമ്മ ഒരു കൈയിൽ എന്റെ കൈയും മറ്റേ കൈയ്യിൽ ജബ്ബാറിന്റെ കൈയും പിടിച്ച് നടക്കും. മുന്നിൽ സക്കീന ആ ഇരുട്ടിലേക്ക് ചൂട്ടും തെളിച്ച്.

പുതിയങ്ങാടി മദ്രസയിൽ ‘വയള്’ തുടങ്ങാറായിട്ടുണ്ടാവും. സക്കീനയ്ക്കും ജബ്ബാറിനുമൊപ്പം എന്നെയും പായയിലേക്ക് റാവിയുമ്മ ഇരുത്തും. ഈണത്തിലുള്ള പാട്ടും പറച്ചിലും എനിക്കന്ന് ഇഷ്ടമായിരുന്നു. ഞാൻ ശ്രദ്ധയോടെ കേട്ടിരുന്നിട്ടുണ്ട്. ഒന്നും മനസ്സിലായിട്ടല്ലെങ്കിലും.

വയള് കഴിഞ്ഞാൽ ചീരണിയുണ്ടാവും. റാവിയുമ്മ എന്നെ കൊണ്ടു പോകുന്നതുതന്നെ ചീരണി വാങ്ങിത്തരാനാണ്. നല്ലത് എന്ന് തോന്നി എന്തെങ്കിലും കഴിക്കുന്നുണ്ടെങ്കിൽ അത് 'മോന്' കൊടുക്കാതെ ഇറങ്ങില്ല റാവിയുമ്മയ്ക്ക്.

പാത്രത്തിൽ റാവിയുമ്മ ചീരണി വാങ്ങിത്തരും. ഞാനത് കഴിക്കും. റാവിയുമ്മ തൂക്കുപാത്രത്തിൽ കുറച്ച് വാങ്ങി കരുതിയിട്ടുണ്ടാകും.

ചീരണി കഴിച്ച് നിറഞ്ഞ വയറുമായി ഞാനും ജബ്ബാറും സക്കീനയും വീട്ടിലേക്ക് നടക്കും. വഴിയിലെ നടത്തത്തിൽ പിന്നിൽ നിന്ന് റാവിയുമ്മ മന്ത്രങ്ങൾപോലെ എന്തോ ചൊല്ലുമായിരുന്നു. പാമ്പുകളും ഇഴജീവികളും നിറഞ്ഞ വഴിയിൽ തന്റെ കുഞ്ഞുങ്ങളെ തിരികെ എത്തിക്കണേ എന്ന പ്രാർത്ഥനയായിരിക്കണം അത്.

കൊറ്റിത്തെങ്ങുകൾ നിറഞ്ഞ പറമ്പിലൂടെ വെട്ടിത്തിളങ്ങുന്ന നിലാവെളിച്ചത്തിലൂടെ നടക്കുമ്പോൾ ഉയരത്തിൽ ഏതോ ജാറത്തിലേതെന്നപോലെ ഒരു വെളിച്ചം റാവിയുമ്മയ്ക്ക് ചുറ്റും പ്രഭാവലയം തീർത്ത് ഞങ്ങളെ നയിക്കുന്നത് എനിക്ക് ഇന്ന് കാണാൻ പറ്റുന്നുണ്ടുമ്മാ...!

സീമയില്ലാത്ത സ്നേഹക്കടൽ പോലെ പരന്ന അന്നത്തെ തളിക്കുളത്തെയും റാവിയുമ്മയെയും ഓർത്ത് ഇന്ന് എന്റെ ഹൃദയത്തിൽ തിരകൾ തുളുമ്പി തീരത്തേക്ക് വന്ന് പുണരുന്നതുപോലെ ആ കാലത്തെ പുണരാൻ തോന്നുന്നു.

ഇന്ന് മതിലുകളാണ് ചുറ്റിലും. ആദ്യം ഹൃദയങ്ങളിലായിരുന്നു നാം വേലി കെട്ടിത്തുടങ്ങിയത്. ഓരോ തുരുത്തുകളായി മാറാൻ തുടങ്ങി. അവിടെ പിന്നീട് തറികളിട്ടു. അതിൽ അതിർത്തിശീമക്കൊന്നകൾ മുളപ്പിച്ചു. പതിയെ മെടയാത്ത ഓലകൾകൊണ്ട് വരമ്പ് കെട്ടിത്തിരിച്ചു. അതിന് ഉറപ്പില്ലെന്ന് തോന്നി ഇല്ലിമുള്ളും മെടഞ്ഞ ഓലയും കെട്ടി. അതിനുള്ളിൽ അതിർത്തി കാവൽക്കാരനെപ്പോലെ നാം നിന്നു. ബലം പോരെന്ന് വീണ്ടും. കരിങ്കല്ലുകൾ കിഴക്കൻകുന്നുകളിൽ നിന്ന് തുരന്നെടുത്ത് മതിലുകൾ കെട്ടിത്തുടങ്ങി. ഇരുമ്പുകൊണ്ട് ഒരു കൂറ്റൻ ഗെയിറ്റും പണിതു. പട്ടിയുണ്ട് അകത്ത് എന്ന ബോർഡുവെച്ച് ആരും കടക്കേണ്ടതില്ല എന്ന് പറയാതെ പറഞ്ഞു.

പ്രകൃതി തിരിച്ചുപിടിക്കുകതന്നെ ചെയ്യും. പ്രളയത്തിലൂടെ നാം അതറിഞ്ഞതാണ്. കൊറോണയിലൂടെ നാം മറന്ന പാഠങ്ങളെ വീണ്ടും പഠിപ്പിക്കാൻ പ്രകൃതി ഒരുങ്ങുകയാണ്. അതിരുകളും മറവുകളുമില്ലാതിരുന്ന ആ കാലത്ത് സ്നേഹത്തിന്റെ മതിലുകൾ കൊണ്ട് നമ്മെ സംരക്ഷിക്കുകയായിരുന്നു. എന്തും നടത്തിത്തരാമെന്ന് ദൈവം നേരിട്ടെത്തി പറയുകയാണെങ്കിൽ, ഞാൻ ചോദിക്കുക, പട്ടിണിയും പരിവട്ടവുമുണ്ടെങ്കിലും ആ കാലത്തേക്ക് കുറച്ച് ദിവസങ്ങളെങ്കിലും ജീവിക്കാൻ

അവസരം നൽകുമോ എന്നായിരിക്കും. അവിടെ അമ്മയും അച്ഛനും റാവിയുമ്മയും വീരാനുപ്പയും പുതിയങ്ങാടി മദ്രസയും എല്ലാമുണ്ടെങ്കിൽ ഞാൻ എല്ലാവരെയും കെട്ടിപ്പുണർന്ന് എന്റെ സ്നേഹം നൽകുമായിരുന്നു. അങ്ങനെയെങ്കിൽ, റാവിയുമ്മാ, നിങ്ങളെന്റെ പൊന്നുമ്മയായിരുന്നുവെന്ന് കെട്ടിപ്പിടിച്ച് ഞാൻ പറഞ്ഞേനേ.

ഈ ദിനവും കഴിയാൻ പോവുകയാണ്. മുത്തു തൊഴുത്തിൽ നിന്നും ഒന്ന് മൂളി. രാത്രി വൈകിയും മുറിയിൽ വെളിച്ചം കണ്ടതിനാലാവാം. ഉറങ്ങാറായില്ലേ എന്ന സുഖാന്വേഷണമാകാം. മുറ്റത്തേക്കിറങ്ങി രമ 'എന്തേയ്?' എന്ന് അവളോട് തലയാട്ടി. മുത്തുവും കണ്ണനും കിടന്നിടത്തുനിന്ന് ഒന്ന് നോക്കി. രമ അകത്തേക്ക് കയറിവന്നു.

സാനിറ്റൈസർ ഉണ്ടാക്കി വിതരണത്തിനായി ഒരുങ്ങിക്കഴിഞ്ഞുവെന്ന് അറിവായിരിക്കുന്നു. നാളെത്തൊട്ടുതന്നെ അത് വിതരണം ചെയ്തു തുടങ്ങാൻ നിർദ്ദേശിച്ചിട്ടുണ്ട്. എന്റെ അയൽപക്കങ്ങൾ, സുഹൃത്തുക്കൾ, എന്റെ വോട്ടർമാർ, വോട്ടു ചെയ്യാൻ പറ്റാത്ത എന്നെ സ്നേഹിക്കുന്ന എല്ലാവർക്കും തിരികെ ഞാൻ നൽകുന്ന സ്നേഹമാണത്. സ്വീകരിച്ചാലും.

നാലാം ദിവസം

ജന്നത്തിന്റെ തീരത്ത്

കടലിരമ്പം! അതെ, കടലിരമ്പമായിരുന്നു നിറയെ. സ്വപ്നമായിരുന്നോ, അതോ ഉണർവ്വിന്റെ അർദ്ധബോധാവസ്ഥയിൽ ദൂരെ നിന്നുള്ള കടലിരമ്പം കേട്ടതാണോ?

കടൽ കാണണം. പുലരുമ്പോഴുള്ള കടൽ കാണണം. ഉറക്കച്ചടവുകളൊക്കെ പെട്ടെന്ന് ഇല്ലാതാവും. കടൽ അത്ഭുതങ്ങളുടെ കലവറയാണ്.

രാവിൽ, പകലിൽ, നട്ടുച്ചയിൽ, സന്ധ്യയിൽ, എല്ലാ സമയങ്ങളിലും എല്ലാ നിമിഷങ്ങളിലും ഞാൻ കടൽ കണ്ടിട്ടുണ്ട്. കടൽത്തീരം എനിക്ക് സ്നേഹതീരം തന്നെയാണ്. കടലിന്റെ മക്കളുടെ ജന്നത്താണ് ഈ തീരം. മണലെടുത്ത മീസാൻകല്ലുകൾക്കടിയിൽ അനേകായിരം ഓർമ്മകൾ കടലിനെ ധ്യാനിച്ച് കിടപ്പുണ്ട്.

കടൽ ഓരോ ദിവസവും മൺതരികൾ കൊണ്ടിട്ട് കാലത്തെ മറച്ചുകൊണ്ടിരുന്ന ആ തീരം കടലാഴംപോലെത്തന്നെ ഓർമ്മയാഴത്തിന്റെ തീരം കൂടിയാണ്. കടൽ, തീരം, ഓർമ്മകൾ എല്ലാംതന്നെയാണ് എന്നെ ഞാനാക്കി മാറ്റിയത്.

കടൽ പിന്നെയും വിളിച്ചുകൊണ്ടിരിക്കുകയാണ്.

ക്വാറന്റൈൻ നാലാദിവസം കടലിരമ്പത്തോടെയാണ് നേരത്തേ ഉണർന്നത്. മനസ്സ് ഇപ്പോഴും വല്ലാതെ വിങ്ങുന്നു, കടൽ കാണാൻ.

കുട്ടിക്കാലത്ത് സന്ധ്യാനേരത്തെ കടലിന്റെ ആഴങ്ങളിൽ ഞാൻ ഒരു വെളിച്ചം കണ്ടിട്ടുണ്ട്. മൺമറഞ്ഞ ഞങ്ങളുടെ പിതാക്കന്മാരുടെ ഓർമ്മക്കല്ലുകളും മീസാൻകല്ലുകളും അവിടെയായിരുന്നിരിക്കണം. അവർ പ്രതീക്ഷയുടെ തിരിനാളം വഴിനാളമാക്കി കാട്ടുന്നതാകാം. കടൽ തിരകൾക്കൊപ്പം തീരം കയറി വന്നപ്പോൾ ആ കുഴിമാടങ്ങൾ കടലമ്മ ഉള്ളിലേക്കെടുത്തതാകാം.

അന്ന് പേടിയൊട്ടുമുണ്ടായിരുന്നില്ല. പാതിരാത്രിയായാലും പെരുമഴയായാലും കടൽ ഞങ്ങൾക്ക് അമ്മതന്നെയായിരുന്നു.

സന്ധ്യാനേരത്ത് ദ്രവിച്ചുതുടങ്ങിയ ഓലക്കൊട്ടയുമായി ഞാൻ ആ കടൽത്തീരത്ത് കണ്ണുംനട്ട് കാത്തിരുന്നിട്ടുണ്ട്. ഉപ്പ് ആറ്റി ഉണക്കുന്ന കടൽക്കാറ്റ് എന്റെ ശരീരത്തെയും അതിന്റെ മണൽത്തിട്ടയാക്കിയിട്ടുണ്ട്.

വിശപ്പെന്ന ഭാരം എന്റെ കാലുകളെ ബന്ധിച്ചുനിർത്തിയിരുന്നു. ഏഴ് മക്കളും അവരുടെ വിശപ്പുമായി വീടിനുള്ളിൽ അമ്മ പടപൊരുതിക്കൊണ്ടിരിക്കുന്നുണ്ടാവും. മൂത്തചേട്ടൻ അച്ഛനൊപ്പം കടലിലാണ്. ഞാൻ ഈ തീരത്തും. കണ്ണുതെറ്റിയാൽ, ആ വരവ് ഞാൻ കാണാതെയായാൽ, ഒരു മാത്രകൊണ്ടുതന്നെ വറുതിയോ ചാകരയോ എന്നു മനസ്സിലാക്കാവുന്ന നിമിഷം എനിക്ക് നഷ്ടപ്പെടും. അതുകൊണ്ട് മിഴിയനക്കാതെ കടലിലേക്ക് കണ്ണുംനട്ട് ഞാൻ നിൽക്കും.

തിരകൾക്കൊപ്പം ഉയർന്നുപൊങ്ങുന്ന അമരത്ത് നിഴൽപോലൊരു രൂപമുണ്ടാകും. എന്റെ അച്ഛനാണത്. അച്ഛന്റെ രൂപം കണ്ടാൽത്തന്നെ എനിക്കറിയാം; ഇന്ന് പട്ടിണിയാണോ അല്ലയോ എന്ന്.

വട്ടിനിറയെ മീനുമായി ഓടിയിരുന്ന ദിവസങ്ങൾ കുറവായിരുന്നു. കനം കുറഞ്ഞ വട്ടിയുമായോ, ഒഴിഞ്ഞ വട്ടിയുമായോ ആ തേഞ്ഞുമങ്ങിയ വഴിയിലൂടെ എത്രയോ തവണ ഞാൻ വീട്ടിലേക്ക് മുഖം കുനിച്ച് തിരിച്ചു നടന്നിട്ടുണ്ട്. എങ്കിലും കടൽ ഞങ്ങൾക്ക് പ്രതീക്ഷയായിരുന്നു.

അച്ഛനെയും ചേട്ടനേയും കൂടാതെ അഹമ്മദ്ക്ക, ബീരാൻ വാപ്പ

എന്നിവരുമുണ്ടായിരുന്നു ആ വഞ്ചിയിൽ. ഇവരൊരുമിച്ചാണ് കടലിൽ പോകാറുള്ളത്.

അച്ഛൻ ശാന്തനായിരുന്നു. അച്ഛന്റെ അറിവിലും പെരുമാറ്റത്തിലും രണ്ടാം ക്ലാസ് വിദ്യാഭ്യാസമുള്ളയാളുടേതായിരുന്നില്ല. ഇമ്പിച്ചിബാവ മന്ത്രിയായിരുന്നപ്പോൾ ഉണ്ടാക്കിയ ഐക്യനാണയസംഘത്തിന്റെ മത്സ്യത്തൊഴിലാളി ബോർഡ് അംഗമായിരുന്നു. കടലിനെക്കുറിച്ചും കരയെക്കുറിച്ചും മാത്രമല്ല, മനുഷ്യമൂല്യങ്ങളെക്കുറിച്ചും അച്ഛന് അറിവും കരുതലുമുണ്ടായിരുന്നു.

ശനിയാഴ്ചകളിലെ കടപ്പുറത്തെ കണക്കുകൂട്ടലുകളിൽ ഞാനും അച്ഛനൊപ്പം ചിലപ്പോഴൊക്കെ ഇരിക്കാറുണ്ട്. ഒരാഴ്ചത്തെ കണക്കുകൂട്ടി തുല്യമായി പങ്കുവെയ്ക്കുന്നത് അച്ഛന്റെ കടമയായിരുന്നു. മീൻചാപ്പയിൽ അച്ഛനെ കൂടാതെ, ചേട്ടനും അഹമ്മദ്ക്കയും ബീരാൻ വാപ്പയും ഉണ്ടാകും. അവർക്ക് അരികിൽ ഞാനും അഞ്ച് മൺകുടുക്കകളുമുണ്ടാകും.

കണക്കുകൂട്ടി അഞ്ച് ഓഹരിവച്ച് അതിലൊരു ഓഹരി അഞ്ച് മൺകുടങ്ങളിലേക്കും തുല്യമായി വീതിക്കും. ശബരിമല, ഗുരുവായൂർ, നാവൂർ പള്ളി, എടക്കഴിയൂർ പള്ളി, പഴനി എന്നിവിടങ്ങളിലേക്കുള്ള കുടുക്കകളാണത്. എല്ലാത്തിലും തുല്യം അണകൾ നിക്ഷേപിക്കും.

ഇടവമാസത്തിലാണ് കുടുക്കകൾ പൊട്ടിക്കുക. നാണയത്തുട്ടുകൾ എണ്ണാനുള്ള അവകാശം ഞാൻ സ്വയം ഏറ്റെടുക്കും. അഞ്ച് ആരാധനാലയങ്ങളിലേക്കും അച്ഛനോടൊപ്പം ചെന്ന് കാണിക്കയായി അർപ്പിക്കും. ഉപ്പാപ്പാന്റെ ഖബറിടത്തിലും പള്ളികളിലും അച്ഛൻതന്നെയാണ് കാണിക്കയർപ്പിക്കാൻ പോകാറുള്ളത്. ബീരാൻവാപ്പയും അഹമ്മദ്ക്കയുമല്ല.

സൂര്യനുദിക്കുന്നതിനും മുന്നേ റാന്തലും പന്തവുമായി കടലിലേക്കിറങ്ങുന്ന അച്ഛനെയും മറ്റുള്ളവരെയും കാത്തുരക്ഷിക്കുന്നത് ഇവരൊക്കെയാണ്. എല്ലാം അവരിൽ സമർപ്പിച്ചാണ് ഓരോ ദിവസത്തെ യാത്രയും തുടങ്ങുന്നത്.

കാലവർഷക്കാലം കടലിന്റെ മക്കളുടെ വറുതിക്കാലമാണ്. കടൽ ക്ഷോഭിച്ച്, ആർത്തലച്ച്, പ്രവേശനാനുമതി നിഷേധിച്ച് നിൽക്കും. ഈ സമയത്ത് കടലോരത്ത് മണിക്കൂറുകളോളം കടലിലേക്ക് നോക്കി നിൽക്കുന്ന അച്ഛനെ ഞാൻ കണ്ടിട്ടുണ്ട്. മൗനിയായാണ് അച്ഛൻ നിൽക്കുന്നതെങ്കിലും ദീർഘസംഭാഷണത്തിന്റെ വരികൾ കേൾക്കാനാവും. അച്ഛനും കടലിനും മാത്രം അറിയാവുന്ന ഭാഷയാണത്.

ദൈവങ്ങൾക്കുമുന്നിൽ പരിഭവം പറയുന്നതുപോലെയായിരിക്കാം. അതുമല്ലെങ്കിൽ അമരക്കാരന്റെ ഉത്തരവാദിത്വത്തിൽ മദ്ധ്യസ്ഥനായിരിക്കുന്നതായിരിക്കാം. മൺമറഞ്ഞ പൂർവ്വപിതാക്കളുടെ കല്ലറകളെ നോക്കി അനുഭവങ്ങൾ പകർന്നെടുക്കുകയുമാവാം.

മക്കളെക്കുറിച്ച്, ഭാര്യയെക്കുറിച്ച്, വീടിനെക്കുറിച്ച്, മറ്റുള്ളവരെക്കുറിച്ച്, ഈ ലോകത്തെക്കുറിച്ചുതന്നെയുള്ള മൗനപ്രാർത്ഥനയായി കാണാനാണ് എനിക്കേറെയിഷ്ടം. അച്ഛനൊപ്പം ഞാനും ഈ ചിന്തകളുമായി കടൽക്കരയിൽ ഏറെനേരം ഇരിക്കും. ഞാനും കടലിനോട് സംവദിക്കാൻ തുടങ്ങിയത് അന്നുമുതലാണ്.

കാലവർഷം കൊടുമ്പിരിക്കൊണ്ടു നിൽക്കുന്ന കാലത്ത് വീടുകളിലെ അടുപ്പുകളിൽ കടലുപ്പ് നിറയുകയായിരിക്കും. ഒരു കഷ്ണം കപ്പയോ ഒരല്പം അരിയോ കിട്ടിയാൽ പൊന്നോണമായിരിക്കും അന്നവിടെ.

കാലവർഷക്കാലത്താണ് ഞങ്ങളുടെ മഹല്ലിലെ മുക്രിക്കയുടെ വീട്ടിൽ ദിക്കറ് ചൊല്ലാറുള്ളത്. കടലിനോട് ചൊല്ലിയതിന്റെ ബാക്കിയുള്ള പ്രാർത്ഥനയാണത്. അച്ഛനും ചേട്ടനും എന്തുതന്നെയായാലും ദിക്കറ് ചൊല്ലിൽ പങ്കെടുക്കും. ഞാനും കൂട്ടത്തിൽ പോയിരിക്കും. ഉസ്താദ് ഇരിക്കുന്ന പായയുടെ ഒരു കോണിൽ എനിക്ക് ഇരിക്കാൻ ഒരിടം കിട്ടും. അതേ പായയിൽത്തന്നെയായിരിക്കും അച്ഛനും സ്ഥാനം. അന്നത്തെ ചന്ദനത്തിരിയുടെ നറുമണം ഇന്നും എന്നിലുണ്ട്. അത് ഒരിക്കലും മറക്കില്ല.

ദിക്കറ് കഴിഞ്ഞാൽ പോത്തിറച്ചിയും നെയ്ച്ചോറും കിട്ടും. പായയുടെ കോണിൽ ഇരുന്ന് ഞാൻ ചെവി ഉസ്താദിന്റെ ചൊല്ലലിനും മനസ്സും കണ്ണും പുറത്തെ ബിരിയാണിച്ചെമ്പിനും പകുത്തുനൽകുമായിരുന്നു. കല്ലു തിന്നാൽപ്പോലും ദഹിപ്പിക്കുന്ന വിശപ്പിന്റെ കാലമായിരുന്നുവല്ലോ ആ കാലവും എന്റെ പ്രായവും.

വയറുനിറയെ പോത്തിറച്ചിയും നെയ്ച്ചോറും കഴിക്കുന്ന എന്നെ ഞാനിപ്പോൾ കാണുന്നുണ്ട്. അന്നത്തെ വിശപ്പ് ഇപ്പോഴും ഊഹിക്കാനാവുന്നുണ്ട്. എന്റെ മുന്നിൽ, ഇപ്പോഴും അതുപോലെ വിശന്ന് നിൽക്കുന്ന കുഞ്ഞുങ്ങളുണ്ട്. എന്റെ കൺമുന്നിലായിരിക്കില്ല. പത്രത്താളുകളിലും ചാനൽവീഡിയോകളിലും മറ്റുമായാണത് പലപ്പോഴും കാണുന്നത്. ചിലപ്പോൾ അങ്ങനെയല്ലാത്ത അനുഭവങ്ങളുമുണ്ട്. അപ്പോൾ ഹൃദയം നോവും.

യുദ്ധത്തിന്റെയും കലാപത്തിന്റെയും ഇരകളായി പലായനം ചെയ്യേണ്ടിവരുന്ന ലോകത്തിലെ ജനങ്ങളുടെ ആ മുഖങ്ങൾ ഞാൻ കാണുന്നുണ്ട്. ഒരു പൊതി ഭക്ഷണം കിട്ടുമ്പോൾ, അത് കഴിക്കുമ്പോൾ അവരുടെ മുഖത്ത് ഞാൻ എന്നെ കാണാറുണ്ട്.

വിശപ്പാണ്!

വിശപ്പുകൊണ്ട് പിൻനടത്തത്തിന് സാധിക്കാതെ തിരമാലകൾകൊണ്ട് മുൻനടത്തവുമില്ലാതെ കടൽക്കരയിൽ എത്രയോ തവണ ഞാൻ

ഇരുന്നിട്ടുണ്ട്. തൊട്ടരികിൽ അച്ഛനുമുണ്ടാകാം, അടുത്തല്ലെങ്കിലും അതിനേക്കാൾ അരികെ അമ്മയുമുണ്ടാകാം. അവരാണല്ലോ മക്കളുടെ വിശപ്പെന്ന, വിശപ്പുമാത്രം ഭക്ഷിച്ച് ജീവിക്കുന്നവർ.

മുക്രിയുടെ വീട്ടിലെ പോത്തിറച്ചിയും നെയ്ച്ചോറും കഴിച്ച് വീട്ടിലേക്ക് തിരിക്കുമ്പോൾ അലുമിനിയം തൂക്കുപാത്രത്തിൽ വീട്ടിലേക്കുള്ള ഭക്ഷണം ഞാൻ കരുതും. വീട്ടിലും അമ്മയടക്കം എട്ടോളംപേർ അതിനായി കാത്തിരിക്കുകയാണല്ലോ.

കാലവർഷം കഴിയുമ്പോൾതന്നെ, റാന്തലും പന്തവുമായി അച്ഛനും ചേട്ടനും കടലിലേക്ക് പോകുന്ന പുലർകാലം സ്വപ്നം കണ്ടാണ് ഞങ്ങൾ ഉറങ്ങുക. നീണ്ട കാത്തിരിപ്പിനൊടുവിൽ വല നിറയെ മീനുമായി വരുന്ന അച്ഛനെ നോക്കി ആ കടൽക്കരയിൽ ഞാൻ നിൽപ്പാണ്.

ഇപ്പോഴും ഞാൻ കാത്തിരിക്കുകയാണ്; വറുതിയും മഹാമാരിയും അകന്ന് ജനസാഗരം സാധാരണജീവിതത്തിലേക്ക് വരുന്നതിനായി. ഈ ദിനവും കടന്നുപോകുന്നു.

അഞ്ചാം ദിവസം

പുതുതലമുറയ്ക്കായ്

വേരുകൾ ആഴത്തിലേക്കിറങ്ങി പുണർന്ന് നീരു പങ്കുവെച്ച് മുകളിലേക്കുയർന്ന് തലയാട്ടി നിൽക്കുകയാണ് മുറ്റത്തെ പച്ചക്കറിച്ചെടികൾ. മകൻ ആഷിക്കും എന്റെ സ്നേഹിതൻ സുൽഫിക്കറും ചെടികൾക്കെല്ലാം വെള്ളമൊഴിച്ചുകൊണ്ടിരിക്കുന്നു. കീടങ്ങൾ തളിരിലകളെ ചുരുട്ടിപ്പിടിച്ചും നീരു വറ്റിക്കുടിച്ചും അക്രമിക്കാനൊരുങ്ങുന്നത് കാണുമ്പോൾ പുകയില കഷായവും മറ്റു ജൈവകീടനാശിനികളും തളിച്ച് ആഷിക്ക് കുഞ്ഞുങ്ങളെപ്പോലെ പരിചരിക്കുന്നുമുണ്ട്.

ഞാൻ ആഷിക്കിനെത്തന്നെ നോക്കിയിരുന്നു. പുതിയ തലമുറയിൽ നിന്ന് ഏറെ പഠിക്കാനുണ്ട്. പലപ്പോഴും ന്യൂജെൻ എന്നു പറഞ്ഞ് അവരുടെ നടപ്പിനെ, മുടിയെ, ഒക്കെ കളിയാക്കൽ അവർ കേൾക്കാറുണ്ട്. പുതിയ കാലത്തെ ഓരോ സാഹചര്യത്തെയും എത്ര വേഗത്തിലാണ് അവർ അതിജീവിക്കുന്നത്. വെള്ളപ്പൊക്കക്കാലത്ത് ഈ 'ന്യൂജെൻ' എന്തുമാത്രം ഇടപെടലുകളായിരുന്നു നടത്തിയത്. അതൊന്നും നാം കാണാതെ പോകരുത്.

ഒരു ഫോൺകോളായിരുന്നു എന്റെ ഈ ചിന്തകളെ വീണ്ടും തിരിച്ചുവിട്ടത്. സാനിറ്റൈസർ ഉൽപാദിപ്പിച്ച് വിതരണം ചെയ്തു തുടങ്ങി. അത് തുടരുകയും ചെയ്യുന്നുണ്ട്. ഇനിയെന്താണ് ചെയ്യേണ്ടത് എന്ന ആലോചനയിൽ നിന്നായിരുന്നു മകനിലൂടെ ഞാൻ പുതുതലമുറയെക്കുറിച്ച് ആലോചിച്ചുതുടങ്ങിയത്.

പെട്ടെന്നുണ്ടായ ലോക്ഡൗൺ പ്രഖ്യാപനം സാധാരണജനങ്ങളെ വല്ലാതെ വലയ്ക്കും. ഭക്ഷണത്തിനും മരുന്നിനുമൊക്കെ അവർ എന്തു ചെയ്യണമെന്നറിയാതെ ഇരിക്കുന്നുണ്ടാവും. എത്രയും പെട്ടെന്ന് ഭക്ഷ്യക്കിറ്റുകൾ എത്തിക്കുക. അർഹരായവരെ കണ്ടെത്തി നടപടികൾ കൈക്കൊള്ളണം.

എന്റെ ശമ്പളം നേരത്തേതന്നെ വന്നിട്ടുണ്ട്. ഏതാണ്ട് പൂർണ്ണമായും എടുക്കുകയും ചെയ്തിട്ടുണ്ട്. എങ്കിലും കാറിൽ ഇന്ധനമടിക്കാനും

വാടകയിനത്തിലും കറന്റ് ബില്ലടക്കാനും മറ്റുമായി നീക്കിയിരിക്കുന്ന തുകയും ശമ്പളത്തിലെ ബാലൻസ് തുകയും എത്രയും പെട്ടെന്ന് ഈ പദ്ധതിയിലേക്കായി നീക്കിവെയ്ക്കണം. ഞാൻ അതിനുള്ള ഏർപ്പാടുകൾ ചെയ്യാൻ തുടങ്ങി.

ആളുകളെ കണ്ടെത്തുന്നതിനും അത് കൃത്യമായി എത്തി എന്നുറപ്പിക്കുന്നതിനുമായി വാട്ട്സാപ്പ് വഴി വിവരങ്ങൾ കൈമാറുന്നതായിരിക്കും നല്ലത്. ഞാൻ ആഷിക്കിനെ അടുത്തേക്ക് വിളിച്ചു. അവനാണ് ഇക്കാര്യത്തിലൊക്കെ നല്ലത്. നവമാധ്യമങ്ങളെ ഏറ്റവും ക്രിയാത്മകമായി ഉപയോഗിക്കുന്നത് ചെറുപ്പക്കാരാണ്. അവരുടെ അത്തരം കഴിവുകൾ ഉപയോഗിക്കപ്പെടണം.

ആഷിക്ക് മൊബൈലിൽ ചില ആപ്പുകൾ പരിചയപ്പെടുത്തി. എത്ര പെട്ടെന്നാണ്, എത്ര കൃത്യമായാണ് അവൻ കാര്യങ്ങൾ പറഞ്ഞുതരുന്നത്. ഞാൻ അവനു മുന്നിൽ ഒരു വിദ്യാർത്ഥിയായി മാറി. ആഷിക്ക് കാര്യങ്ങളൊക്കെ പറഞ്ഞു പഠിപ്പിച്ചു. ഞാൻ അതുപോലെ വാട്ട്സാപ്പ് ഗ്രൂപ്പുണ്ടാക്കി പ്രവർത്തനങ്ങൾ തുടങ്ങി.

എന്റെ ക്വാറന്റൈൻദിനം അഞ്ചാംദിവസമെത്തുകയാണ്. ആഷിക്കിനെ ഞാൻ കുറച്ച് ദിവസമായി ശ്രദ്ധിക്കുന്നുണ്ട്. അവൻ സന്തോഷത്തിലാണ്. എന്നെ ഇങ്ങനെ ഈ വീട്ടിൽ കിട്ടിയിട്ടുണ്ടാകില്ല. ഒരു പനികൊണ്ടോ, ചെറുരോഗങ്ങൾകൊണ്ടോ ഞാനൊരിക്കലും വീട്ടിൽത്തന്നെ നിന്നിട്ടുണ്ടാവില്ല. അതിന്റെ സന്തോഷം രമയുടെയും മുഖത്തുണ്ട്.

മക്കളുടെ വളർച്ചയൊക്കെ കണ്ടത് രമ മാത്രമായിരുന്നു. എനിക്കതിനൊന്നും സമയമേയുണ്ടായിട്ടില്ല. അച്ഛനെ ഒന്നിനും കിട്ടുന്നില്ല എന്ന പരാതി മക്കൾക്കുണ്ടായിട്ടുണ്ടാവാം. എന്നാൽ അവർ ഒരിക്കലും പറഞ്ഞിട്ടേയില്ല. പക്ഷേ എനിക്ക് പലപ്പോഴും അത് മനസ്സിലായിരുന്നു. ഞാനും ആഗ്രഹിച്ചിരുന്നു, അവരുടെ ആവശ്യങ്ങൾക്കുവേണ്ടി സമയം കണ്ടെത്തണമെന്ന്. പക്ഷേ, നടന്നിട്ടില്ല.

സ്കൂൾകാലത്ത് പി.ടി.എ. മീറ്റിംഗിൽ അച്ഛനെ നിർബന്ധമായും കൊണ്ടുവരണമെന്ന് അധ്യാപകർ പറയുന്നുണ്ടെന്ന് ആഷിക്കും ആൻസിയും വീട്ടിലെത്തി എന്നോട് പറയുമായിരുന്നു. ചെറിയ ക്ലാസ്സിൽ പഠിക്കുന്ന സമയത്ത്, അവർ ഉറങ്ങാതെ എന്നെ കാത്തിരിക്കും ഇക്കാര്യം പറയാനായി,

"രണ്ടുദിവസം കഴിഞ്ഞല്ലേ, നമുക്ക് ശരിയാക്കാം" എന്ന് ഞാൻ അവരെ ആശ്വസിപ്പിക്കും. ഇത്തവണയെങ്കിലും അച്ഛൻ വരുമെന്ന് പ്രതീക്ഷിച്ച് ഇരുവരും രണ്ടുദിവസം സമാധാനത്തോടെ കിടന്നുറങ്ങും. മിക്കവാറും അത് നടക്കാറില്ല.

സ്കൂളിൽ പല യോഗങ്ങളിലും അച്ഛനെ കാത്തിരുന്നു അപമാനിതരായ ആഷിക്കിന്റെയും ആൻസിയുടെയും സങ്കടം നിറഞ്ഞ

മനസ്സുകളെ ഞാൻ കാണാതെ പോവുകയായിരുന്നില്ലേ? ഞാൻ എന്നോടുതന്നെ ഇപ്പോൾ ചോദിക്കുകയാണ്.

"അല്ല. ഞാനതറിയുന്നുണ്ടായിരുന്നു. പക്ഷേ...!"

ബന്ധുവീട്ടിലേക്കുള്ള യാത്രകൾക്ക്, വിവാഹാവശ്യങ്ങൾക്ക്, സിനിമ കാണാൻ പോകുവാൻ തയ്യാറായി കാത്തിരുന്നു നിരാശരായ ഭാര്യയേയും കുട്ടികളെയും പലപ്പോഴും മനപ്പൂർവ്വം കണ്ടില്ലെന്നു നടിക്കുകയായിരുന്നില്ലേ?

ഇഷ്ടപ്പെട്ട വിഭവങ്ങൾ ഒരുക്കിവെച്ചിരുന്നിട്ടും പാതിരാനേരത്ത് കയറി വന്ന് ആ ഭക്ഷണം കഴിക്കുന്നതുപോയിട്ട് ഒന്നുനോക്കുകപോലും ചെയ്യാതെ നേരെ കിടക്കയിലേക്ക് വീഴുന്നതിന്റെ നൈരാശ്യം ഭാര്യയുടെ മുഖത്തു നിന്നും മനസ്സിലാക്കാൻ കഴിഞ്ഞിരുന്നോ?

എല്ലാ ദിവസവും കുളിച്ച് ഈറൻമുടിയുമായി വീടിനോട് ചേർന്നുള്ള ശങ്കരനാരായണക്ഷേത്രത്തിൽ പോയി പൂജാപുഷ്പങ്ങളുമായി വരുന്ന അമ്മയുടെ വിരൽത്തുമ്പിൽ നിന്നും ചന്ദനം നെറ്റിയിൽ ചാർത്തുവാൻ സമയം ലഭിക്കാതെ വരുമ്പോഴും മകനു വേണ്ടി അമ്മ വീണ്ടും വീണ്ടും ഉള്ളുരുകി പ്രാർത്ഥിക്കുന്നത് അറിയാതെ പോയിരുന്നുവോ?

രാവിലെ വിളിക്കാൻ വരുന്നവരുടെ കൂടെ യാത്രപോലും പറയാതെ പുറത്തേക്ക് ഇറങ്ങിപ്പോകുമ്പോൾ അന്യരെപ്പോലെ നോക്കി നിൽക്കേണ്ടി വരുന്ന അവരുടെ നെടുവീർപ്പുകൾക്കും ഞാൻ കാതോർത്തിരുന്നില്ലേ?

മരുന്നിനും ഭക്ഷണത്തിനും മക്കളുടെ സ്കൂൾഫീസിനും ബുദ്ധിമുട്ടുകൾ അനുഭവിച്ച കാലങ്ങളിൽ, എന്റെ സാന്നിധ്യം പോലും ഇല്ലാതിരുന്നതിന്റെ വേദന എനിക്കറിയാത്തതല്ലല്ലോ? ആ ചോദ്യങ്ങൾക്കെല്ലാം എന്റെ ഉത്തരം മുഖം കുനിച്ച് നിൽപ്പായിരുന്നു. എല്ലാ ചോദ്യങ്ങൾക്കും എനിക്ക് ഉത്തരമുണ്ടായിരുന്നു. ഞാൻ നിങ്ങളെ കാണുന്നുണ്ടായിരുന്നു. ഈ ചോദ്യങ്ങൾകൊണ്ടോ പരിഭവം പറച്ചിൽകൊണ്ടുപോലും എന്നെ വേദനിപ്പിച്ചിട്ടില്ല എന്നെനിക്കറിയാം. പക്ഷേ ഞാൻ ഈ ചോദ്യങ്ങളെല്ലാം വർഷങ്ങൾക്കുമുന്നേ എന്നോടുതന്നെ ചോദിച്ചുകൊണ്ടിരുന്നു. എന്നിട്ടും എനിക്ക് നിങ്ങളാഗ്രഹിക്കുന്നതുപോലെ കൂടെത്തന്നെ നിൽക്കാനായില്ല. ഓരോ തവണയും ചോദ്യങ്ങളില്ലാത്ത നിങ്ങളുടെ മുഖങ്ങൾ എന്റെ മനസ്സിനെ വേട്ടയാടിക്കൊണ്ടിരുന്നു. എനിക്ക് നിങ്ങളുടെ മനസ്സുകളിൽ നിന്നും വായിച്ചെടുക്കാൻ സാധിക്കുന്നുണ്ടായിരുന്നു.

എന്നിൽ വിശ്വാസമർപ്പിച്ച ജനങ്ങൾ, 'കൊടുങ്കാറ്റിലും' കൂടെ ചേർത്തുവെച്ച സാധാരണക്കാർ, അങ്ങനെയുള്ളവരുടെ സങ്കടങ്ങൾ, ആവലാതികൾ, ആഗ്രഹങ്ങൾ ഇതൊക്കെയായിരുന്നു എന്റെ മനസ്സു നിറയെ. ആ 'വലിയ പ്രശ്നങ്ങൾ'ക്കിടയിൽ നമ്മുടേത് 'ചെറിയ ആവലാതികൾ' മാത്രമായി കണ്ടുകൊണ്ടിരുന്നു.

ചുറ്റും എന്തിനും ആളുകൾ, ആർപ്പുവിളികൾ, പൂമാലകൾ. ഇതു മാത്രമായിരിക്കാം പുറമെനിന്ന് കാണുന്നവർക്ക് തോന്നാവുന്നത്. എന്നാൽ ഒരു ഫോൺകോളിലോ, അല്ലെങ്കിൽ ആരെങ്കിലും മുഖേന കൊടുത്തയയ്ക്കുന്ന കത്തുകളിലോ, നേരിട്ട് പറയുന്ന വാക്കുകളിലോ, ഒരു ആശ്വാസം എന്നിൽ ജനങ്ങൾ അർപ്പിക്കുന്നുണ്ടെങ്കിൽ ജനങ്ങളുടെ പ്രശ്നങ്ങൾ എന്നെ അലട്ടിയിരുന്നു എന്നതിന്റെ തെളിവുകളാണ്. പല സങ്കടങ്ങൾക്ക് മുന്നിലും ഞാൻ നിലവിട്ട് കരഞ്ഞിട്ടുണ്ട്. എന്നാൽ മക്കളുടേയോ, ഭാര്യയുടേയോ, കുടുംബത്തിലെയോ പ്രശ്നങ്ങൾക്ക് മുന്നിൽ ഞാൻ കരഞ്ഞിട്ടുണ്ടാവില്ല.

നമുക്ക് നേരിടാം എന്ന് പറഞ്ഞ് അവർക്ക് ഞാൻ എപ്പോഴും കരുത്തു നൽകുകയായിരുന്നു. ആ കരുത്തിന് പിന്നിൽ രമയും മക്കളും അത്രമേൽ എന്നോടൊപ്പം ഉണ്ടെന്നതുകൊണ്ടുതന്നെയായിരുന്നു. നിങ്ങൾ എല്ലാ ആവലാതികളും ഉള്ളിലൊതുക്കി എന്നോടൊപ്പം കൂടെ നിന്നതുകൊണ്ടു തന്നെയാണത്.

ഒരു ബാറ്റൺ എന്നെ ഏൽപിച്ചത് എന്റെ അച്ഛനാണ്. മാനവമൂല്യത്തെക്കുറിച്ച് രണ്ടാംക്ലാസ്സുകാരനായ അച്ഛൻ എന്നോട് പറയാതെ പറയുകയായിരുന്നു, പഠിപ്പിക്കാതെ പഠിപ്പിക്കുകയായിരുന്നു. സത്യസന്ധമായി ആ ബാറ്റൺ ഞാൻ ജീവിതത്തിൽ കൊണ്ടുനടന്നു. ഇനി മക്കളിലേക്ക് ഞാനത് കൈമാറുകയാണ്.

“അവനിവനെന്നറിയുന്നതൊക്കെയോർത്താ-
ലവനിയിലാദിമമായൊരാത്മരൂപം
അവനവനാത്മസുഖത്തിനാചരിക്കു-
ന്നവ,യപരന്നു സുഖത്തിനായ് വരേണം.”

ശ്രീനാരായണഗുരുവിന്റെ വചനമാണിത്. സ്വന്തം സുഖത്തിനായി ചെയ്യുന്നത് മറ്റുള്ളവർക്കുള്ള സുഖത്തെയും പരിഗണിച്ചായിരിക്കണം എന്ന ആ മഹത്വാക്യം മക്കൾ, ആഷിക്കും ആൻസിയും അനുവർത്തിക്കുന്നുണ്ടെന്നു തന്നെയാണ് എന്റെ വിശ്വാസം.

പ്രകൃതിയോടും മനുഷ്യരോടും മറ്റു ജീവജാലങ്ങളോടും കരുണയുള്ളവരായി പുതിയ തലമുറ മാറിവരും. കൊറോണപോലുള്ള വൈറസുകൾ ഇനിയും വന്നേക്കാം. അതിജീവിച്ചേ മതിയാകൂ. അവർ ആ പാഠങ്ങൾ പഠിച്ചുകൊണ്ടിരിക്കുന്നുണ്ട്. അവർ മാതൃകകളായി മാറും എന്ന ശുഭപ്രതീക്ഷയോടെ ഞാൻ ഈ ദിനത്തിലെ കുറിപ്പ് അവസാനിപ്പിക്കട്ടെ.

ആറാം ദിവസം

ഹോം ക്വാറന്റൈൻ

വിശാലമായ മുറി. അലക്കി പുതുമണം മാറാത്ത വിരിപ്പ് കട്ടിലിൽ വിരിച്ചിരിക്കുന്നു. എന്റെ ഖദർ വസ്ത്രങ്ങൾ തൊട്ടപ്പുറത്ത് തേച്ച് വെച്ചിരിക്കുന്നു. ഷെൽഫിനോടു ചേർന്ന് ഒരു മേശ. മേശയുടെ മുകളിൽ കുടിക്കാനുള്ള വെള്ളം ചൂടാറാതെ മൂടിവെച്ചിരിക്കുന്നു. മുറിയുടെ ചുമരിൽ ഷെൽഫിൽ ഞാൻ വായിച്ചതും വായിക്കാനിരിക്കുന്നതുമായ പുസ്തകങ്ങൾ. മുറിയിൽ നിന്നുതന്നെ ടോയ്‌ലറ്റിലേക്കുള്ള വാതിൽ. അതിനോടു ചേർന്ന് ഒരു വാഷ്ബേസിൻ. അവിടെ സാനിറ്റൈസറും തൂവാലയും. ഉഷ്ണകാലത്ത് വിശ്രമമില്ലാതെ കറങ്ങുന്ന പങ്ക.

ഞാനെന്റെ മുറിയിലൂടെ കണ്ണോടിച്ചു.

"ഹോം ക്വാറന്റൈൻ!"

കൊറോണ വൈറസ് വ്യാപനം തുടരുന്ന സാഹചര്യത്തിൽ ഏറ്റവും കൂടുതൽ കേട്ട വാക്കാണത്. ഇറ്റലിയടക്കമുള്ള വിദേശ രാജ്യങ്ങളിൽ നിന്നും വന്ന മലയാളികളിൽ പലരെയും സർക്കാർ ക്വാറന്റൈനിൽ പ്രവേശിപ്പിച്ചുകൊണ്ടിരിക്കുകയാണ്. പ്രാഥമിക പരിശോധനയിൽ രോഗലക്ഷണം കാണിക്കാത്തവരെ ഹോം ക്വാറന്റൈനിലേക്കാണ് വിടുന്നത്. അത് ലംഘിച്ച് കറങ്ങിനടക്കുകയും പിന്നീട് രോഗലക്ഷണം കാണിക്കുകയും ചെയ്തവരെ സർക്കാർ ആശുപത്രികളിൽ ക്വാറന്റൈനിലാക്കിയിട്ടുണ്ട്. ഇത്തരത്തിലുള്ള ആളുകളുടെ റൂട്ട് മാപ്പ് സഹിതം പുറത്തുവിട്ട് സമൂഹവ്യാപനം നടന്നിട്ടുണ്ടോ എന്നും സമ്പർക്കത്തിൽപ്പെട്ടവരെ ഹോം ക്വാറന്റൈനിലോ ആശുപത്രി ക്വാറന്റൈനിലോ വിടുകയാണ്.

ഡൽഹിയിൽ നിന്നും വന്നതുകൊണ്ടാണ് ഞാനും ആഷിക്കും സഹപ്രവർത്തകൻ എൻ.എസ്. അബ്ദുൾ ഹമീദും ഹോംക്വാറന്റൈനിൽ പ്രവേശിക്കേണ്ടിവന്നത്. ബാത്ത്റൂം അറ്റാച്ച്ഡ് സൗകര്യമുള്ള മുറിയുള്ള വീടുകളിൽ മാത്രമാണ് ഹോം ക്വാറന്റൈൻ സാധ്യമാകുന്നത്.

അതെ, സൗകര്യമുള്ളതുകൊണ്ടുതന്നെയാണ്.

'സൗകര്യം?'

ഞാൻ ആ 'സൗകര്യ'ത്തെക്കുറിച്ചാണ് ആലോചിച്ചുകൊണ്ടിരുന്നത്. അതുകൊണ്ടുതന്നെയാണ് ഞാൻ ഈ മുറി ഇങ്ങനെ ഒരപരിചിതനെപ്പോലെ, ആദ്യമായി കാണുന്നതുപോലെ വീക്ഷിച്ചുകൊണ്ടിരുന്നത്.

'സൗകര്യങ്ങൾ' ഒന്നുമില്ലാത്ത ഒരു വീടിനെക്കുറിച്ച് ചിന്തിച്ചിട്ടുണ്ടോ? ഞാൻ ചിന്തിച്ചിട്ടുണ്ട്. ഞാൻ അനുഭവിച്ചിട്ടുമുണ്ട്.

എന്റെ ആദ്യവീട് ഒരു കുഞ്ഞുകൂരയായിരുന്നു. അച്ഛൻ, അമ്മ, ഒമ്പത് മക്കൾ, ഇത്രയും പേരടങ്ങിയതായിരുന്നു ഞങ്ങളുടെ കുടുംബം. ഓല മേഞ്ഞ്, ഓലകൊണ്ടുതന്നെ ചുമരുകൾ തിരിച്ച കുഞ്ഞുകൂരയായിരുന്നു അത്.

എന്റെ വീടിന് മൂന്ന് ഭാഗങ്ങളാണുണ്ടായിരുന്നത്. സിറ്റൗട്ട് എന്ന് പറയാവുന്ന മുൻഭാഗം, പിന്നെ അടുക്കള. വെപ്പുപുര എന്ന പറയാം. അതുതന്നെയായിരുന്നു ഞങ്ങളുടെ ഭക്ഷണപ്പുരയും. അകത്ത് കുഞ്ഞു കുഞ്ഞുമുറികൾ ഓലകൊണ്ട് തിരിച്ച് കിടക്കാനുള്ളത്.

അടച്ചുറപ്പ് എന്നൊന്നില്ല എന്നത് അക്കാലത്തെ എല്ലാ വീടുകളുടെയും പ്രത്യേകതയായിരുന്നു. അരിയിട്ടു വെയ്ക്കുന്ന മൺകലത്തിൽ ഒന്നോ രണ്ടോ അണ സൂക്ഷിക്കുകയല്ലാതെ മറ്റെന്താണ് ആരും കാണാതെ വെയ്ക്കാനുള്ളത്?

ഓലകൊണ്ടോ കൈതോലകൊണ്ടോ തിരിച്ച മുറികളായിരുന്നു. നിലത്തായിരുന്നു എല്ലാം വെയ്ക്കുകയും സൂക്ഷിക്കുകയും ചെയ്തിരുന്നത്. അത്യാവശ്യമായ വല്ല കടലാസുമാണെങ്കിൽ ഓലയ്ക്ക് ഇടയിൽ തിരുകിവെയ്ക്കും. മേശയോ കസേരകളോ എന്തിന്, കിടക്കാൻ കട്ടിലുകളോ ഉണ്ടായിരുന്നില്ല.

ചാണകം മെഴുകിയ നിലമായിരുന്നു. കരിയും ചാണകവും കൂട്ടിക്കലർത്തി ചാണകം മെഴുകിയാൽ നിലം നന്നായി കറുത്തിരിക്കും. അതാണ് ഭംഗി.

കൈതോല വെട്ടിയെടുത്ത് പായയുണ്ടാക്കുന്നത് അമ്മയ്ക്ക് ഒരു തൊഴിലും കൂടിയായിരുന്നു. വൈകീട്ടും രാത്രിയിലും ചിമ്മിനിവിളക്കിന്റെ വെട്ടത്തിലിരുന്ന് അമ്മയും ചേച്ചിമാരും പായ മെടഞ്ഞെടുക്കും.

വേനൽക്കാലത്ത് മഴക്കാലത്തെ കരുതുവാനായി തെങ്ങോലകൾ വെട്ടി വെള്ളത്തിലിട്ട് കുതിർത്ത് മെടയുന്നതും രാത്രിയിൽ ചിമ്മിനി വിളക്കിന്റെ വെട്ടത്തിലായിരുന്നു.

അമ്മ മെടഞ്ഞ പായകളായിരുന്നു ഞങ്ങളുടെ വീട്ടിലെ സോഫാ സെറ്റി. ഉണ്ണാനും ആരെങ്കിലും വന്നാൽ ഇരിക്കാനും എല്ലാം ഈ പായ തന്നെ.

അടുക്കളയിൽ നിന്നും ഭക്ഷണമെടുത്ത് അവിടെത്തന്നെയിരുന്ന് എല്ലാവരും കഴിക്കും. അച്ഛൻ കിടപ്പുപുരയിലിരുന്നാണ് കഴിക്കുക. രാത്രിയുറക്കം എല്ലാവരും കുഞ്ഞുമുറികൾക്കുള്ളിൽ നിരന്ന് കിടക്കും. ഒമ്പത് മക്കളും അച്ഛനും അമ്മയും അടങ്ങുന്ന കുടുംബം ആ നാല് ഓലച്ചുമരുകൾക്കിടയിൽ ഉറങ്ങുന്ന കാഴ്ച ഒരു ഹെലിക്യാം ചിത്രമായി ഞാൻ ഇപ്പോഴും കാണുന്നുണ്ട്.

മധ്യവേനലവധിക്ക് ബന്ധുക്കളുടെ മക്കളാരെങ്കിലും ആ വീട്ടിൽ വന്നാൽ മിക്കവാറും മുതിർന്നവരുടെ കിടപ്പ് പുറത്തേക്ക് മാറ്റേണ്ടിവരും. വേനൽക്കാലമായതുകൊണ്ട് കുഴപ്പമില്ല. എന്നാൽ മഴക്കാലത്തെങ്ങാനുമാണെങ്കിൽ?

വീട്ടിലെ സ്ഥിതി അറിയുന്നതുകൊണ്ടോ, ഞങ്ങളുടെ പ്രാർത്ഥന ദൈവം കേൾക്കുന്നതുകൊണ്ടോ ഭാഗ്യത്തിന് ആ സമയത്ത് ആരും വിരുന്ന് വരാറില്ലെന്നതാണ് സത്യം.

കക്കൂസോ, കുളിമുറിയോ ഇല്ല എന്നത് ഞങ്ങൾ ആണുങ്ങൾക്ക് വലിയ പ്രയാസമുണ്ടാക്കുമായിരുന്നില്ല. അസുഖം വന്ന് കിടക്കുമ്പോഴാണ് ഞങ്ങൾ ആ പ്രയാസത്തെ സഹിച്ച് നിൽക്കേണ്ടിവന്നിട്ടുള്ളത്. എന്നാൽ അമ്മയുടെയും സഹോദരിമാരുടെയും അവസ്ഥ അതായിരുന്നില്ല.

സൂര്യനുദിക്കുന്നതിനുമുമ്പ് കുറച്ചുമാറിയുള്ള ഒഴിഞ്ഞ പറമ്പിനെ ആശ്രയിക്കണം. ഇല്ലെങ്കിൽ സൂര്യനസ്തമിക്കണം. അമ്മയും സഹോദരിമാരും ഈ പ്രതിസന്ധികളെ എങ്ങനെയാണാവോ തരണം ചെയ്തതെന്ന് എനിക്കിപ്പോഴും അത്ഭുതം തന്നെയാണ്. ഒന്ന് മൂത്രമൊഴിക്കാൻപോലും സൂര്യനസ്തമിക്കേണ്ടിവരുന്ന അവസ്ഥ! എന്തൊക്കെ സഹിച്ചാണ് അമ്മയും സഹോദരിമാരും ആ കാലം കഴിച്ചുകൂട്ടിയിരിക്കുക?

ഒരിക്കൽ അമ്മയുടെ കാലിലൂടെ രക്തമൊഴുകിവരുന്നത് കണ്ട് ഞാൻ സങ്കടത്തോടെ അമ്മയോട് കാര്യം തിരക്കിയിരുന്നു. ചെറിയ കുട്ടിയായ എന്നെ അമ്മ അന്ന് വഴക്കുപറഞ്ഞ് ഓടിച്ചു. എന്തിനായിരുന്നു അമ്മയെന്നെ വഴക്ക് പറഞ്ഞത് എന്ന സംശയത്തേക്കാൾ അമ്മയ്ക്ക് എന്താണ് പറ്റിയത് എന്ന ആകുലതയായിരുന്നു അന്നെനിക്ക്.

മാസമുറ എന്നത് ബാത്റൂം സൗകര്യംപോലുമില്ലാത്ത വീടുകളിലെ സ്ത്രീകൾക്ക് എത്രത്തോളം ദുഷ്കരമാണെന്ന് പിന്നീട് ഞാൻ ആലോചിച്ചിട്ടുണ്ട്.

മാസമുറ, പ്രസവം, വീട്ടിൽത്തന്നെ കഴിയേണ്ടുന്ന സാഹചര്യം, എങ്ങനെയാണ് നിങ്ങൾ ആ കാലത്തെ അതിജീവിച്ചത്? വീട്ടിൽ നിന്നും പുറത്തേക്കിറങ്ങേണ്ടിവന്നാൽ അതിനേക്കാളും ദുരിതവുമാണ്. അന്ന് പൊതുടോയ്ലറ്റുകൾ എന്നത് കേട്ടുകേൾവി പോലുമില്ലല്ലോ.

ആ കാലത്തെ അമ്മമാർ, സഹോദരിമാർ, ഇവരെ എന്റെ ഹൃദയത്തോടു ചേർത്ത് ഞാൻ നമിക്കുന്നു.

ഞാൻ നിയമസഭയിലും ഇപ്പോൾ പാർലമെന്റിലും അധികാരസ്ഥാനത്ത് ഇരിക്കുമ്പോൾ, അല്ലാതെ പൊതുപ്രവർത്തനം ആരംഭിച്ച കാലം തൊട്ട് പൊതുജനങ്ങളുടെ അടിസ്ഥാന ആവശ്യങ്ങൾക്ക് പരമാവധി ശ്രദ്ധ കൊടുത്തിട്ടുണ്ട്.

വീടില്ല, കക്കൂസില്ല തുടങ്ങിയ പരാതികൾക്ക് ഞാനിരുന്ന ഭരണസംവിധാനം ഉപയോഗിച്ച്, അല്ലാത്തപ്പോൾ സുഹൃത്തുക്കൾ വഴിയും സന്നദ്ധപ്രവർത്തകർ വഴിയും ഇത്തരം കാര്യങ്ങൾ അടിയന്തിര പ്രാധാന്യത്തോടെ ചെയ്തുകൊടുത്തിട്ടുണ്ട്. കാരണം എന്നേക്കാൾ നന്നായി ഇത്തരം പ്രശ്നം കേൾക്കുമ്പോൾ ഉൾക്കൊള്ളാൻ പറ്റുന്ന ഒരാളില്ലെന്നതുകൊണ്ടുകൂടിയാണല്ലോ അവരെന്നെ ആ സ്ഥാനമാനങ്ങളിലേക്കൊക്കെ എത്തിച്ചത്. ഇത് അവരോടുള്ള കടപ്പാടാണ്.

ഹോം ക്വാറന്റൈൻ എന്ന പദം നാളെ സുപരിചിതമായിത്തീരുമായിരിക്കും. വെള്ളപ്പൊക്കത്തെ നാം പ്രതീക്ഷിക്കുന്നതുപോലെ എല്ലാ ദുരന്തങ്ങളെയും നാം കരുതലോടെ കാത്തിരിക്കുകയാണ്. വീട്ടിൽ നിന്നും പാത്രം കഴുകുന്നതിന്റെയും കുളിക്കുന്നതിന്റെയും വെള്ളം പറമ്പിലേക്ക് വിട്ടിരുന്ന നാം ഇപ്പോൾ പ്രത്യേകം കുഴിയെടുത്ത് അതിലേക്കാണ് ഒഴുക്കുന്നത്. അത് കെട്ടിടാനുമതിക്കുള്ള സാക്ഷ്യപത്രമായി മാറിക്കഴിഞ്ഞു. അതുപോലെ ക്വാറന്റൈൻ സൗകര്യങ്ങളുള്ള വീടായിരിക്കണം എന്ന് ഭാവിയിൽ നിയമം വന്നുകൂടായ്കയില്ല. അതും നമ്മൾ ചെയ്തെന്നിരിക്കും. കാരണം നമുക്ക് അതിജീവിച്ചല്ലേ പറ്റൂ.

കിടക്കാനുള്ള ഒരുക്കം നടത്തുമ്പോഴും ആ പഴയ വീടിനെക്കുറിച്ച് ഞാനാലോചിച്ചു. അത്രയേറെ സ്വസ്ഥമായിരുന്നു ആ ഒറ്റഓലക്കൂര.

ഏഴാം ദിവസം

ഇച്ചാക്കി അമ്മായിയുടെ അമേരിക്കൻ ഉപ്പുമാവ്

മധ്യവേനലവധിക്കാലം തുടങ്ങാറായിരിക്കുന്നു. ഇത്തവണ വിദ്യാർത്ഥികൾക്ക് നേരത്തേതന്നെ അവധിക്കാലം തുടങ്ങിയിരിക്കുകയാണ്. കൊറോണ വ്യാപനസാധ്യത കണക്കിലെടുത്ത് സ്കൂളുകളിൽ പരീക്ഷകൾ മാറ്റിവെച്ച് അനിശ്ചിതകാലത്തേക്ക് അവധി പ്രഖ്യാപിച്ചിരിക്കുന്നു.

പത്ത്, പന്ത്രണ്ട് ക്ലാസ്സുകാർക്ക് പരീക്ഷ പൂർത്തിയാക്കാനാവാതെ അനിശ്ചിതമായി നീണ്ടുപോകുന്നത് അത്ര സന്തോഷം നൽകുന്ന കാര്യമല്ല. കോവിഡ് ആണല്ലോ? പ്രതിരോധം മാത്രമാണ് ഇപ്പോൾ തൽക്കാലം ചെയ്യാൻ കഴിയുന്ന കാര്യം. പരീക്ഷയും ക്ലാസ്സുകളും മാറ്റിവെയ്ക്കുകയല്ലാതെ നിർവ്വാഹമില്ലല്ലോ.

ഏഴാംക്ലാസ് വരെയുള്ള പരീക്ഷകൾ പൂർണ്ണമായും ഒഴിവാക്കിയതുകൊണ്ടും കൂടുതൽ അവധി എന്നതുകൊണ്ടും കുട്ടികൾക്ക് ആശ്വാസത്തിന് വകയുണ്ട്. അല്ലെങ്കിലും അവധി എന്നത് വിദ്യാർത്ഥികളെ സംബന്ധിച്ചിടത്തോളം സന്തോഷം നൽകുന്ന കാര്യമാണ്. എന്നാൽ സ്കൂളിൽ പോകാൻ ഏറെ ആഗ്രഹിച്ചിരുന്ന വിദ്യാർത്ഥിയായിരുന്നു ഞാൻ. അത് പഠിക്കാനുള്ള ആഗ്രഹം കൊണ്ടായിരുന്നു എന്നു കരുതരുത്.

ഞാൻ സ്കൂളിൽ കൃത്യമായി പോകുന്നതിന് പ്രധാനമായി രണ്ട് കാര്യങ്ങളുണ്ടായിരുന്നു.

നാലാം ക്ലാസ്സുവരെയുള്ള എന്റെ പഠനം ഗവ. മാപ്പിള എൽപി. സ്കൂളിലായിരുന്നു. രണ്ടാം ക്ലാസ്സിൽ പഠിക്കുന്ന കാലംതൊട്ട് ഏന്തി വലിഞ്ഞ് സ്കൂൾബെൽ അടിച്ചിരുന്നത് ഞാനായിരുന്നു. പ്യൂണോ ക്ലർക്കോ ഒന്നുമില്ലാത്ത സ്കൂളായിരുന്നു അത്. ഓരോ ഇടവേളകളിലും ഒന്ന്, രണ്ട്, അഞ്ച്, കൂട്ടബെൽ ഇങ്ങനെ തൂമ്പാപോലുള്ള ഇരുമ്പിന്റെ ഷീറ്റിലേക്ക്

മറ്റൊരു ഇരുമ്പുകമ്പികൊണ്ട് ആഞ്ഞടിക്കുന്നത് വിദ്യാർത്ഥികളുടെയെല്ലാം സ്വപ്നമായിരുന്നു.

ഞാനാണ് ബെല്ലടിക്കുന്നതെങ്കിൽ സ്കൂളിലെ മെഗാഫോണോ, അധ്യാപകർക്കൊപ്പം നിൽക്കുന്ന മുതിർന്നവനോ ആയി ഞാൻ എന്ന് എനിക്ക് തോന്നിയിരുന്നു. എന്നാൽ പനിയോ, മറ്റോ വന്ന് സ്കൂളിൽ പോകാൻ കഴിയാതെ വന്നാൽ, ബെല്ലടിക്കുവാനുള്ള എന്റെ അവകാശത്തെ ആരെങ്കിലും തട്ടിപ്പറിച്ചെടുക്കും എന്ന് ഭയപ്പെട്ടിരുന്നു. അതുകൊണ്ടുതന്നെ സ്കൂളിലേക്ക് കൃത്യസമയത്തുതന്നെ എത്തുമായിരുന്നു. ശരാശരി വിദ്യാർത്ഥിയായിരുന്നിട്ടും ബെല്ലടിക്കാനുള്ള ആവേശമായിരുന്നു എന്നെ സ്കൂളിലേക്ക് എത്തിച്ച ആദ്യത്തെ കാര്യം.

രണ്ടാമത്തേത്,

ഉച്ചയ്ക്ക് അവസാന പിരീഡ്. മൂക്ക് വട്ടം പിടിച്ച് ആ മദിക്കുന്ന ഗന്ധത്തെ ഞാൻ ശ്വാസനാളിയിലൂടെ വലിച്ചെടുക്കാനൊരുങ്ങും. ശ്വാസനാളിയിലൂടെ ശ്വാസകോശത്തിന്റെ ഉള്ളറകളിലേക്കാണ് മണം പോകുന്നതെങ്കിൽ ശ്വാസനാളത്തിൽ നിന്നും പലവഴിക്കായി അത് പിരിയും. ആദ്യത്തേത് തലയിലേക്ക് എത്തി മയക്കുന്ന ലഹരിയായി മാറും. മറ്റൊന്ന് ഈ മണം അന്നനാളത്തിലൂടെ ആമാശയത്തിലേക്കെത്തി അമിനോ ആസിഡിനെ ഉത്പാദിപ്പിച്ച് വിശപ്പെന്ന വികാരത്തെ തൊട്ടുണർത്തും. മൂന്നാമത് മൂക്കിൽ നിന്നും വായിലേക്ക് നീങ്ങി കപ്പലുയരുന്ന കൊതിയുടെ വെള്ളമൂറും.

ഇച്ചാക്കി അമ്മായി പരന്ന വലിയ പാത്രത്തിലേക്ക് പാമോയിൽ ഒഴിച്ച് കറിവേപ്പിലയും മുളകുമിട്ട് വലിയൊരു തവികൊണ്ട് ഇളക്കി എന്റെ വായിലേക്കൊഴുകിയെത്തുന്ന കപ്പലിന്റെ കപ്പിത്താനായി മാറും. ഞാനതിന്റെ അമരത്തിരിക്കും.

കണക്കു പഠിപ്പിക്കുന്ന, രാമകൃഷ്ണൻ മാഷിന്റെ ഗുണന, ഹരണക്രിയകൾ എന്റെ മനസ്സിലേക്ക് ഇച്ചാക്കി അമ്മായിയുടെ ഉപ്പുമാവിന്റെ കൈക്കണക്കുകളായി മാറും. പത്തോ പതിനഞ്ചോ വറ്റൽമുളകുകൾ പൊട്ടിച്ച് ഇരുപതോ മുപ്പതോ കഷ്ണങ്ങളാക്കി തിളയ്ക്കുന്ന പാമോയിലിലേക്കിട്ട് കറിവേപ്പിലയുടെ തണ്ടടക്കം ഇട്ടിളക്കി മനക്കണക്കിന്റെ അളവുപാത്രംകൊണ്ട് വെള്ളമൊഴിച്ച്, തിളപ്പിച്ച് അതിലേക്ക് അമേരിക്കൻ ഉപ്പുമാവിന്റെ മഞ്ഞച്ച പൊടി മുകളിലേക്കുയർത്തി മുറം കൊണ്ട് അനക്കി, വിതറി, നീണ്ട തവികൊണ്ട് ഉപ്പുമാവും പാത്രവും ചേരാതെ നിർത്തി, ഇടയ്ക്കൊന്ന് അടുപ്പിലേക്കൂതി, പിന്നെ തീ കുറച്ച് അമേരിക്കൻ ഉപ്പുമാവ് വെന്തു പൊങ്ങിവരികയാണ്. കാണാനാവുന്നില്ലെങ്കിലും ആ മണം ഉണ്ടാക്കുന്ന സ്വാദ് ഞാൻ അറിയും.

ഒരു ബെല്ലടിശബ്ദം ഞാനപ്പോൾ കാതോർത്തിരിക്കും. ഈ ബെല്ലടിക്കുന്നത് ഞാനായിരിക്കില്ല, പിരീഡുകൾക്കിടയിലെ ബെല്ലടി ക്കുന്നത് അവിടത്തെ അധ്യാപകരാണ്. ഇടവേളകൾക്കുശേഷവും സ്കൂൾ തുടങ്ങുമ്പോഴും ജനഗണമന ചൊല്ലുമ്പോഴും സ്കൂൾ വിടു മ്പോഴുമുള്ള ബെല്ലാണ് ഞാൻ അടിക്കുക.

ആ ബെല്ലടിശബ്ദം കേൾക്കാൻ കൊതിച്ച് കണക്ക് പിരീയഡിൽ പോലും ഞാൻ ഉറങ്ങാതിരുന്നിട്ടുണ്ട്. അതിരാവിലെ എഴുന്നേറ്റ്, ഈ നേരത്തിനുള്ളിൽ മൂന്നോ നാലോ ഗ്ലാസ്സ് വെള്ളമല്ലാതെ വയറ്റിലേ ക്കൊന്നും എത്തിയിട്ടുണ്ടാവില്ല. ചിലപ്പോൾ പഴങ്കഞ്ഞിയായിരിക്കും പ്രാതൽ.

അമ്മ, അയൽപക്കത്തെ വീടുകളിൽ പണിക്കു പോയി കൊണ്ടു വരുന്ന പഴങ്കഞ്ഞിയാണെങ്കിൽ സ്വാദ് കുറച്ച് കൂടും. വീട്ടിൽ അരി അപൂർവ്വമാണ്. റേഷനരിയാണെങ്കിൽ ഇന്നത്തെ അരിയെപോലെയല്ല. ‘വേറെ ഒന്നും കിട്ടാനില്ലാത്തതുകൊണ്ട് തിന്നാം’ എന്ന പോലെയാണ്. അത് പഴങ്കഞ്ഞിയാക്കി കുടിക്കുകയാണെങ്കിൽ പിന്നെ പറയുകയും വേണ്ടല്ലോ.

ഇച്ചാക്കി അമ്മായിയുടെ കൈപ്പുണ്യം തന്നെയാണ് എന്നെ സ്കൂളി ലേക്ക് പ്രലോഭിപ്പിച്ച് കൊണ്ടുപോയ രണ്ടാമത്തെ കാര്യം.

ഇച്ചാക്കി അമ്മായി പാവമാണ്. ബെല്ലടി മുഴങ്ങിയാൽ പിന്നെ നേരെ ഓടുന്നത് തോട്ടുവരമ്പത്തേക്കാണ്. തോട്ടുവരമ്പിലെ കാട്ടുചേമ്പില പറിച്ച് തിരികെ ഒരോട്ടം.

തിക്കിത്തിരക്കി, കലപില ശബ്ദത്തോടെ എല്ലാവരും ഉപ്പുമാവ് പാത്രത്തിന്റെ അരികിലേക്കെത്തും. ഇച്ചാക്കി അമ്മായി ചൂട്ഉപ്പുമാവ്

ചേമ്പിലയിലേക്ക് ഇട്ടുതരും. ഉപ്പുമാവിന്റെ ചൂടിനാൽ വാടിത്തുടങ്ങുന്ന ചേമ്പിലയിൽ നിന്നും ഓരോ നുള്ള് വാരിത്തിന്നുകൊണ്ടാണ് കുട്ടികൾ സ്വസ്ഥമായ ഒരിടം കണ്ടെത്തുക. കുട്ടികളെല്ലാം കൂടിയിരുന്ന് ഉപ്പുമാവ് കഴിക്കും.

അമേരിക്കൻ ഉപ്പുമാവ് എന്നാണ് അതിന്റെ പേര്. പണംകൊണ്ട് അമ്മാനമാടുന്ന, വായ നിറച്ച് ഇംഗ്ലീഷ് പറയുന്ന കുട്ടികളുടെ, എന്തും ചെയ്യാൻ ആളുകൾക്ക് അധികാരമുള്ള, മുതലാളിമാർ മാത്രം വാഴുന്ന നാട് ഇതായിരുന്നു അമേരിക്കയെക്കുറിച്ച് അന്ന് ഞങ്ങളുടെ കേട്ടറിവുകൾ. പൊടിപ്പും തൊങ്ങലും വെച്ച് അമേരിക്കൻ കഥകൾ എങ്ങനെയോ ഞങ്ങളുടെ നാവുകൾക്ക് അന്ന് വഴങ്ങിയിരുന്നു.

അമേരിക്കയുടെ ഇന്നത്തെ അവസ്ഥയോ?

മുതലാളിമാർ മാത്രം വാഴുന്ന നാടെന്നൊക്കെയാണ് വിചാരിച്ചിരുന്നത്. ഇന്നത് കോവിഡ് വ്യാപനത്തിന്റെ മൂർദ്ധന്യത്തിൽ ചാവുനിലങ്ങളായി മാറിക്കൊണ്ടിരിക്കുകയാണ്. ദിനംപ്രതി രണ്ടായിരം പേരൊക്കെയാണ് അമേരിക്കയിൽ മരണമടഞ്ഞുകൊണ്ടിരിക്കുന്നതെന്ന് റിപ്പോർട്ടുകൾ വന്നുകൊണ്ടിരിക്കുന്നു.

ആരോഗ്യമേഖലയടക്കം എല്ലാ മേഖലയും സ്വകാര്യവത്കരിച്ചതോടെയാണ് അമേരിക്ക ഈ അവസ്ഥയിലെത്തിയത്. അതിനിടെ അമേരിക്കയുടെ വിരട്ടൽ ഇന്ത്യയ്ക്കു നേരെയുണ്ടായി. അത്യാവശ്യ മരുന്നുകളും മാസ്കുകളും പിപിഇ കിറ്റുകളുമൊക്കെ നൽകിയില്ലെങ്കിൽ തിരിച്ചടി പ്രതീക്ഷിക്കാമെന്നതായിരുന്നു അത്. നമ്മുടെ പ്രധാനമന്ത്രി ഇക്കാര്യം കേട്ട ഉടനെത്തന്നെ ഇന്ത്യയിലെ സാധാരണ ജനങ്ങളെപ്പോലും മറന്ന് അമേരിക്കയ്ക്ക് സഹായം എത്തിക്കുകയും ചെയ്തു.

മുതലാളിമാരുടെ മാത്രം രാജ്യമാണത്രെ അമേരിക്ക. ഇന്നോർക്കുമ്പോൾ ചിരിയാണ് വരുന്നത്. അമേരിക്കൻ ഉപ്പുമാവ് അന്ന് ഞങ്ങൾക്ക് വലിയൊരു ആശ്വാസം തന്നെയായിരുന്നു. ഇച്ചക്കി അമ്മായിയുടെ കൈകൊണ്ടുണ്ടാക്കിയതുകൂടിയാണെങ്കിൽ, പിന്നെങ്ങനെ സ്കൂളിൽ പോകാതിരിക്കും?

ഇച്ചാക്കി അമ്മായിയുടെ ഉപ്പുമാവ് പാത്രം അക്ഷയപാത്രമായിരുന്നു. എല്ലാ കുട്ടികൾക്കും വയറുനിറച്ച് കഴിക്കാനുള്ളത് ആ പാത്രത്തിലുണ്ടായിരുന്നു. ഉപ്പുമാവ് കഴിച്ച് പോകുന്ന സമയത്ത് ഇച്ചാക്കി അമ്മായിക്ക് സഹായിയായി ഞാനും കൂടും. പാത്രം കഴുകുമ്പോൾ വെള്ളമൊഴിച്ചുകൊടുക്കുവാനും ചെറിയ തവികളൊക്കെ കഴുകാനും പാത്രങ്ങൾ സ്റ്റോർ റൂമിലേക്ക് കയറ്റിവെയ്ക്കാനുമൊക്കെയായി ഒരു സഹായം.

ഇരുണ്ട സ്റ്റോർറൂമിലേക്ക് കയറിയാൽ ഒരു പ്രത്യേക മണമാണ്. അമേരിക്കൻ ഉപ്പുമാവ് മഞ്ഞ നിറത്തിൽ ചാക്കുകളിൽ നിറച്ചുവെച്ചിട്ടുണ്ട്.

ഇത്തിരി വെള്ളം വീണാൽ ആ മണം പിന്നെയും കൂടും. ആ മഞ്ഞപ്പൊടി അല്പമെടുത്ത് വായിലിട്ട് ഞാൻ പുറത്തേക്കിറങ്ങും. വായവട്ടത്തിനു ചുറ്റും മഞ്ഞച്ചു നിൽക്കുന്ന പൊടി തട്ടി വൃത്തിയാക്കി ഇച്ചാക്കി അമ്മായിയുടെ മുന്നിലെത്തും. ചേമ്പിലയിൽ ഒരു പൊതി ഇച്ചാക്കി അമ്മായി എന്റെ കൈയിൽ തരും.

"നെന്റെ അമ്മയ്ക്ക് കൊടുക്ക് കേട്ടാ..."

വീട്ടിലെ സാഹചര്യങ്ങളൊക്കെ ഇച്ചാക്കി അമ്മായിക്കറിയാം. ഇച്ചാക്കി അമ്മായിയുടെ വീട്ടിലെ കാര്യങ്ങളും വ്യത്യസ്തമല്ല. വിശപ്പിന്റെ വേദന ഇച്ചാക്കിഅമ്മായിക്ക് നന്നായി അറിയാമായിരുന്നു.

ചേമ്പിലപ്പൊതിയുംകൊണ്ട് വീട്ടിലേക്ക് നടക്കുമ്പോൾ ഇച്ചാക്കി അമ്മായിയെ ഞാൻ ഓർക്കും. ഇച്ചാക്കി അമ്മായിയാണ് എന്റെ വീട്ടിൽ ഭക്ഷണം ഉണ്ടാക്കുന്നതെങ്കിലോ? വിശന്നിരിക്കേണ്ടി വരില്ലായിരിക്കും. ഉപ്പുമാവ് എല്ലാ കുട്ടികൾക്കും ആവശ്യത്തിന് കൊടുക്കുന്നു, എനിക്ക് വീട്ടിലേക്ക് തന്നയയ്ക്കുന്നു. ഇതെല്ലാം ഇച്ചാക്കി അമ്മായിയുടെ ഒരു മാജിക്കായിരുന്നു എന്ന് വിശ്വസിക്കാനാണ് ഇപ്പോഴും എനിക്കിഷ്ടം.

"ഇച്ചാക്കി അമ്മായിടെ കൈയിലെ പാത്രം കണ്ടിട്ടിണ്ടാ നീയ്?"

കൂടെയുള്ളവന്റെ ചോദ്യം.

"ഊം."

"അതെന്തൂട്ടിനാ കൊണ്ട്വരണേന്നറിയോ?"

"എന്തൂട്ടിനാ?"

"ഡാ... അത് ഉപ്പുമാവ് അടിച്ചുമാറ്റാനാടാ..."

അത് കേട്ട് ഞാൻ നിന്നു.

സ്കൂൾപാചകത്തൊഴിലാളികളെല്ലാം ഈ ആരോപണം കേട്ടിട്ടുണ്ടാവും. എനിക്കങ്ങനെ ചിന്തിക്കാനുള്ള വിവരമൊന്നും അന്നില്ലായിരുന്നു. എന്നാൽ അവന്റെ വാക്കുകൾ എന്നെ വേദനിപ്പിച്ചു. ചേമ്പിലയിലെ ഉപ്പുമാവ് എന്നെ പൊള്ളിക്കുന്നതായി തോന്നി. മോഷണമുതലിന്റെ പങ്കുകാരനെന്ന് ഇവൻ പറയാതെ പറയുകയാണോ?

അന്ന് വലിയ ഭാരത്തോടെയാണ് നാലാംക്ലാസ്സുകാരനായ ഞാൻ പിന്നീടുള്ള വഴികൾ നടന്നുതീർത്തത്.

ചേമ്പിലയിൽ പൊതിഞ്ഞുകിട്ടിയ ഉപ്പുമാവ് വീട്ടിലെത്തുമ്പോഴുള്ള ആശ്വാസം എത്രത്തോളമാണെന്ന് എനിക്കറിയാം. ഇച്ചാക്കി അമ്മായിക്കുമുണ്ടാകും ഇതുപോലെ വറുതിമാത്രം വേവുന്ന വീടും കുട്ടികളും. അവരുടെ വിശപ്പിന്റെ വിളി ഇച്ചാക്കി അമ്മായിയുടെ കാതിൽ ഓരോ

നിമിഷവും മുഴങ്ങുന്നുണ്ടാവാം. ചിലപ്പോൾ എടുത്തെന്നിരിക്കാം. ചില പ്പോൾ വെറുതെ പറയുന്നതുമാവാം. എടുത്തുവെങ്കിൽ മോഷണം എന്ന് എങ്ങനെ പറയും? വിശപ്പാണ്!!! വിശപ്പു മാത്രമാണ്!!!

ഈ കൊറോണക്കാലത്ത് ജോലിയില്ലാതാവുന്ന, കൂലിയില്ലാതാവുന്ന, എങ്ങനെ ജീവിക്കാനാ, മക്കൾക്ക് എന്തു നൽകും എന്നോർത്ത് അടുത്ത പറമ്പിൽ നിന്നും ഒരു ചക്കയോ, മാങ്ങയോ, എടുക്കേണ്ടിവരുന്ന അമ്മ മാരെ, ഇച്ചാക്കി അമ്മായിയുടെ ഓർമ്മകളിലൂടെ ഞാൻ ഇപ്പോഴും കാണു ന്നുണ്ട്.

ഇച്ചാക്കി അമ്മായിയുടെ കൈയ്യിലുണ്ടെന്ന് ഞാൻ സങ്കല്പിച്ചിരുന്ന ആ മാജിക്ക്, ആ മന്ത്രവടികൾ എനിക്കും കിട്ടിയെങ്കിൽ എന്ന് ഞാൻ ആഗ്രഹിച്ചുപോകുന്നു. കാരണം ലോക്ഡൗൺ ദിനങ്ങൾ തുടരുന്നതി നിടയിൽ പല വിധത്തിലുള്ള ആവലാതികളുമായി ഫോൺകോളുകൾ വന്നു നിറയുകയാണ്. എന്റെ മണ്ഡലത്തിലെ വോട്ടർമാർ മാത്രമല്ല സമീപസ്ഥലങ്ങളിൽ നിന്നുള്ളവരുമുണ്ട്.

തളിക്കുളം ഭാഗത്തുള്ളവർക്ക് ഇതിനകംതന്നെ ഞാൻ ഭക്ഷ്യക്കിറ്റു കൾ വിതരണം ചെയ്തുകഴിഞ്ഞിട്ടുണ്ട്. പാർലമെന്റ് മണ്ഡലത്തിലുള്ള എല്ലാവർക്കും അവരുടേതായ ആവശ്യങ്ങൾക്കുള്ളത് എത്തിച്ചുകൊടുത്തേ പറ്റൂ. മരുന്നുകളാണ് അത്യാവശ്യമായി എത്തിക്കേണ്ടത്. അതിനുള്ള ശ്രമ ങ്ങൾ ആരംഭിച്ച് ഇന്നത്തെ ദിവസം കിടക്കാനൊരുങ്ങുകയാണ്. ഇപ്പോൾ മനസ്സുനിറയെ ഇക്കാച്ചി അമ്മായിയാണ്.

സ്നേഹം കോരിയൊഴിച്ചു നൽകിയ അമ്മ.

എട്ടാം ദിവസം

കപ്പയും മീനും

രമ കപ്പ നുറുക്കിക്കൊണ്ടിരിക്കുകയാണ്. ഇന്നലെ വൈകിട്ട് വാങ്ങിയതാണ്. രാത്രി മിതമായ ഭക്ഷണം മാത്രമാണ് കഴിക്കുന്നത് എന്നതുകൊണ്ടാണ് കപ്പ എടുക്കാതിരുന്നത്.

കപ്പ കിട്ടിയാൽ ഞാൻ എല്ലാം മറക്കും എന്നറിയുന്ന രമ, ഇന്ന് കാലത്ത് ഉണ്ടാക്കാമെന്ന് വിചാരിച്ചിരിക്കാം. കപ്പയും മീനും എന്റെ ഇഷ്ടവിഭവമാണ്. കപ്പ കഴിച്ചാൽ മരിച്ചുപോകും എന്ന അവസ്ഥ വന്നാലും കപ്പ കഴിച്ച് മരിച്ചാലും കുഴപ്പമില്ലെന്നേ ഞാൻ പറയൂ. അത്രയാണ് കപ്പയോടുള്ള ഇഷ്ടം.

കപ്പയോടുള്ള പ്രണയം തുടങ്ങുന്നത് ചെറിയ പ്രായത്തിലാണ്. അഞ്ചാം ക്ലാസ്സ് തൊട്ട് എന്റെ പഠനം തളിക്കുളം ഗവൺമെന്റ് ഹൈസ്കൂളിലാണ്. നാല് കിലോമീറ്ററോളം നടന്നു വേണം സ്കൂളിലെത്താൻ. ഒരു മണിക്കൂർ നീളുന്ന യാത്രയായതുകൊണ്ട് നേരത്തേ വീട്ടിൽ നിന്നിറങ്ങണം. അമ്മ അടുത്ത വീട്ടിൽ നിന്നും കൊണ്ടുവന്ന പഴങ്കഞ്ഞിയോ, വീട്ടിലെത്തന്നെ പഴങ്കഞ്ഞിയോ ആയിരിക്കും പ്രഭാതഭക്ഷണം. അതുമല്ലെങ്കിൽ കട്ടൻചായയ്ക്കൊപ്പം അരി വറുത്തതിൽ നാളികേരവുമിട്ട് കഴിക്കും. അതും കിട്ടാനില്ലെങ്കിൽ പട്ടിണിതന്നെ.

സ്കൂളിലേക്കുള്ള യാത്രയിൽ അണ്ടിക്കളി കളിച്ചും കാണുന്ന മാവിലും പേരയ്ക്കയിലും കല്ലെറിഞ്ഞുമാണ് നീങ്ങുക. എന്നാൽ സ്കൂൾ വിട്ട് വീട്ടിലേക്കുള്ള വരവിൽ ഇതിനൊന്നും സമയമുണ്ടാവില്ല. വിശപ്പ് കത്തിക്കേറിയിട്ടുണ്ടാകും. എത്രയും പെട്ടെന്ന് വീട്ടിലേക്കെത്തി കടൽക്കരയിലേക്ക് പോകും.

അച്ഛനും ചേട്ടനും കടലിൽപ്പോയി തിരിച്ചുവരുന്നതും കാത്ത് കടൽക്കരയിൽ ഇരിക്കും. അപ്പോഴേക്കും കത്തിക്കാളുന്ന വിശപ്പായിട്ടുണ്ടാവും. മീനുമായി വരുന്ന അച്ഛനെ സ്വപ്നംകണ്ട് വിശപ്പിനെ മറക്കാൻ ശ്രമിച്ചുകൊണ്ടിരിക്കും.

കടലിൽ പോയി വെറുംകൈയോടെ തിരിച്ചുവരുന്ന അച്ഛനെയും കടലിനെയും നോക്കി ഞാൻ കരഞ്ഞ ദിനങ്ങളേറെയാണ്. മീൻ കിട്ടിയ ദിവസങ്ങളാണെങ്കിൽ അതിൽ കുറച്ച് മീനുമായി ഞാൻ വീട്ടിലേക്കോടും. അപ്പോഴേക്കും അമ്മ കപ്പ ചെത്തി വേവിച്ച് വെച്ചിട്ടുണ്ടാകും. മീൻ ധൃതിയിൽ മുറിച്ച് മുളകിട്ട് കറിയാക്കും.

കപ്പയും മീനും!

നാവിന്റെ രസച്ചരടുകൾ പൊട്ടി ആർത്തിയോടെ എത്രയോ തവണ ഞാൻ കപ്പയും മീനും കഴിച്ചിട്ടുണ്ടെന്നോ...! എത്ര തവണ കപ്പ കഴിച്ചിട്ടുണ്ടോ അത്രയും തവണതന്നെ!!

അടുത്തുള്ള ഒഴിഞ്ഞ പറമ്പിൽ കപ്പക്കൃഷി ചെയ്യാറുണ്ടായിരുന്നു ഞങ്ങൾ. കപ്പച്ചെടിക്ക് വെള്ളമൊഴിക്കാനും തുരപ്പൻ കയറാതെ പരിചരിക്കാനും ആദ്യകാലം ഞാൻ ഉപയോഗപ്പെടുത്തിയിട്ടുണ്ട്. അക്കാലംതൊട്ട് മനസ്സിലേക്കും വായിലേക്കും രുചിയുടെ പര്യായമായി കപ്പ കയറിക്കൂടിയതാണ്. ഇന്നും അതിറങ്ങിപ്പോയിട്ടില്ല.

ഞാൻ മോഷ്ടിച്ചിട്ടുണ്ട്, ഒരിക്കൽ, ഒരിക്കൽമാത്രം. കപ്പയായിരുന്നു ആ മോഷണമുതൽ. ജീവിതത്തിൽ ആദ്യത്തേതും അവസാനത്തേതുമായ ഒരേയൊരു മോഷണമായിരുന്നു അത്.

അന്ന്, സ്കൂൾ വിട്ട് വീട്ടിലേക്കെത്തിയ ഉടനെ ഞാൻ കടൽക്കരയിലേക്ക് പോയില്ല. കാരണം അച്ഛനും ചേട്ടനും അന്ന് കടലിൽ പോയിട്ടില്ല. കടൽ ക്ഷോഭത്തിലാണ്. കാലവർഷക്കാലമാണെന്നാണ് ഓർമ്മ. അന്ന് രാവിലെ കാര്യമായൊന്നും കഴിക്കാൻ കിട്ടിയിട്ടില്ല. വിശപ്പിനേക്കാൾ എന്നെ തളർത്തിയത് അച്ഛന്റെ 'ആ' ഇരിപ്പാണ്. ലോകത്തിലെ ഏറ്റവും ഹതഭാഗ്യനായ ഒരുത്തനാണ് താനെന്ന് അച്ഛൻ ആ ഇരിപ്പിലൂടെ വിളിച്ചുപറയുന്നുണ്ടായിരുന്നു.

ഞാൻ കടൽക്കരയിലേക്ക് പോയി. ആർത്തലയ്ക്കുന്ന കടൽ എന്റെ ആമാശയത്തിനുള്ളിലും മുന്നിലുമുണ്ട്. എത്രനേരം അവിടെത്തന്നെ ഇരുന്നു എന്നോർമ്മയില്ല.

തിരികെ വീട്ടിലെത്തുമ്പോൾ അച്ഛൻ അതേ ഇരുപ്പുതന്നെ. അമ്മ ഒഴിഞ്ഞ പാത്രംപോലെ കൈമലർത്തി അതിലേക്ക് നോക്കി മുഖം കുനിച്ച് കരയുന്നു. ബാക്കിയുള്ളവരെല്ലാം ഓരോ മൂലയിലായി നിൽക്കുകയാണ്. ഒഴിഞ്ഞ പാത്രങ്ങളും ഓലക്കീറിനുള്ളിലൂടെ മഴവെള്ളം വീണ് കുതിർന്ന അടുപ്പും.

ഞാൻ ഇരുട്ടുവീണ വഴിയിലേക്കിറങ്ങി നടന്നു. എന്റെ കണ്ണിൽനിന്നും കണ്ണീരുറ്റി കാൽപ്പാദങ്ങളിലേക്ക് വീണുകൊണ്ടിരുന്നു. എന്റെ നടത്തത്തിന് വേഗതയേറി. വെളിച്ചമില്ലാത്ത ഒറ്റയടിപ്പാത. വഴിയരികിലെ

വീടുകളിൽ വിളക്കുകൾ അണഞ്ഞിട്ടുണ്ട്. ചെറുതായി ചാറ്റൽമഴ പെയ്യുന്നുണ്ട്.

വടക്കേപ്പറമ്പിൽ ഐസുക്കുട്ടിത്താത്തയുടെയും കുഞ്ഞുമുഹമ്മദിക്കാന്റെയും പറമ്പ് മഴച്ചാറ്റലിനിടെ മിന്നുന്ന കൊള്ളിയാനിൽ ഞാൻ കണ്ടു. കപ്പത്തണ്ട് ഉയർന്ന് പൊങ്ങി നിൽക്കുന്നു. ഞാൻ പറമ്പിലേക്ക് കയറി മൂന്ന് കപ്പ മൂടോടെ പറിച്ചെടുത്തു. കുതിർന്ന മണ്ണ് കുടഞ്ഞിടുമ്പോൾ ചാറ്റൽമഴയ്ക്ക് ശക്തി കൂടിക്കൂടി വരുന്നു.

മഴത്തുള്ളികൾ എന്റെ ചെവികൾക്കു മുകളിൽ വീണ് 'കള്ളൻ കള്ളൻ' എന്ന് പറഞ്ഞ് പെയ്യുന്നതുപോലെ. കുറ്റബോധം എന്നെ തളർത്തിയെങ്കിലും വിശപ്പിന്റെ ആറേഴ് വയറുകളാണ് കരിഞ്ഞുണങ്ങുന്നത്. മഴയേക്കാൾ ശക്തമായി ഞാൻ കരഞ്ഞുതുടങ്ങിയ സമയം.

ഏറെനേരമെടുത്തില്ല, വീട്ടിലേക്ക് തിരിച്ചെത്തി. കൈയിൽ കപ്പയുമുണ്ട്. ആകെ നനഞ്ഞ ഞാൻ, അമ്മയുടെ മുന്നിലേക്ക് കപ്പ നീട്ടി.

"എവിടുന്നാ ഇത്?"

ഞാനൊന്നും പറഞ്ഞില്ല.

അമ്മ അച്ഛനെയൊന്ന് നോക്കി, എന്നെ ശാസിക്കാനെന്നോണം. അച്ഛൻ അപ്പോഴും മിണ്ടാതെ മുഖം കുനിച്ചിരുന്നതേയുള്ളൂ.

ഞാൻ കപ്പയുമായി അകത്തേക്ക് കയറി. പാത്രങ്ങളെടുത്ത് കപ്പ തൊലി കളഞ്ഞ് ചെത്തിയിടാൻ തുടങ്ങി. ഇടയ്ക്കിടെ അമ്മയും സഹോദരങ്ങളും എത്തി എന്നെ കുറ്റവിചാരണ നടത്തുന്നതുപോലെ നോക്കിക്കൊണ്ടിരുന്നു.

ഞാൻ കപ്പ വൃത്തിയാക്കി വെള്ളത്തിലിട്ട് ചൂടാക്കി. ഉണക്കമീൻ കണ്ടെത്തി മുളകുപൊടിയുമിട്ട് തിളപ്പിച്ചു. കപ്പയുടെ വെള്ളം ഊറ്റിക്കളഞ്ഞ് മുളകും ഉപ്പും ഇടിച്ച് കപ്പയിൽ ചേർത്ത് വിളമ്പാൻ തുടങ്ങി. ഉണക്കമീൻ കറിയായി എടുത്തുവെച്ചു. എല്ലാവർക്കുമായി ഞാൻ വിളമ്പി. അമ്മ അപ്പോഴേക്കും അടുത്തുവന്നു. എല്ലാവരെയും വിളിച്ച് അകത്ത് ഓരോ സ്ഥലത്തായി ഇരുന്നു. എല്ലാവരും കപ്പയും ഉണക്കമീൻകറിയും കഴിച്ചു. പക്ഷേ, അമ്മ മാത്രം ഒന്നും കഴിച്ചില്ല. മിണ്ടാതെ ഒരു മൂലയിൽ അതേയിരുപ്പ് തുടർന്നു.

വിശപ്പടങ്ങിയപ്പോൾ എല്ലാവരും ഓരോ സ്ഥലങ്ങളിലായി വീണ് കിടുന്നുറങ്ങി. പക്ഷേ, ഞാനുറങ്ങിയില്ല. അമ്മയും ഉറങ്ങിയില്ലെന്നാണ് എനിക്ക് തോന്നിയത്. അമ്മയ്ക്ക് ഉറങ്ങാൻ പറ്റുമായിരുന്നില്ല.

എങ്ങനെയെങ്കിലും രാത്രി ഒന്നു തീർന്നിരുന്നെങ്കിൽ എന്ന് വിചാരിച്ച് ഉറങ്ങാതെ കിടന്നു. വെളിച്ചമാവാൻ കാത്തിരിക്കുകയാണ്. നേരം പുലർന്നു. ഞാൻ എഴുന്നേറ്റ് ഓടി. വടക്കേപ്പറമ്പിൽ ഐസുക്കുട്ടിത്താത്തയുടെ വീട്ടിലേക്കായിരുന്നു ആ ഓട്ടം. അവിടെ എത്തി നിന്നു.

"താത്താ... ഐസുക്കുട്ടിത്താത്താ..."

ഞാൻ ഉമ്മറത്തേക്ക് കയറി നിന്ന് വിളിച്ചു. പലരും ഉണരുന്നതേയുള്ളൂ. അടുക്കളയിൽനിന്നും ഐസുക്കുട്ടിത്താത്തയുടെ ശബ്ദം. ഐസുക്കുട്ടിത്താത്ത ഉമ്മറത്തേക്കെത്തി.

"ഇതെന്താണ് കാലത്തുതന്നെ?"

ഐസുക്കുട്ടിത്താത്തയുടെ കൈയിൽ മുഖമമർത്തി ഞാൻ കരഞ്ഞ് മാപ്പു പറയാൻ തുടങ്ങി.

"എന്താണ് കാര്യം? നീ പറ?"

ഐസുക്കുട്ടിത്താത്ത ഒന്നും മനസ്സിലാകാതെ നിന്നു. ഇടറിയ ശബ്ദത്തിൽ ഞാൻ പറഞ്ഞു:

"എനിക്ക് മാപ്പുതരണം..."

കാര്യങ്ങൾ ഞാൻ വിശദീകരിച്ചു. ഉടനെ എന്റെ കൈത്തണ്ടയിൽ പിടിച്ച് ഐസുക്കുട്ടിത്താത്ത മുറ്റത്തേക്കിറങ്ങി നടക്കാൻ തുടങ്ങി. എന്റെ വീട്ടിലേക്കുള്ള വഴിയിലൂടെ. എന്നെ എന്താണ് ചെയ്യാൻ പോകുന്നത് എന്നറിയാതെ ഐസുക്കുട്ടിത്താത്തയുടെ കൈയും പിടിച്ച് ഞാനും നടന്നു.

വീട്ടിലേക്കെത്തി. ഐസുക്കുട്ടിത്താത്ത അമ്മയെ വിളിച്ചു. അച്ഛനും മറ്റെല്ലാവരും ഉമ്മറത്തെത്തി. ഞാൻ കുറ്റക്കാരനെപ്പോലെ, എന്നാൽ മുഖ മുയർത്തിത്തന്നെ നിന്നു.

“നിങ്ങയെന്തേ ഇന്നലെ കപ്പ കയിക്കാഞ്ഞത്?”

ഐസുക്കുട്ടിത്താത്ത അമ്മയോട് ചോദിച്ചു.

അമ്മ പറയുന്നതിനുപകരം കരയുകയാണ് ചെയ്തത്. ഐസുക്കുട്ടി ത്താത്ത അമ്മയുടെ അടുത്തേക്ക് നീങ്ങിനിന്നു.

“ഇവിടെ ഒന്നുമില്ലെങ്കില് എന്നോട് ഒരു വാക്കു പറയണ്ടേ... നിങ്ങള് വെശന്ന് നിൽക്കാ, ഞങ്ങളവിടെ ഭക്ഷണം കഴിക്കാ... ഇത് ശരിയാണാ? എന്നോട് ഒരു വാക്ക് പറയണ്ടേ എന്റെ കാളിക്കുട്ടിയേട്ത്തീ?”

ഐസുക്കുട്ടിത്താത്ത എന്റെ അരികിലേക്ക് വന്ന് കെട്ടിപ്പിടിച്ച്,

“നീയാടാ ആങ്കുട്ടി. നീയാണ് എന്റെ പുന്നാരമോൻ.”

ഞാനും ഐസുക്കുട്ടിത്താത്തയും കരയുകയായിരുന്നു. മോഷണ ക്കുറ്റം ആരോപിക്കപ്പെട്ട പ്രതിയെപ്പോലെ അമ്മ എന്നെ അപ്പോഴും നോക്കുകയായിരുന്നു.

“ഓൻ ചെയ്തതില് ഒരു തെറ്റൂല്ല. ഓൻ ചെയ്തതാ ശരി. രാവിലെ വന്ന് എന്നോട് എല്ലാം പറഞ്ഞു. അത് കേട്ടപ്പോ നിങ്ങളോട് വന്ന് രണ്ടു കാര്യം പറയാനാ എനിക്ക് തോന്നിയത്. ആ പറമ്പിലത്തെ കപ്പ എടു ക്കാൻ നിങ്ങൾക്ക് ഒരാളുടെയും അനുവാദൊന്നും വേണ്ട.”

ഐസുക്കുട്ടിത്താത്തയുടെ കവിളിലൂടെ കണ്ണീർ ഒഴുകിയിറങ്ങി ക്കൊണ്ടിരുന്നു. എന്നെ വീണ്ടും ചേർത്ത് പിടിച്ച് തലയിൽ തലോടി, ഐസുക്കുട്ടിത്താത്ത അവിടെ നിന്നും ഇറങ്ങി.

ഞാൻ ജീവിതത്തിൽ ആദ്യമായും അവസാനമായും മോഷണം നടത്തിയിട്ടുണ്ടെങ്കിൽ അതായിരുന്നു, കപ്പ പറിച്ചെടുത്തത്.

പിന്നീടുള്ള കാലങ്ങളിലും ഏറെ വിശപ്പ് സഹിച്ചിട്ടുണ്ട്. പണം അത്യാ വശ്യമായി വന്നിട്ടുണ്ട്. എന്നാൽ, ഒരിക്കൽപ്പോലും പിന്നീട് മോഷ്ടിച്ചി ട്ടില്ല എന്നു മാത്രമല്ല അർഹതയില്ലാത്ത ഒന്നുംതന്നെ ഞാൻ എടുത്തി ട്ടില്ല. ഇതു പറയുമ്പോൾ എന്റെ കണ്ണിൽ നിന്നും വീഴുന്ന കണ്ണുനീരാണ് സാക്ഷ്യം.

കപ്പ ജീവിതത്തിലെ ഏറ്റവും പ്രധാനപ്പെട്ട ഭക്ഷ്യവസ്തുവായി മാറുന്നത് ഈ സംഭവങ്ങളൊക്കെ കൊണ്ടായിരിക്കാം. ഇന്നും അതങ്ങനെത്തന്നെയായി തുടരുന്നത് ആ ഓർമ്മകൾ എന്നെ അലട്ടുന്നതുകൊണ്ടുമാവാം. കപ്പയും മുളകിട്ട മീനും കഴിക്കുമ്പോൾ, എരിവിനാൽ കണ്ണീർ വരുമ്പോൾ അമ്മയെയും അച്ഛനെയും ആ കാലത്തെയും ഓർക്കും. അത് ഓർക്കാതിരിക്കുന്നതെങ്ങനെ?

കപ്പയും പോത്തിറച്ചിയുമായിരുന്നു ആദ്യകാലത്ത് ഇഷ്ടവിഭവം. മുക്രിക്കയുടെ വീട്ടിലെ ദിക്കറ് കഴിഞ്ഞുള്ള പോത്തിറച്ചിയും നെയ്ച്ചോറും ആസ്വദിച്ചുതന്നെയാണ് ഞാൻ കഴിച്ചിട്ടുള്ളത്. പിന്നീട് കല്യാണവീടുകളിലെ പോത്തിറച്ചിയും എന്നെ ആകർഷിച്ചിരുന്നു. പക്ഷേ, പോത്തിറച്ചി കപ്പയുടെ കൂട്ടത്തിൽ നിന്ന് പതിയെ വിട്ടകന്നുപോയി.

ഐസുക്കുട്ടിത്താത്തയുടെ മകളുടെ കല്യാണം. അവിടെ ആളുകളും മേളങ്ങളും ഉയരുന്നു. കല്യാണദിവസം വിളമ്പാനായി പോത്തിനെ കൊണ്ടുവന്ന് കെട്ടിയിട്ടുണ്ട്. ഇടത്തരം പോത്താണ്. ഞങ്ങളെല്ലാവരും പോത്തിറച്ചിക്കും നെയ്ച്ചോറിനുമായി കാത്തിരുന്നു.

പോത്തിനെ അറക്കാൻ ഹംസക്ക കത്തിയുമായി വന്നു. ഞങ്ങൾ ചുറ്റുംകൂടി.

"പോയിനെടാ ക്ടാങ്ങളേ..."

ഹംസക്ക പോത്തിനോടെന്നപോലെ ഞങ്ങളോട് അമറി. ഞങ്ങളൊരു ചിരിയോടെ അവിടെത്തന്നെ നിന്നു. ഹംസക്ക ബിസ്മി കൂട്ടി പോത്തിന് വെള്ളംകൊടുത്ത് പോത്തിനെ അറക്കാനുള്ള ശ്രമം തുടങ്ങി. എനിക്ക് തല ചുറ്റുന്നതുപോലെ. പോത്ത് അപ്പോഴേക്കും ഒന്ന് അലറി.

ഞാൻ കൂട്ടത്തിൽനിന്നും പിന്നിലേക്ക് നടന്നു. വയ്യ, കാണാൻ വയ്യ. ഉള്ളിൽനിന്നും ഒരു വിങ്ങൽ നെഞ്ചിൽത്തട്ടി നിൽക്കുന്നു. വീട്ടിലേക്ക് ഞാൻ നടന്നു. കല്യാണമേളങ്ങളെല്ലാം എനിക്ക് അന്യമായതുപോലെ.

പിറ്റേദിവസം പോത്തിറച്ചിയും നെയ്ച്ചോറും കണ്ടപ്പോൾ ഓക്കാനിക്കാൻ വന്നു. മാംസാഹാരത്തെ ഞാൻ വെറുക്കുകയാണെന്ന് മനസ്സിലായിത്തുടങ്ങി. അന്ന് നിർത്തിയതാണ് മാംസാഹാരം.

മീൻ കഴിക്കുന്നതും പ്രയാസമുണ്ടായിരുന്നു. പിന്നീട് മീൻ കഴിക്കാൻ തുടങ്ങിയെങ്കിലും മറ്റു മാംസാഹാരങ്ങളൊന്നും കഴിച്ചിട്ടില്ല.

കപ്പയ്ക്കൊപ്പം മീനായി എന്റെ ഇഷ്ടഭക്ഷണം. നിയമസഭാ സാമാജികൻ ആയിരുന്ന കാലത്ത് എം.എൽ.എയുടെ മുറിയിൽ എന്റെ സൗഹൃദങ്ങൾക്കെല്ലാം കപ്പയും മീനും വിളമ്പിയിട്ടുണ്ട്. അതിൽ കക്ഷിരാഷ്ട്രീയ വ്യത്യാസമുണ്ടായിട്ടില്ല.

ഇപ്പോൾ പാർലമെന്റേറിയനായപ്പോഴും ഡൽഹിയിലെ വീട്ടിൽ നാട്ടിൽനിന്നും കൊണ്ടുവരുന്ന കപ്പയുടെയും മീനിന്റെയും രുചി രാഷ്ട്രീയ ഭേദമന്യേ ഞാൻ വിളമ്പാറുണ്ട്. എന്നെ ക്ഷണിക്കുന്നവരും കപ്പയോടുള്ള എന്റെ സ്നേഹം കണ്ട് അവ ഭക്ഷണത്തിൽ ഉൾപ്പെടുത്താറുണ്ട്.

രമ ഉണ്ടാക്കിയ കപ്പയും മീനും രാവിലെ മാത്രമല്ല, ഉച്ചയ്ക്കും കഴിച്ചു. വൈകിട്ട് ലഘുഭക്ഷണമായതുകൊണ്ട് മനഃപൂർവ്വം രമ കപ്പ ബാക്കി വെച്ചില്ല.

പകൽ കഴിച്ച കപ്പയുടെ ഓർമ്മകൾ അയവിറക്കി എട്ടാംദിന ക്വാറന്റൈൻ പൂർത്തിയാക്കി കിടന്നു.

ഒമ്പതാം ദിവസം

എന്റെ പ്രിയപ്പെട്ട അധ്യാപകരേ...

"ന്റെ പ്രസിഡന്റേ, വീട്ടിലിരുന്ന് മടുത്തു. ഒന്ന് പുറത്തേക്കിറങ്ങി നാലാളോട് സംസാരിക്കാൻ മോഹായിട്ട് വയ്യാ. എന്തൂട്ടാ ചെയ്യാ? ലോക്ഡൗണായിപ്പോയില്ലേ?"

തൃശ്ശൂരിൽ നിന്നും ശ്രീകുമാറിന്റെ ഫോൺകോളാണ്. 'വിശ്രമമില്ലാതെ ഓടിനടന്ന് ഹോം ക്വാറന്റൈനിലായിട്ട് ഒമ്പതാം ദിവസത്തിലേക്ക് കടക്കുന്ന എന്നോടോ ബാലാ', എന്നൊരു മറുചോദ്യം തമാശയ്ക്ക് ചോദിക്കാനാണ് തോന്നിയത്. പക്ഷേ, ചോദിച്ചില്ല.

പൊതുപ്രവർത്തകനായ ശ്രീകുമാറിന് പുറത്തിറങ്ങാൻ പറ്റാത്തതിൽ നല്ല വിഷമമുണ്ടെന്ന് കൂടുതൽ സംസാരിച്ചപ്പോൾ മനസ്സിലായി. തീർച്ചയായും ഉണ്ടാകണം. ജനങ്ങൾക്കിടയിൽ ജീവിച്ച്, പ്രവർത്തിച്ചുകൊണ്ടിരിക്കുന്ന ഏതൊരാൾക്കും വീടിനുള്ളിൽ അടങ്ങിയൊതുങ്ങി കഴിയുവാനാകില്ല. ഞാൻ തന്നെ അതിനു സാക്ഷ്യമാണ്. എത്രത്തോളം അസ്വസ്ഥമാണ് ഈ ഹോം ക്വാറന്റൈൻ എന്നത് നന്നായി അറിയാം. ഫോണിലൂടെ മണ്ഡലത്തിലെ കാര്യങ്ങളെല്ലാം ഏതാണ്ടൊക്കെ ചെയ്യുവാനാകുന്നുണ്ടെങ്കിലും നേരിട്ടെത്തി വിലയിരുത്തേണ്ട എത്രയെത്ര കാര്യങ്ങളാണ് ഉള്ളത്. എന്റെ ഓഫീസ് സ്റ്റാഫുകളായ സനലടക്കമുള്ളവർക്ക് ഈ ദിനങ്ങളിൽ ഞാൻ ഒരു സ്വസ്ഥതയും നൽകിയിട്ടില്ലെന്നുറപ്പാണ്. നിങ്ങളെന്നോട് ക്ഷമിക്കുക, വേറെ വഴിയില്ലാത്തതുകൊണ്ടാണ്.

ലോക്ഡൗൺ കൃത്യമായി നടപ്പാക്കുവാൻ പൊലീസ് നന്നേ കഷ്ടപ്പെടുന്നുണ്ട്. ആരോഗ്യപ്രവർത്തകർക്കൊപ്പം പൊലീസ്സേനയുടെ സേവനം വിസ്മരിക്കാൻ പറ്റാത്തതാണ്. തങ്ങളുടേതല്ലാത്ത ചെറിയ പാളിച്ചകൾക്കുപോലും എന്നും പഴി കേൾക്കേണ്ടിവരുന്ന സേവകരാണ് പൊലീസ്സേന എന്ന് പറയാതെ വയ്യ. പഴുതുകളടച്ച നിരീക്ഷണം ശക്തമാക്കുമ്പോൾ, നൽകിയ ചെറിയ ഇളവുകളെ മുതലെടുത്ത് അനാവശ്യമായി പുറത്തിറങ്ങുന്ന ജനങ്ങളും കുറവല്ല.

പാടത്ത് കളിക്കാൻ, തോട്ടിൽ ചൂണ്ടയിടാൻ, ഒഴിഞ്ഞ റോഡിൽ കളിക്കാൻ, എന്തിന്, ലോക്ഡൗൺ എങ്ങനെയുണ്ടെന്ന് അറിയാൻ, ഒഴിഞ്ഞ റോഡുകളിലൂടെ വേഗത്തിൽ കാറോടിച്ച്, ബൈക്കോടിച്ച് രസിക്കാൻ, ലോക്ഡൗണിൽ ആരെങ്കിലും പുറത്തിറങ്ങുന്നുണ്ടോ എന്നറിയാൻവരെ പുറത്തിറങ്ങിയ ആളുകളുണ്ട്. മുമ്പെങ്ങും പരിചയമില്ലാത്ത സാഹചര്യത്തിലൂടെയാണ് നമ്മൾ കടന്നുപോകുന്നത്. ആരോഗ്യപ്രവർത്തകരുടെ നിർദ്ദേശങ്ങൾ പാലിക്കുകതന്നെ വേണം.

നിയമം ലംഘിക്കുമ്പോൾ, ഈ നിർദ്ദേശങ്ങൾ പാലിക്കാതിരിക്കുമ്പോൾ മാത്രം ആളുകൾ പൊതുവെ പറയാറുണ്ടായിരുന്നത് ഗാന്ധിജിയുടെ പേരുചേർത്താണ്. ഗാന്ധിജി നിയമം ലംഘിച്ചാണ് ഉപ്പുസത്യാഗ്രഹം നടത്തിയത്. ഗാന്ധിജി നിയമം ലംഘിക്കണമെന്നാണ് പറഞ്ഞിട്ടുള്ളത് എന്നൊക്കെ പറയുന്നവരെ ഞാൻ കണ്ടിട്ടുണ്ട്.

എന്താണ് ഗാന്ധിജി പറഞ്ഞിട്ടുള്ളത്? ബ്രിട്ടീഷ് പട്ടാളം ജനങ്ങളുടെ സ്വാതന്ത്ര്യങ്ങൾക്കുമേൽ കടിഞ്ഞാണിടുന്ന നിയമം കൊണ്ടുവന്നപ്പോഴാണ് സ്വതന്ത്ര്യഭാരതത്തെ സ്വപ്നം കണ്ട ഗാന്ധിജി നിയമം ലംഘിക്കാൻ ആവശ്യപ്പെട്ടത്. കോവിഡ് വന്നപ്പോൾ ആരോഗ്യപ്രവർത്തകരുടെയും പൊലീസിന്റെയും നിർദ്ദേശങ്ങൾ ലംഘിക്കുന്നതും ഗാന്ധിജിയുടെ നിയമലംഘനവും തമ്മിൽ മോരും മുതിരയും എന്ന പോലെയാണ്.

ഗാന്ധിജ എന്റെ പ്രിയപ്പെട്ട ഗുരുവാണ്. ഗാന്ധിജിയെക്കുറിച്ച് കിട്ടാവുന്ന എല്ലാ പുസ്തകങ്ങളും ഞാൻ വായിച്ചിട്ടുണ്ട്. എങ്ങനെയൊക്കെ ആ മഹാത്മാവിനെ അറിയാൻ പറ്റുമോ ആ വിധത്തിലെല്ലാം അറിയാൻ ശ്രമിച്ചിട്ടുമുണ്ട്.

ഗാന്ധിജി എന്ന പേര് ഓർമ്മവെച്ച നാൾമുതൽ കേൾക്കുന്നതാണെങ്കിലും വല്ലാതെ സ്പർശിച്ചത് രണ്ടാംക്ലാസ്സിൽ പഠിക്കുമ്പോഴാണ്. ഉല്ലാസ് എന്ന എന്റെ സുഹൃത്തിന്റെ അച്ഛനും കമ്മ്യൂണിസ്റ്റുകാരനുമായ രാമകൃഷ്ണൻമാഷ് ക്ലാസ്സെടുക്കുന്നതിനിടയിലാണ് ഗാന്ധിജിയെക്കുറിച്ച് പറഞ്ഞത്.

“ഗാന്ധിജി നമ്മുടെ രാഷ്ട്രപിതാവാണ്.”

പിതാവ് എന്നാൽ അച്ഛൻ. എന്റെ അച്ഛൻ നാരായണൻ എന്ന മത്സ്യത്തൊഴിലാളി തന്റെ കുടുംബത്തെ, മാനവികമൂല്യങ്ങൾക്കനുസരിച്ച് എങ്ങനെ നയിച്ചുവോ അതുപോലെ രാഷ്ട്രത്തെ നയിച്ച പിതാവാണ് ഗാന്ധിജി എന്ന ചിന്ത എന്നെ ഗാന്ധിജിയെക്കുറിച്ച് കൂടുതൽ അറിയുന്നതിലേക്ക് നയിച്ചു.

നാലാം ക്ലാസ്സിൽ എത്തിയപ്പോൾ ഗാന്ധിജിയുടെ ആരാധകനായി മാറി. ഗാന്ധിജിയെപറ്റി പഠിപ്പിച്ച രാമകൃഷ്ണൻമാഷ് ഏറ്റവും പ്രിയപ്പെട്ട ഗുരുനാഥനുമായിത്തീർന്നു.

അന്നുതൊട്ട് ഉള്ളിൽ ഒരു മോഹം മുളപൊട്ടുകയായിരുന്നു, അധ്യാപകനാകണം. സമൂഹത്തിൽ വിലയുള്ള, സമാധാനത്തിന്റെ പാതയിൽ ആളുകളെ അടുപ്പിക്കുന്ന മികച്ച ഒരു അധ്യാപകൻ. ഓരോ ക്ലാസ്സുകൾ കഴിയുമ്പോഴും മോഹത്തിന്റെ മൂർച്ച കൂടിക്കൊണ്ടിരുന്നു.

അഞ്ചാംക്ലാസ്സിൽ പഠിക്കുമ്പോൾ മഹാത്മാ ആർട്സ് ആന്റ് സ്പോർട്സ് ക്ലബ്ബ് ഉണ്ടാക്കി. ക്ലബ്ബിന്റെ പ്രധാന ഉദ്ദേശ്യം വിദ്യാർത്ഥികൾക്ക് ട്യൂഷൻ നൽകുക എന്നതായിരുന്നു. ഗാന്ധിജിയോടുള്ള സ്നേഹാദരവും അധ്യാപകൻ എന്ന മോഹവുമായിരുന്നു മഹാത്മാ ആർട്സ് ആന്റ് സ്പോർട്സ് ക്ലബ്ബിന്റെ പിറവിക്കു പിന്നിൽ.

അഞ്ചാം ക്ലാസ്സിൽ പഠിക്കുന്ന ഞാൻ തന്നെയായിരുന്നു ട്യൂഷൻ സെന്ററിലെ പ്രധാന അധ്യാപകൻ. വിദ്യാർത്ഥികളോ ഒന്നു മുതൽ നാലു വരെയുള്ള കുട്ടികളും. അധ്യാപകമോഹത്തിന്റെ ആദ്യമുകുളങ്ങളായിരുന്നു അത്.

ഏഴാംക്ലാസ്സിൽ പഠിക്കുമ്പോൾ ഇൻഡോ സോവിയേറ്റ് കൾച്ചറൽ സൊസൈറ്റി (ഇസ്കസ്) സംഘടിപ്പിച്ച പ്രസംഗമത്സരത്തിൽ പങ്കെടുത്തത് അധ്യാപകമോഹത്തിന്റെ ഭാഗമാണ്. അതിൽ ഒന്നാം സ്ഥാനം ലഭിച്ചു. കെ.യു. അരുണൻമാഷാണ് അന്നത്തെ ആ പ്രസംഗമത്സരത്തിന്റെ വിധികർത്താക്കളിൽ ഒരാൾ. പിന്നീട് അരുണൻമാഷ് പ്രിയപ്പെട്ട അധ്യാപകനായി മാറിയിട്ടുമുണ്ട്. ഞങ്ങളിരുവരും വ്യത്യസ്ത രാഷ്ട്രീയ ചേരികളിലാണെങ്കിലും അധ്യാപക-വിദ്യാർത്ഥി ബന്ധവും സൗഹൃദവും ഇന്നും സൂക്ഷിക്കുന്നു.

പ്രസംഗിക്കാൻ പഠിപ്പിച്ചത് തനൂജ ടീച്ചറായിരുന്നു. ലേഖനം എങ്ങനെ എഴുതണമെന്ന് ടീച്ചർ പറഞ്ഞതനുസരിച്ചാണ് എഴുതിത്തുടങ്ങിയത്. 'അച്ചടക്കമുള്ള വിദ്യാർത്ഥി' എന്ന വിഷയത്തിലായിരുന്നു ആദ്യത്തെ പ്രസംഗവും ലേഖനവും. തനൂജ ടീച്ചർ എന്റെ മോഹത്തിന് വളമിട്ട വ്യക്തികൂടിയായിരുന്നു. രാമചന്ദ്രൻ മാസ്റ്റർ, വർഗ്ഗീസ് മാഷ്, സരള ടീച്ചർ, പരമേശ്വരൻമാഷ്, സേവ്യർമാഷ് ഇവരൊക്കെയും എന്റെ പ്രിയ അധ്യാപകർതന്നെ.

ഇംഗ്ലീഷും കണക്കും പഠിപ്പിച്ചിരുന്ന തങ്കടീച്ചർ പിച്ചിയെടുത്ത തുടയിലെ പാടുകൾ കാണുമ്പോൾ ഇപ്പോഴും സമവാക്യങ്ങളും കൂട്ടിക്കിഴിക്കലുകളും എഴുന്നേറ്റ് നിന്ന് ഞാൻ പറയും. അത്രയ്ക്കും അവ മനഃപാഠമാക്കിത്തരുമായിരുന്നു തങ്കടീച്ചർ. പിച്ചുമ്പോഴും ഇവരൊക്കെ എന്റെ പ്രിയപ്പെട്ടവരായത് അതിൽ സ്നേഹത്തിന്റേയും കരുതലിന്റേയും സ്പർശം ഉള്ളതുകൊണ്ടുതന്നെയായിരുന്നു

ക്ലാസ്സ് ലീഡർ, സ്കൂൾ ലീഡർ, സാഹിത്യസമാജം സെക്രട്ടറി എന്നിങ്ങനെ സ്കൂളിലെ ഉത്തരവാദപ്പെട്ട സ്ഥാനങ്ങളിൽ എന്നെ ഇരുത്തിയത് ഈ അധ്യാപകരായിരുന്നു. ഇതൊക്കെ എന്നിലെ പ്രാസംഗികനെ, രാഷ്ട്രീയപ്രവർത്തകനെ പരുവപ്പെടുത്തുകയായിരുന്നു.

ഹൈസ്കൂളിൽ പഠിക്കുന്ന കാലത്താണ് കെ.എസ്.യു. സ്ഥാനാർത്ഥിയായി ഞാൻ മത്സരിച്ചത്. വീട്ടിൽ എല്ലാവരും കോൺഗ്രസിന് വോട്ടു ചെയ്യുന്നവരായിരുന്നു. നാട്ടിൽ ദൂരെ മാറി ജനസംഘമുണ്ടായിരുന്നു. ഇത്രയുമാണ് രാഷ്ട്രീയപ്രവർത്തനത്തിൽ എന്റെ പശ്ചാത്തലം. വീട്ടിലെ മറ്റുള്ളവരിൽ നിന്നും വ്യത്യസ്തനായി ഞാൻ വഴിമാറി നടക്കാൻ തുടങ്ങിയത് സ്കൂളിൽ നിന്നായിരിക്കണം.

സ്ഥാനാർത്ഥിയായിരുന്ന കാലത്തും ഖദർ വേഷത്തോടായിരുന്നു ഇഷ്ടം. വീട്ടിൽച്ചെന്ന് ആഗ്രഹം പറഞ്ഞു. ഓണത്തിന് ഒരു ഷർട്ടെടുത്തു തന്നാൽ ഭാഗ്യം എന്നു കരുതുന്ന കാലമാണത്. അഥവാ കിട്ടിയാൽത്തന്നെ മുണ്ട് വാങ്ങിയാൽ ഷർട്ട് വാങ്ങാൻ തികയില്ല. ഏതെങ്കിലും ഒന്ന് എന്ന അവസ്ഥ. അച്ഛൻ എന്റെ മുന്നിൽ കൈമലർത്തി.

ചേച്ചിയുടെ ഭർത്താവ്, മിലിട്ടറിയിലുള്ള ചന്ദ്രളിയനോട് കാര്യം അറിയിച്ചു. ചന്ദ്രളിയൻ വയലറ്റ് ഖദർ തുണി വാങ്ങിത്തന്നു. ആദ്യത്തെ ഖദർ വേഷം.

അഞ്ചാം ക്ലാസ്സിൽ രണ്ടുവട്ടം തോറ്റയാളാണ് ഞാൻ. അധ്യാപകർക്ക് എന്നോടുള്ള സ്നേഹംകൊണ്ട് കൂടുതൽ വർഷം എന്നെ അവിടെയിരുത്തിയതല്ലേയെന്ന് ഞാൻ അധ്യാപകരോടുതന്നെ ചോദിക്കാറുണ്ട്. ആ തോൽവിയാണ് ജീവിതത്തിന്റെ ഗതി തിരിച്ചുവിട്ടത്.

മണപ്പുറം ഗാന്ധി എന്നായിരുന്നു ഹൈസ്കൂളിൽ എന്നെ വിളിച്ചിരുന്ന പേര്. തളിക്കുളം ഗവ. ഹൈസ്കൂൾ സംഘർഷങ്ങളുടെ സ്ഥിരം വേദിയാണ്. അവിടെ മധ്യസ്ഥനാകാറുള്ളത് ഞാനും.

ഏതോ സംഘർഷത്തിന്റെ ബാക്കിയെന്നോണം ഒരിക്കൽ വാടാനപ്പള്ളി ബീച്ചിൽ നിന്നും ഒരുകൂട്ടം ആർ.എസ്.എസ്സുകാർ സ്കൂളിലേക്ക് വന്നു. കെ.എസ്.യു. പ്രവർത്തകരായ അഷ്റഫ്, മുരളി എന്നിവരെ അന്വേഷിച്ചായിരുന്നു വന്നത്. അവരെയൊക്കെ നേരത്തേതന്നെ ഞാൻ അവിടെ നിന്നും മാറ്റിയിരുന്നു. മധ്യസ്ഥനായ ഞാൻ അവർ ക്ലാസ്സുകളിൽ തിരഞ്ഞുകൊണ്ടിരിക്കുമ്പോൾ സമാധാനശ്രമങ്ങൾക്കായി ചെന്നു. പക്ഷേ, അവർ ഇടിക്കട്ട കൊണ്ട് എന്റെ കവിളിൽ ഇടിച്ചിട്ടു. ബോധരഹിതനായി കിടന്ന എന്നെ എന്റെ പ്രിയപ്പെട്ട അധ്യാപകരായിരുന്നു എടുത്തുകൊണ്ടുപോയത്. പതിനഞ്ചുദിവസം സ്കൂൾ അടച്ചിട്ടു. എങ്കിലും സംഘർഷത്തിന് അയവുണ്ടായതിലുള്ള സന്തോഷമായിരുന്നു അന്നെനിക്കുണ്ടായത്. സ്കൂൾ ലൈബ്രറിയെ കൂടുതൽ ഉപയോഗിച്ചിരുന്ന എനിക്ക് ആ പതിനഞ്ചുദിവസത്തെ നഷ്ടം സ്വസ്ഥമായ വായനകളായിരുന്നു. സോക്രട്ടീസിന്റെ വിചാരണയും മരണവും എന്ന പുസ്തകം ആർത്തിയോടെ വായിച്ചത് ഇന്നും ഓർക്കുന്നു.

സാഹിത്യവും ലേഖനങ്ങളും ഇഷ്ടപ്പെട്ടതായി മാറുന്നത് ഈ കാലത്തുതന്നെയാണ്. സാഹിത്യത്തോടുള്ള അഭിരുചി പിന്നീട് ഏറെ ഗുണമുണ്ടായിട്ടുണ്ട്. നാട്ടിക എസ്.എൻ. കോളേജിൽ പ്രീഡിഗ്രിക്ക് ഫസ്റ്റ് ഗ്രൂപ്പിനാണ് ചേർന്നതെങ്കിലും മലയാളസാഹിത്യത്തോട് ഏറെ ഇഷ്ട മായിരുന്നു. അതുകൊണ്ട് മലയാളം കമ്പൈൻഡ് ക്ലാസ്സുകളെ ഞാനൊരി ക്കലും നഷ്ടപ്പെടുത്തിയിരുന്നില്ല.

പിന്നീട് ഇടതുപക്ഷ സ്ഥാനാർത്ഥിയായി ജയിച്ച കെ.യു. അരുണൻ മാഷായിരുന്നു അന്നത്തെ മലയാളം അധ്യാപകൻ. മാഷ് ക്ലാസ്സിൽ ആരാ കണമെന്നാണ് മോഹം എന്ന് ചോദിച്ചപ്പോൾ ഞാൻ “എനിക്ക് മാഷാ കണം മാഷേ...” എന്ന് പറഞ്ഞതോർക്കുന്നു.

മലയാളം മാഷാകാനാണ് എനിക്കേറെയിഷ്ടം എന്ന് ഞാൻ വീണ്ടും പറഞ്ഞപ്പോൾ മാഷ് എന്നെ നോക്കി ഇഷ്ടപ്പെട്ട ഒരു കവിത ചൊല്ലു വാൻ പറഞ്ഞു.

“തോളത്ത് ഘനം തൂങ്ങും...” എന്നു തുടങ്ങുന്ന പദ്യം ഞാൻ ചൊല്ലി. അതുകഴിഞ്ഞപ്പോൾ അതിന്റെ ലഘുവും ഗുരുവും തിരിക്കാൻ മാഷ് എന്നോട് ആവശ്യപ്പെട്ടു.

ബോർഡിൽ പദ്യമെഴുതി ലഘുവും ഗുരുവും തിരിച്ചു. മാഷ് പറഞ്ഞു:

“നീ മാഷാകും. അതുമല്ലെങ്കിൽ മാഷമ്മാർക്ക് പറഞ്ഞുകൊടുക്കുന്ന മാഷാകും.”

അരുണൻമാഷ് പ്രിയപ്പെട്ട എന്റെ അധ്യാപകനായിത്തീരുകയായി രുന്നു. അന്ന് മാഷ് പറഞ്ഞത്, പിന്നീട് എം.എൽ.എ ആയിരുന്ന കാലത്ത്, സർവ്വകലാശാല സിൻഡിക്കേറ്റ് മെമ്പറായിരുന്ന കാലത്ത് അത് സത്യ മായി ഭവിച്ചു.

പ്രീഡിഗ്രി ഫസ്റ്റ് ഗ്രൂപ്പിൽ നിന്നും ഫോർത്ത് ഗ്രൂപ്പിലേക്ക് മാറിയ തോടെ മലയാളം ക്ലാസ്സുമായുള്ള ബന്ധം മുറിക്കപ്പെട്ടു. അതിന്നും ഒരു തീരാനഷ്ടമായി മനസ്സിലുണ്ട്. എങ്കിലും പ്രിയപ്പെട്ട അധ്യാപകരുമായുള്ള ബന്ധത്തിൽ ഒട്ടും കുറവു വന്നിട്ടില്ല.

അരുണൻമാഷ്, പ്രൊഫ. ഇ.വി. സുകുമാരൻ മാസ്റ്റർ, പ്രൊഫ. എം.എസ്. ബാലകൃഷ്ണൻമാസ്റ്റർ, ടി.ആർ. ഹാരിസാർ, പ്രൊഫ. കെ.കെ. രവിസർ എന്നിവർ എന്റെ രക്ഷിതാക്കളും അധ്യാപകരുമായിരുന്നു.

കോളേജിനു പുറത്തെ അമ്മാന്റെ ചായക്കടയിൽ നിന്നും കോളേജ് കാന്റീനിൽനിന്നും പ്രാതലും ഉച്ചഭക്ഷണവും ഈ അധ്യാപകരായിരുന്നു എനിക്ക് വാങ്ങിത്തന്നിരുന്നത്. വായനയുടെയും ചർച്ചയുടെയും സമൃദ്ധ മായ ലോകമായിരുന്നു അവർ എനിക്ക് മുന്നിൽ തുറന്നിട്ടത്. അധ്യാപക രിൽ മഹാഭൂരിപക്ഷവും കമ്മ്യൂണിസ്റ്റ് പശ്ചാത്തലമുള്ളവരാണ്. ഞാൻ

കോൺഗ്രസ്സുകാരനും. എന്നാൽ ഞങ്ങൾക്കിടയിൽ തർക്കങ്ങളും ചർച്ച കളും ഉണ്ടായിരുന്നു. അതൊക്കെ എന്റെ രാഷ്ട്രീയ, സാമൂഹിക ജീവി തത്തിന് കരുത്ത് നൽകുന്നവയായിരുന്നു. കൂടുതൽ പുസ്തകങ്ങൾ വായി ക്കുന്നതിലേക്ക് ഈ ബന്ധങ്ങൾ സഹായിച്ചിട്ടുണ്ട്. എന്റെ പ്രിയപ്പെട്ട അധ്യാപകരേ, നിങ്ങൾ ഇന്നും എന്റെ പാഠശാലകളാണ്... ഓരോ ദിവ സവും നിങ്ങളെന്നെ പഠിപ്പിച്ചുകൊണ്ടിരിക്കുകയാണ്.

അധ്യാപനം എന്റെ മോഹമായിരുന്നു. പക്ഷേ, ഞാൻ രാഷ്ട്രീയ പ്രവർത്തകനാവുകയായിരുന്നു. ഈ എഴുത്തുകൾപോലും പ്രിയ അധ്യാ പകർ എന്റെയുള്ളിൽ നിറച്ച സാഹിത്യാഭിരുചിയുടെ, നമ്മുടെ സംവാദ ങ്ങളുടെ ബാക്കിപത്രമാണ്.

ഈ വരികളിലൂടെ ഞാൻ നിങ്ങളെ നമിക്കുന്നു.

ഈ രാത്രിയിലും ഞാൻ നിങ്ങളെ ഓർക്കുന്നു.

പത്താം ദിവസം

ഒരു വരയിലെ ഗതിവിഗതികൾ

എത്ര പെട്ടെന്നാണ് എല്ലാം തകിടം മറിഞ്ഞത്? ജീവിതത്തിലെ ഓരോ പുലരികളെയും പുതിയ തീരുമാനങ്ങളോടെ, പുതിയ ലക്ഷ്യങ്ങളോടെ, പ്രതീക്ഷകളോടെ കണ്ടിരുന്ന എത്രയോ പേരെയാണ് കോവിഡ് എന്ന മഹാമാരി ഒരു കരിനിഴൽപോലെ ബാധിച്ചിരിക്കുന്നത്. സമ്പൂർണ്ണ ലോക് ഡൗൺ പ്രഖ്യാപിക്കപ്പെട്ടതോടെ എത്രയോ ജീവിതങ്ങൾ വഴിമുട്ടിയിരിപ്പാണ്.

രണ്ടുദിവസത്തെ, അല്ലെങ്കിൽ ഒരാഴ്ചത്തെ, അതുമല്ലെങ്കിൽ ഒരു മാസത്തെ ചില അത്യാവശ്യകാര്യങ്ങൾ ചെയ്യാൻ അയൽനാടുകളിലേക്കോ, മറുനാടുകളിലേക്കോ, അന്യദേശത്തേക്കോ പോയ എത്രയോ പേരാണ് യാത്രാസൗകര്യങ്ങളില്ലാതെ കുടുങ്ങിക്കിടക്കുന്നത്. ഒരാഴ്ചത്തെ കാര്യത്തിന് പോയവർ കയ്യിലെ പണം തികയാതെ ബുദ്ധിമുട്ടുന്നുണ്ടാവാം, താമസിക്കുന്നതിനും ഭക്ഷണം കഴിക്കുന്നതിനും പ്രയാസപ്പെടുന്നുണ്ടാവാം, കിലോമീറ്ററുകൾ താണ്ടി നടക്കാനാവുകയില്ലല്ലോ.

നടക്കാൻ തുടങ്ങിയിരിക്കുന്നു ചിലർ. ഡൽഹി, ഗുജറാത്ത്, ഉത്തർ പ്രദേശ് എന്നിവിടങ്ങളിലുള്ള കുടിയേറ്റത്തൊഴിലാളികൾ നാനൂറും അഞ്ഞൂറും കിലോമീറ്ററുകൾ നടക്കാനാരംഭിച്ചിരിക്കുന്നു. മണിസൗധങ്ങൾ കെട്ടിപ്പൊക്കാൻ രാപലില്ലാതെ അധ്വാനിച്ച്, ഷീറ്റ് മറകൾക്കുള്ളിൽ അന്തിയുറങ്ങി, തുച്ഛമായ വരുമാനത്തിന് ജോലി ചെയ്തിരുന്ന ലക്ഷക്കണക്കിന് തൊഴിലാളികളാണ് ലോക്ഡൗണിൽ എന്തുചെയ്യണമെന്നറിയാതെ നടന്നുതുടങ്ങിയത്. ഇവരിൽ കുഞ്ഞുകുട്ടികളും കൈക്കുഞ്ഞുങ്ങളും വരെയുണ്ട്. നടന്നുതളർന്ന് അവർ വീടണയാൻ എത്ര ദിനരാത്രങ്ങൾ കഴിയണം?

ആ കുഞ്ഞുങ്ങളുടെ കരച്ചിലുകൾ, അവരുടെ വിണ്ടുകീറിയ കാൽപ്പാദങ്ങൾ കാണാൻ വയ്യ. വീട്ടിലെ സ്വസ്ഥമായ മുറിയിൽ കഴിയാൻ, ഇവിടെ കേരളത്തിൽ ജീവിക്കാൻ കഴിയുന്നത് നമ്മുടെ ഭാഗ്യമായിരിക്കാം.

ഒരു നിമിഷത്തിന്റെ ഗതിവിഗതികൾക്കിടയിൽ മാറിമറിഞ്ഞുപോയതായിരിക്കാം അവരുടെ നിർഭാഗ്യങ്ങൾ.

എന്റെ കൈപിടിച്ചുയർത്താൻ ഒരു സൗഹൃദക്കൂട്ടമുണ്ടായിരുന്നില്ലെങ്കിൽ അന്യസംസ്ഥാന തൊഴിലാളിയോ, പ്രവാസിയോ ആയിത്തീരേണ്ടയാളാണ് ഞാൻ. ഏതോ വഴിമറച്ചിലുകൾ ഇവിടെ എത്തിച്ചതാണ്, ഞാൻ പോലുമറിയാതെ.

പലപ്പോഴും അങ്ങനെയാണ്. നമ്മൾ ഒന്ന് വിചാരിക്കുന്നു, മറ്റൊന്ന് സംഭവിക്കുന്നു. ആ വഴിയിലൂടെ നമ്മൾ ഒഴുകിപ്പോകുന്നു. ഒഴുക്കിന്റെ ചാലകശക്തി നമ്മുടെ കയ്യിലേ അല്ല. നമ്മൾ ഒഴുകുന്ന ഒരു നൗക മാത്രം.

ഞാനന്ന് പത്താംക്ലാസ്സിലാണ്. അഞ്ചാംക്ലാസ്സിൽ രണ്ടുവർഷം തോറ്റപ്പോഴാണ് ഇനിയൊരു തോൽവി ഉണ്ടാകരുതെന്ന തീരുമാനത്തിൽ ഞാൻ എത്തിച്ചേർന്നത്.

പത്താംക്ലാസ്സ് പരീക്ഷ എഴുതിയ ഏതാണ്ട് ഇരുന്നൂറുപേരിൽ 26 പേർ മാത്രമാണ് ജയിച്ചത്. അതിൽ ഒരാൾ ഞാനായിരുന്നു. എന്റെ ജയത്തിൽ എനിക്ക് അത്ഭുതമൊന്നും തോന്നിയിട്ടില്ല. എന്നാൽ, പലർക്കും അതൊരത്ഭുതമായിരുന്നു.

"മീൻപിടിക്കാൻ പോകുന്ന നാരായണന്റെ മോൻ ജയിച്ചൂത്രെ!"

എന്ന് പലരും അത്ഭുതം കൂറിയിട്ടുണ്ട്.

"പ്രതാപൻ ജയിച്ചിട്ടും നെനക്ക് ജയിക്കാൻ പറ്റിയില്ലല്ലോടാ..."

എന്ന് എന്റെ മുമ്പിൽവച്ചുതന്നെ പറഞ്ഞവരുമുണ്ട്.

മീൻപിടിക്കാൻ പോകുന്ന നാരായണന്റെ മകൻ എന്ന വാക്കിനു പിന്നിലും എന്റെ ജയത്തിൽ അത്ഭുതപ്പെടുന്നതിലും അവഹേളനത്തിന്റെ സ്വരമായിരുന്നു ഏറെയും. മീൻപിടിക്കുന്നവന്റെ മോൻ പത്താംക്ലാസ്സിൽ ജയിക്കേണ്ടതില്ല എന്ന് ചില സമ്പന്നരായ സവർണ്ണർ കരുതിയിരിക്കും. എനിക്ക് അവരോട് പരാതിയില്ല. എന്റെ ജയമാണ് അതിനുള്ള മറുപടി.

പത്താംക്ലാസ്സ് പാസ്സായതുകൊണ്ട് നാരായണന്റെ മകന് തുടർന്ന് പഠിക്കാൻ പോകാനുള്ള അവസരമൊന്നുമില്ല. മത്സ്യത്തൊഴിലാളിയുടെ മക്കൾ പഠിച്ചാലും ഇല്ലെങ്കിലും കടലിലേക്ക് പോകേണ്ടവരാണ് എന്നതു തന്നെയായിരുന്നു അക്കാലത്തെയും അവസ്ഥ. എന്നെ പക്ഷേ, കടലിലേക്കല്ല, കരയിലേക്കാണ് അയയ്ക്കുന്നത്. ബോംബെയിലൊരു ഹോട്ടലിൽ ജോലി തരപ്പെടുത്തി അങ്ങോട്ട് പറഞ്ഞയയ്ക്കാനായിരുന്നു വീട്ടുകാരുടെ തീരുമാനം. വീട്ടിലെ ദാരിദ്ര്യംതന്നെയായിരുന്നു കാരണം.

ഒരു ട്രങ്ക് പെട്ടി അച്ഛൻ എവിടെനിന്നോ തയ്യാറാക്കിക്കൊണ്ടുവന്നു. തൃശ്ശൂരിൽ വന്ന് 35 രൂപയുടെ ബോംബെ ടിക്കറ്റ് എന്റെ പേരിൽ ബുക്ക് ചെയ്തു. എവിടെ നിന്നോ പണം കടം വാങ്ങി ഒരു പാന്റും ഷർട്ടും ചെരുപ്പും അച്ഛൻ കൊണ്ടുതന്നു.

“എനിക്ക് പഠിക്കണം. ഒരു മാഷാകണം.”

അച്ഛന്റെ മുമ്പിൽ ഞാൻ കണ്ണീരോടെ യാചിച്ചു. അച്ഛനും ആഗ്രഹ മില്ലാഞ്ഞട്ടാവില്ല. എന്നാൽ വീട്ടിലെ അവസ്ഥ...

കൂട്ടുകാരുടെ മുന്നിൽ ദിവസവും ഞാൻ കരഞ്ഞു. ബോംബെയ്ക്ക് പോകാനുള്ള ദിവസങ്ങളടുക്കുംതോറും നീറ്റൽ ശക്തമായിക്കൊണ്ടി രുന്നു. മാളിയേക്കൽ കുഞ്ഞുബാപ്പു സാഹിബ് എന്ന മനുഷ്യസ്നേഹി അദ്ദേഹത്തിന്റെ മക്കൾ ഇക്കാര്യം പറഞ്ഞ് എന്റെ സങ്കടം അറിഞ്ഞു. ഞങ്ങളുടെ പള്ളിയിലെ മൂത്തവല്ലിയും സ്വാതന്ത്ര്യസമരസേനാനിയു മായിരുന്നു കുഞ്ഞുബാപ്പു സാഹിബ്. അദ്ദേഹം എന്നെ വന്ന് കണ്ട് കെട്ടി പ്പിടിച്ച് പറഞ്ഞു:

“നീയ് പഠിക്കണം. നല്ല നെലേലെത്തണം... അല്ലാണ്ടാ ബോംബേ പോയി ഗ്ലാസ് കഴുകണ്ടാളല്ല നീയ്... ഡാ... മ്മളൊക്കെ യില്ലേ ഇബ്ടെ... നെലോളിക്കണ്ടാ...”

കുഞ്ഞുബാപ്പു സാഹിബ് അച്ഛനെക്കണ്ട് കാര്യം പറഞ്ഞു.

“ക്ടാവിനെന്തായാലും പഠിക്കാൻ വിട്ടേ പറ്റൂ... പത്താംക്ലാസ്സ് ജയിച്ചിട്ട് അവനീ ഗ്ലാസ്സ് കഴുകാനാ പോണ്ടേ...?”

തുടർന്ന് എന്താണ് അച്ഛനും ബാപ്പുസാഹിബും പറഞ്ഞതെന്നറിയില്ല. എന്റെ യാത്ര വേണ്ടെന്നുവച്ചു.

ഒരു നിമിഷത്തിന്റെ വിലയേയുള്ളൂ നമ്മുടെ ഗതിവിഗതികളുടെ തിരിമറിയലുകൾക്ക്. പത്താംക്ലാസ്സ് ജയിച്ചാലും ഇല്ലെങ്കിലും ബോംബെയിൽ പോയി ഗ്ലാസ്സ് കഴുകാൻ വിധിക്കപ്പെട്ടതായിരുന്നു എന്റെ ജീവിതം. അവിടെ നിന്നും ചിലപ്പോൾ ഗൾഫിലേക്ക് പോകുമായിരിക്കാം. പ്രവാസജീവിതത്തിലൂടെ ഞാനൊരു സമ്പന്നനാവാം, പരമദരിദ്രനാവാം. എന്നാൽ, എന്റെ ഗതി ഞാൻ പോലുമറിയാതെ വഴിതിരിഞ്ഞുമാറുകയായിരുന്നു.

വഴിമാറ്റിയ കുഞ്ഞുബാപ്പു സാഹിബ് ഒരു നിമിത്തം മാത്രമായിരുന്നു. അദ്ദേഹം കൈപിടിച്ച് കയറ്റിയത് എന്റെ മോഹത്തിലേക്കായിരുന്നു. കോളേജിൽ ചേർന്ന് പഠിക്കണം.

യൂത്ത് കോൺഗ്രസ് നേതാവായ നകുലൻചേട്ടനോട് എന്റെ ആഗ്രഹം പറഞ്ഞപ്പോൾ എന്നെയും കൂട്ടി ഒരു സ്ഥലംവരെ പോകണമെന്ന് പറഞ്ഞു. അന്തിക്കാട് കനോലിക്കനാലിനടുത്തുള്ള പുലാമ്പുഴക്കടവിലെ വി.എം. സുധീരൻ എന്ന നേതാവിന്റെ വീട്ടിലേക്കായിരുന്നു ആ യാത്ര. വി.എം. സുധീരന്റെ മുന്നിൽ ഞാനും നകുലേട്ടനും ആവശ്യം അറിയിച്ചു.

ഈ സമയമായപ്പോഴേക്കും സ്കൂളിൽ മാത്രമല്ല, നാട്ടിലും രാഷ്ട്രീയ പ്രവർത്തനം ഞാൻ ആരംഭിച്ചിരുന്നു. തിരഞ്ഞെടുപ്പ് വേളകളിൽ കപ്പങ്ങത്തണ്ടിൽ തിരി കത്തിച്ച് പ്രചരണം നടത്തിയിട്ടുണ്ട്. കോളാമ്പിമൈക്കിലൂടെ രാത്രിയിൽ, “പ്രിയപ്പെട്ട സോദരീസോദരരേ, ആസന്നമായ പാർലമെന്റ് തിരഞ്ഞെടുപ്പിലേക്ക്...” ഇങ്ങനെ വിളിച്ച് പ്രചരണങ്ങളിൽ സജീവമായിരുന്നു. ഇക്കാര്യങ്ങൾ വി.എം. സുധീരനും അറിയാമായിരുന്നു.

വീട്ടിലെ വിശേഷങ്ങൾ ചോദിച്ചറിഞ്ഞ വി.എം. സുധീരൻ ഇറങ്ങാൻ നേരം ഒരു കത്ത് തന്ന് തൃശ്ശൂരിലുള്ള ടി.ആർ. രാഘവൻചേട്ടനെ ചെന്ന് കാണണമെന്ന് പറഞ്ഞു.

ടൗൺഹാളിന് പിന്നിലായിട്ടാണ് ടി.ആർ. രാഘവൻസാറിന്റെ വീട്. ഞാൻ കവറുമായി അദ്ദേഹത്തിന്റെ വീട്ടിലെത്തി. വി.എം. സുധീരന്റെ കത്ത് വായിച്ചശേഷം രണ്ട് കവറുകൾ എനിക്ക് നീട്ടി. ഒന്ന് കോളേജ് പ്രിൻസിപ്പാളിന്, മറ്റേത് എനിക്കാണെന്ന് പറഞ്ഞു. വീട്ടിലെത്തി തുറന്നു നോക്കിയാൽ മതിയെന്നും പറഞ്ഞു.

എനിക്കുള്ള കവർ ഞാൻ വീട്ടിലെത്തി തുറന്നു. നൂറുരൂപയുടെ അഞ്ച് നോട്ടുകൾ. ഞാൻ ഞെട്ടിപ്പോയി. പത്തുദിവസംപോലും പണിയെടുത്താൽ നൂറ് തികയാത്ത കൂലി കിട്ടുന്ന കാലത്താണ് അഞ്ച് നൂറുരൂപയുടെ നോട്ട് അദ്ദേഹം എനിക്ക് നൽകിയത്. പണത്തിനോടൊപ്പം ഒരു കത്തുമുണ്ടായിരുന്നു: “വസ്ത്രങ്ങൾക്കും പഠനാവശ്യങ്ങൾക്കുമായി ഉപയോഗിക്കുക.”

എന്റെ കണ്ണ് താനേ നിറയുന്നത് അറിയാൻ കഴിഞ്ഞു. നൂറു രൂപ അമ്മയ്ക്കും നൂറുരൂപ അച്ഛനും കൊടുത്തു. തൃപ്രയാർ ശ്രീരാമകൃഷ്ണ ക്ഷേത്രത്തിനടുത്ത വാസുവേട്ടന്റെ ഖാദിക്കടയിൽ ചെന്ന് മുണ്ടും ഷർട്ടും വാങ്ങിച്ചു.

പ്രിൻസിപ്പാളിനുള്ള കത്തിൽ 'ആവശ്യപ്പെടുന്ന ഗ്രൂപ്പിൽ അഡ്മിഷൻ കൊടുക്കണം' എന്നായിരുന്നു വാചകം. അങ്ങനെ ഫസ്റ്റ് ഗ്രൂപ്പിന് ചേർന്നു. സാഹിത്യത്തോടുള്ള അഭിരുചിയും മുഴുവൻസമയ രാഷ്ട്രീയപ്രവർത്തനവും എന്റെ ഗതി തിരിച്ചുവിട്ടു. പ്രീഡിഗ്രിക്ക് തോറ്റു. തുടർപഠനം എന്റെ മുന്നിൽ തടസ്സമായി. വീണ്ടും ജീവിതപ്രാരബ്ധം എന്നെ മറ്റൊരു ജോലിയിലേക്ക് നയിച്ചു.

മൂത്തചേട്ടൻ അപ്പോഴേക്കും ഗൾഫിൽ ജോലിയിൽ പ്രവേശിച്ചിരുന്നു. പ്രീഡിഗ്രി തോറ്റ്, മുഴുനീള രാഷ്ട്രീയപ്രവർത്തനമായി ജീവിക്കുന്ന എനിക്ക് ചേട്ടൻ കരുതിവെച്ചിരിക്കുന്നത് അറബിയുടെ വീട്ടിൽ ചെടി നനയ്ക്കാനും ഒട്ടകത്തെ മേയ്ക്കാനുമായുള്ള ജോലിയായിരുന്നു.

"എത്രയും പെട്ടെന്ന് പാസ്പോർട്ട് എടുക്കണം."

ചേട്ടനായ സഹദേവന്റെ കത്ത് വന്നു. ഞാൻ പാസ്പോർട്ട് എടുത്തു. ഇനി എനിക്ക് പറഞ്ഞുനിൽക്കാൻ പറ്റില്ല. ജീവിതം മുന്നിൽ ചോദ്യചിഹ്നമായിത്തന്നെ നിൽക്കുകയാണ്.

ചേട്ടൻ വിസ അയച്ചുതന്നു. നേരത്തേ പറഞ്ഞതിൽ ചെറിയൊരു മാറ്റം: കുക്ക് ആയിട്ടാണ് നിയമനം. ഇവിടെ നിയോഗം എന്നെ തുണച്ചു. സഹദേവൻ ചേട്ടൻ ആ തസ്തികയിലേക്ക് മാറാൻ എങ്ങനെയോ തീരുമാനമായി. വിസ മാറ്റിയടിച്ചു. സഹദേവേട്ടൻ എന്റെ പകരക്കാരനായി.

എന്റെ ഗതി വീണ്ടും തിരിക്കപ്പെട്ടു. ഞാൻ മുഴുവൻസമയ പൊതുപ്രവർത്തകനായി കാരിക്കത്ത് ലൈനിലെ ഓഫീസിൽ കിടപ്പു തുടങ്ങി. ആഴ്ചയിലൊരിക്കൽ വീട്ടിലേക്ക് പോകും. അല്ലാത്ത ദിവസം വാറുണ്ണിയേട്ടന്റെ കടയിലെ മുതിരയും ഇഡ്ഡലിയും എന്നെ ഊട്ടി. അന്നത്തെ എസ്.എഫ്.ഐ. നേതാവായിരുന്ന പി.എസ്. ഇഖ്ബാലിനൊപ്പം രാത്രിയിൽ സിനിമയ്ക്ക് പോവുക പതിവായിരുന്നു. രാഷ്ട്രീയസംവാദങ്ങൾക്ക് ഞങ്ങളുടെ കൂടിച്ചേരലുകൾ വേദിയാകുമ്പോഴും ഇരുവരും ഉള്ളിന്റെയുള്ളിൽ ആഴത്തിലുള്ള സൗഹൃദം സൂക്ഷിച്ചിരുന്നു.

പിന്നെയും എന്റെ ജീവിതത്തെ ഗതി മാറ്റിയ ഒഴുക്കുകൾ വന്നു. ഇത്തവണ അമ്മയും അച്ഛനുമായിരുന്നു എന്റെ മുന്നിൽ. ചേട്ടൻ താമസം മാറിപ്പോയിരിക്കുന്നു. അച്ഛനും അമ്മയ്ക്കും വയസ്സായിത്തുടങ്ങി. അസുഖങ്ങളും പ്രായാധിക്യവും തളർത്തിയ രക്ഷിതാക്കളെ പരിപാലിക്കേണ്ടത് ഒരു മകന്റെ കടമയാണ്.

എന്റെ മുന്നിൽ ഒരു ചോദ്യമുയർന്നു: ഏതു വേണം?

രാഷ്ട്രീയപ്രവർത്തകനായി തൃശ്ശൂരിലെ ഓഫീസിൽ കിടന്ന്, വാറുണ്ണ്യേട്ടന്റെ പീടികയിലെ പറ്റുപുസ്തകത്തിൽ ഒരു പേരുകാരനായി മാറി ജീവിക്കണോ, അതോ അച്ഛനെയും അമ്മയെയും നോക്കി വീട്ടിൽ താമസിക്കണോ?

രണ്ടാമത്തേതുതന്നെയായിരുന്നു എന്റെ തീരുമാനം. വിശാലമായ രാഷ്ട്രീയപ്രവർത്തനം ഞാൻ അവസാനിപ്പിക്കുകയാണ്. വേദനയോടെയാണെങ്കിലും അച്ഛനെയും അമ്മയെയും പരിപാലിക്കേണ്ടതുണ്ട് എന്ന സത്യം തിരിച്ചറിഞ്ഞുകൊണ്ടുതന്നെ.

ആവുന്ന കാലത്ത് രാവും പകലും നോക്കാതെ പണിയെടുത്തും കഷ്ടപ്പെട്ടുമാണ് അച്ഛനും അമ്മയും എന്നെ ഈ നിലയിലേക്കെത്തിച്ചത്. ഞാൻ പൊതുപ്രവർത്തകനായി ഈ വേഷവും ധരിച്ച് നടക്കുന്നതിൽ അവരുടെ വിയർപ്പും അധ്വാനവും എല്ലാമുണ്ട്. ഞാനവരോട് കടപ്പെട്ടവനാണ്.

ഇനിയുള്ള ജീവിതം അവർക്കുവേണ്ടി!

ഈ തീരുമാനത്തിലേക്ക് ഞാനെത്തിച്ചേർന്നു. എന്റെ മനസ്സാക്ഷി പറഞ്ഞത് ഇതാണ്. ഇതുമാത്രമാണ്. ഞാൻ വീണ്ടും നാട്ടിലേക്കെത്തി.

സഹകരണബാങ്കിൽ അപ്രൈസർ എന്ന തസ്തികയിൽ ഞാൻ ജോലിയിൽ പ്രവേശിച്ചു. തുച്ഛമായ വരുമാനമേയുള്ളൂവെങ്കിലും എല്ലാ ദിവസവും വീട്ടിലെത്താം. അച്ഛനും അമ്മയ്ക്കും താങ്ങും തണലുമാകാം.

പണയത്തിനെത്തുന്ന സ്വർണ്ണാഭരണങ്ങളുടെ തൂക്കവും മാറ്റും അളന്നും കുറിച്ചും വെച്ച് ഞാനെന്റെ ജീവിതം പുനരാരംഭിക്കുകയാണ്.

ജീവിതം ഇങ്ങനെയാണ്. നാം വെറും യാത്രക്കാർ മാത്രമാണ്. ആരോ നിയന്ത്രിക്കപ്പെടുന്ന കളിപ്പാവപോലെ. നമുക്ക് തോന്നും, എല്ലാം നമ്മൾ തീരുമാനിക്കുന്നതുപോലെയാണെന്ന്. ആരുടെയോ കൈപ്പിടിയിൽ ആടുന്ന കളിപ്പാവകൾ മാത്രമാണ് നാം. ദിശയറിയാതെ ഒഴുകുന്ന നൗകയെപ്പോലെ ജീവിതം കറങ്ങിത്തിരിയുന്നു. നമ്മുടെ ചെയ്തികൾക്കനുസരിച്ച്, കടൽ ഓരോ അത്ഭുതങ്ങൾ നമ്മുടെ വഴികളിൽ ഒളിപ്പിച്ചുവെച്ചിട്ടുണ്ടാവും. ആ അത്ഭുതങ്ങൾക്കായി കാതോർക്കുക. അതു വരികതന്നെ ചെയ്യും.

കൊറോണയേയും നാം അതിജീവിക്കും പ്രകൃതി ഒരുക്കിയ അത്ഭുതങ്ങൾക്കായി നമുക്ക് കാതോർത്തിരിക്കാം, കാത്തിരിക്കാം.

പതിനൊന്നാം ദിവസം

പ്രണയം

പുസ്തകങ്ങളോടുള്ള പ്രണയം എന്നിൽ എപ്പോഴാണ് തുടങ്ങിയത്? ഓരോരുത്തരും ഒരായിരം കഥകളാണ്. ഞാനും അനുഭവിച്ച ജീവിതം ഓരോ കഥകൾ തന്നെയായിരുന്നു. കാലം ചെല്ലുമ്പോഴാണ് അനുഭവങ്ങൾ കഥകളായി മാറുന്നത്. എന്റെ ജീവിതാനുഭവങ്ങൾ കഥകളായി പരിണമിക്കാൻ തുടങ്ങിയ കാലത്തുതന്നെയായിരിക്കാം ഞാനും വായിക്കാൻ തുടങ്ങിയത്.

ക്വാറന്റൈൻകാലം എനിക്ക് വായനയുടെ കാലം കൂടിയായിരുന്നു. കഥകളും നോവലുകളും വായിച്ചിരുന്ന ഞാൻ ലേഖനങ്ങളിലേക്ക് മാറിയിട്ട് വർഷങ്ങൾ കഴിഞ്ഞിരിക്കുന്നു. എങ്കിലും ഇടയ്ക്ക് കഥകളും ഓർമ്മക്കുറിപ്പുകളും വായിക്കാറുണ്ട്.

പുസ്തകത്തെ പ്രണയിച്ചു തുടങ്ങിയ കാലംതൊട്ട് ഞാൻ എഴുത്തുകളെയും പ്രണയിച്ചു തുടങ്ങിയിട്ടുണ്ട്. പണ്ട് കത്തെഴുത്ത് ശീലമായത്, മനോഹരമായ വാക്കുകളെ പ്രണയിച്ചു തുടങ്ങിയപ്പോഴാണ്. സ്കൂളിൽ പഠിക്കുന്ന കാലംതൊട്ട് ഞാൻ കത്തെഴുത്ത് തുടങ്ങിയിരുന്നു. അതിലേറെയും പ്രണയലേഖനങ്ങളായിരുന്നു.

“എത്രയും സ്നേഹം നിറഞ്ഞ...”, “പ്രിയപ്പെട്ടവളേ...”, “എന്റെ ഹൃദയത്തിനുടമയായവളേ...” ഇങ്ങനെ പല വിധത്തിൽ തുടങ്ങിയ പ്രണയലേഖനങ്ങൾ.

ഏഴാംക്ലാസ്സിൽ പഠിക്കുന്ന കാലത്താണ് ആദ്യത്തെ പ്രണയലേഖനം എഴുതുന്നത്. പെൺകുട്ടികളോട് അത്രയൊന്നും സംസാരിക്കാത്ത പ്രകൃതമായിരുന്നു എന്റേത്. എന്നാൽ, വിദ്യാർത്ഥിപ്രവർത്തകനെന്ന നിലയിൽ പെൺകുട്ടികളോട് ഞാൻ സംസാരിക്കുമായിരുന്നു. പക്ഷേ, ‘അവളോട്’ ഞാനൊന്നും മിണ്ടാറില്ല. അവൾക്കരികിലെത്തുമ്പോൾ എന്നിലെ പ്രണയപ്പനി വിറച്ചുതുടങ്ങിയിരുന്നു. ആരോടും ഞാൻ അത് പറഞ്ഞില്ല.

സ്കൂൾപാർലമെന്റ് തിരഞ്ഞെടുപ്പ് നടക്കുന്ന സമയം. ക്ലാസ്സ് ലീഡർ സ്ഥാനാർത്ഥിയായി മത്സരിക്കാൻ പാർട്ടി കണ്ടിരിക്കുന്നത് അവളെയാണെന്ന് എന്റെ സുഹൃത്ത് മനോഹരന്റെ സഹോദരിയിലൂടെ അവളെ അറിയിച്ചു.

ഒരു ഫോം പൂരിപ്പിക്കണം എന്നു പറഞ്ഞ് കുറേ ചോദ്യങ്ങളടങ്ങിയ കടലാസ് അവളുടെ കൈകളിലേക്കെത്തിച്ചു. അച്ഛന്റെ പേര്, ജോലി, വീട്ടുപേര്, ജനിച്ച ദിവസം, ജന്മനക്ഷത്രം എന്നുവേണ്ട എനിക്ക് ആവശ്യമായ എല്ലാ വിവരങ്ങളും ഉൾപ്പെടുന്നതായിരുന്നു ഫോം.

മനോഹരന്റെ പെങ്ങൾ വഴി പൂരിപ്പിച്ച ഫോം എനിക്ക് കിട്ടി. ഞാൻ വിറയലോടെ, ഏറെ ആലോചനയോടെ കത്തെഴുതിത്തുടങ്ങി.

“ഇലഞ്ഞിപ്പൂമാല”

അതായിരുന്നു തലവാചകം. മനോഹരമായ വാക്കുകളാൽ ഞാൻ എന്റെ പ്രണയത്തെക്കുറിച്ച് താഴെ എഴുതിത്തുടങ്ങി. പലവട്ടം വായിച്ചു നോക്കി, പുതിയൊരു കടലാസിൽ വീണ്ടും പകർത്തിയെഴുതി. മനോഹരന്റെ പെങ്ങൾ വഴി ഞാനത് അവൾക്ക് എത്തിച്ചുകൊടുത്തു.

ആ നിമിഷം മുതൽ എന്തെന്നില്ലാത്ത വേവലാതിയോ, വെപ്രാളമോ ഒക്കെയായിരുന്നു എനിക്ക്.

തൊട്ടടുത്ത ദിവസം ഹെഡ്മാഷ് ഓഫീസിലേക്ക് എന്നെ വിളിപ്പിച്ചു. ഞാൻ ചിരിയോടെ ഓഫീസ് മുറിയിലേക്ക് ചെന്നു. മാഷുടെ മുഖത്ത് ചിരിയില്ല. ഗൗരവം മാത്രം. എന്നെത്തന്നെ നോക്കി.

“എന്തൂട്ടാണ്ട്രാ പ്രതാപാ ഇത്?”

ഗൗരവവും പരിഹാസവും നിറച്ച് മാഷ് ചോദിച്ചു.

“എന്താ മാഷേ കാര്യം?”

ആ ചോദ്യത്തിന് മേശമേൽ ഇരിക്കുന്ന വെള്ളക്കടലാസ് എടുത്ത് എന്റെനേരെ ഉയർത്തുകയായിരുന്നു മാഷ് ചെയ്തത്.

ഞാനൊന്ന് ഞെട്ടി. പെട്ടെന്ന് ഞെട്ടൽ ഉള്ളിലേക്കൊതുക്കാൻ ഞാൻ ശ്രമിച്ചു.

“ഇത് ആരാണ്ട്രാ എഴുതിയേ? നീയല്ലേ?”

വിജയയ്ക്ക് എഴുതിയ കത്തായിരുന്നു അത്. ഞാൻ നിഷേധിച്ചു.

“എന്റടുത്ത് നിന്റെ വേല വേണ്ടട്ടാ....”

മാഷ് മുറിക്കണ്ണടയുടെ മുകളിലൂടെ നോക്കി എന്നെ വിരട്ടി. എന്റെ തല കുമ്പിട്ട് താഴെ മുട്ടുമെന്ന അവസ്ഥയായി. ഏതോ വലിയ കേസിലെ പ്രതിയെപ്പോലെ ഞാൻ.

“അച്ഛനെ വിളിച്ച് കൊണ്ടുവരണം. നെന്റെ അച്ഛനൊക്കെ അറിയട്ടേടാ നിന്റെ എഴുത്തുകുത്തിന്റെ കാര്യം.”

അച്ഛനെ വിളിച്ചുകൊണ്ടുവരിക എന്നാൽ പലതുകൊണ്ടും പ്രയാസമുള്ള കാര്യമാണ്. മീൻപിടിക്കാൻ പോകുന്നതിൽ നിന്നും ഒരു ദിവസത്തെ അവധിയെടുത്തു വേണം അച്ഛന് വരാൻ. വന്നിട്ട് കേൾക്കാനുള്ളത് മകന്റെ പ്രോഗ്രസ്സ് കാർഡിലെ വലിയ മാർക്കിനെക്കുറിച്ചുള്ള മഹത്വമല്ലല്ലോ, പ്രണയലേഖനത്തിലെ വരികളല്ലേ! അതിലെ ഓരോ അക്ഷരവും എനിക്ക് പ്രിയപ്പെട്ടതാണ്. പക്ഷേ, അച്ഛനോ അധ്യാപകനോ അങ്ങനെയല്ലല്ലോ. ഞാൻ മാഷിന്റെ കാൽക്കൽ വീണു. മാഷ് എന്നെ തുറിച്ചു നോക്കി. ഞാൻ കരയാൻ തുടങ്ങിയിരുന്നു.

മാഷ് ആ കത്ത് കീറിക്കളഞ്ഞു.

"ഇനി മേലാൽ ഇതാവർത്തിക്കരുത്. മനസ്സിലായോ?"

അതു കേട്ട് ഞാൻ കുനിഞ്ഞ് തലയൊന്നാട്ടി പുറത്തേക്കിറങ്ങി.

ചവിട്ടിയരയ്ക്കപ്പെട്ട പൂവ് നോക്കി അതെന്റെ ഹൃദയമായിരുന്നു എന്ന് മനസ്സിൽ വിചാരിച്ച് ഞാൻ നേരെ ചെന്നത് മനോഹരന്റെ പെങ്ങളുടെ അടുത്തേക്ക്. ഞാൻ സ്നേഹിക്കുന്ന അവൾക്ക് എന്നെ ഇഷ്ടമല്ല. അതുകൊണ്ട് അവൾ തന്നെയാണ് ഹെഡ്മാഷിന് ഈ കത്ത് കൈമാറിയതെന്ന് ഞാൻ വിശ്വസിച്ചു.

മനോഹരന്റെ സഹോദരിയോട് കാര്യങ്ങൾ പറഞ്ഞു. കത്ത് കൈമാറിയ കാര്യം അവൾ പറഞ്ഞപ്പോൾ ഞാൻ ഉറപ്പിച്ചു, 'അവൾ' തന്നെയാണ് കത്ത് കൈമാറിയത് എന്ന്.

പക്ഷേ, അവൾ ഇഷ്ടത്തോടെയാണല്ലോ കത്ത് വാങ്ങിയത് എന്ന് മനോഹരന്റെ സഹോദരിക്ക് ഉറപ്പുണ്ടായിരുന്നു.

"ഏതായാലും ഞാനവളോടൊന്ന് ചോദിക്കട്ടെ... നീ സമാധാനിക്ക്." അവൾ എന്നെ ആശ്വസിപ്പിച്ചു.

അടുത്തദിവസം അവൾ എന്റെ അടുത്തെത്തി കാര്യങ്ങൾ വിശദീകരിച്ചു.

'അവൾ'ക്ക് കാര്യങ്ങൾ കേട്ടപ്പോൾ വിഷമമായത്രെ. കത്ത് മാഷുടെ കൈയിൽ എത്തിച്ചത് അവളല്ലത്രെ. അവളുടെ കൈയിൽനിന്നും കത്ത് എങ്ങനെയോ നഷ്ടപ്പെട്ടിരുന്നു. ആരോ അതെടുത്ത് മാഷ്ക്ക് കൊണ്ടുകൊടുത്തതാണത്രെ. അതാരാണ്?

അന്വേഷിച്ചപ്പോൾ ആളെ കിട്ടി. അത് എന്റെ എതിർസ്ഥാനാർത്ഥിയായിരുന്ന വ്യക്തിയാണ്. 'അവൾ' ഒരു മറുപടിക്കത്ത് കൊടുത്തയച്ചിട്ടുണ്ട്. അതിൽ ഇപ്രകാരം എഴുതിയിരുന്നു.

"എന്നോട് ക്ഷമിക്കണം. ഞാൻ മനസ്സാ വാചാ ഇക്കാര്യം അറിഞ്ഞിട്ടില്ല. ആ കത്ത് നഷ്ടപ്പെട്ടതിൽ എനിക്ക് വിഷമമുണ്ട്. അതുപോലൊരു കത്ത് വീണ്ടും കൊടുത്തയയ്ക്കുമല്ലോ?"

പിന്നീട് മറ്റൊരു കത്ത്, മറുപടിക്കത്ത്, അങ്ങനെയങ്ങനെ പ്രണയലേഖനങ്ങളുടെ നീണ്ടനിരകളായിരുന്നു പത്താംക്ലാസ്സ് മുഴുവൻ.

പത്താംക്ലാസ്സിന്റെ അവസാനം ഗ്രൂപ്പ് ഫോട്ടോയ്ക്ക് ഒരുങ്ങുമ്പോഴായിരുന്നു ആദ്യമായി അവളോട് സംസാരിച്ചത്. വിറയലും വേവലാതിയും കൊണ്ട് ഞാനെന്താണ് പറഞ്ഞതെന്ന് അടുത്തനിമിഷംതന്നെ മറന്നുപോയിരിക്കുന്നു.

പത്താംക്ലാസ്സ് പൂർത്തിയായി രണ്ടുപേരും രണ്ടു വഴിക്ക്. പിന്നെ നേരിട്ട് കാണാൻ പറ്റാതായി. കത്തെഴുതിയെങ്കിലും കൊടുക്കാനോ അയയ്ക്കാനോ പറ്റിയില്ല. വീട്ടുകാർ അറിഞ്ഞാൽ....?

പുതിയ കൂട്ടുകാർ, പുതിയ കോളേജ്, അവളെ ഞാൻ മറന്നു തുടങ്ങിയിരുന്നു, ഒരുപക്ഷേ, അവൾ എന്നെയും. എങ്കിലും ആ ദിനങ്ങളെ മറക്കാനെളുപ്പമല്ലല്ലോ! അവൾ കല്യാണം കഴിഞ്ഞ് പോയെന്ന് അറിഞ്ഞു. യാഥാർത്ഥ്യം ഉൾക്കൊണ്ട് ഞാൻ കോളേജിലേക്ക് വീണ്ടും പോകാൻ തുടങ്ങി. ഇതെല്ലാം കേവലം പക്വത വരാത്ത സ്കൂൾകാല പ്രണയം മാത്രം.

പത്താംക്ലാസ്സിൽ പഠിക്കുമ്പോൾതന്നെ നിരവധി പ്രേമലേഖനങ്ങൾ 'അവൾ'ക്കല്ലാതെ എഴുതിയിട്ടുണ്ട്. പക്ഷേ, അതെല്ലാം എന്റെ കൂട്ടുകാർക്കുവേണ്ടിയായിരുന്നു. എന്റെ എഴുത്തും വാക്കുകളും മനോഹരമായിരുന്നു

എന്ന് ഞാൻ തന്നെ സാക്ഷ്യപ്പെടുത്തുന്നതായിരുന്നു അവ. അവരുടെ ആവശ്യങ്ങൾ കൂടിക്കൊണ്ടിരുന്നു. അങ്ങനെ ഞാൻ സ്കൂളിലെയും കോളേജിലേയും പ്രണയലേഖനരചയിതാവായി മാറി.

കോളേജിൽ പഠിക്കുന്ന കാലം. കുങ്കുമം വാരികയിൽ ഒരു യഥാർത്ഥ പ്രേമകഥ ഖണ്ഡശ്ശ പ്രസിദ്ധീകരിക്കുന്നു. ആവേശത്തോടെ ഓരോ ലക്കവും വായിച്ചുകൊണ്ടിരുന്നു. ആ പ്രേമകഥയിലെ നായകൻ വയലാർ രവിയാണ്. സുന്ദരിയായ മേഴ്സിയാണ് നായിക.

ജാതിമതചിന്തകളെ അസ്ഥാനത്താക്കിക്കൊണ്ടുള്ള ഉഗ്രൻ പ്രണയ കഥ, അതും വയലാർ രവിയെന്ന കോൺഗ്രസ്സുകാരന്റേത്. എന്നെ അതേറെ ആകർഷിച്ചു. ഞാൻ ആ പ്രണയത്തിന്റെ കടുത്ത ആരാധക നായി മാറി. കോളേജിൽ എനിക്കൊരു പ്രണയം വേണം. വയലാർ രവിയെ പ്പോലെ എനിക്കും പ്രണയിക്കണം. ഒരു സാധാരണ പ്രണയമല്ല, വയ ലാർ രവിയുടേതുപോലൊരു പ്രണയം. എന്റെ പ്രണയിനിയെ കണ്ടെത്തി. പ്രണയത്തിന് ഒരു ഡിമാന്റേ ഉണ്ടായിരുന്നുള്ളൂ. പേര് വയലാർജിയുടെ പ്രണയിനിയുടെ പേര് പോലെയായിരിക്കണം.

കോളേജിൽ അവളെ കണ്ടെത്തി. ഞാനെന്റെ പ്രണയം അവളോട് പറഞ്ഞു. അവൾക്ക് കത്തുകളയച്ചു. ഞാൻ പ്രണയിച്ചുതുടങ്ങി. വയ ലാർ രവിയെപ്പോലെ കോളേജ് രാഷ്ട്രീയത്തെ ഞാൻ പ്രണയാതുരമാക്കി. അവൾക്കു മുമ്പിൽ ഞാൻ പ്രസംഗിച്ചു. വാക്കുകൾക്ക് പറഞ്ഞറിയിക്കാ നാവാത്ത ശക്തിയായിരുന്നു ആ സമയത്ത് എന്ന് എനിക്ക് തോന്നി.

എന്റെ ഓരോ ദിവസവും അവളിൽ തുടങ്ങി അവളിൽ അവസാനി ക്കുന്നു. പ്രസംഗിക്കുമ്പോൾ മുന്നിൽ അവൾ, നടക്കുമ്പോൾ അവൾ.... ആഹാ...! എന്തൊരു ദിനങ്ങൾ!!

അവൾക്ക് ഇതെല്ലാം ഓർമ്മയുണ്ടാകുമോ? ഒരുപക്ഷേ ഓർമ്മയു ണ്ടാവാൻ വഴിയില്ല. കോളേജ് പഠനകാലത്തെ രസംകൊല്ലികളായിട്ടാവും അവൾ കരുതിയത്. വയലാർ രവിയുടെ പ്രണയത്തിലെ നായിക എന്ന തിനു പകരം വേറൊരു പേരായിരുന്നുവെങ്കിൽ മാറിപ്പോകാവുന്ന പ്രണ യപ്പേര് മാത്രമായിരുന്നു അവളുടേത് എന്ന് അവൾ വിചാരിച്ചിട്ടുണ്ടാകണം. ഞാനും അതാലോചിച്ചിട്ടുണ്ട്. ഇതിനപ്പുറം എന്റെ കോളേജ് പ്രണയ ത്തിന് വ്യാപ്തിയുണ്ടായിരുന്നില്ല എന്നതായിരുന്നു സത്യം.

പ്രണയദിനങ്ങൾ എന്നിൽ പൂത്തുവിടരുന്നത് അതിനുശേഷമാകാം. എന്റെ പ്രണയദിനങ്ങളിലെ രാജകുമാരി ആ ദിനങ്ങളാണ്. അതായിരുന്നു എന്റെ ഏറ്റവും വലിയ പ്രണയം. ശരിയായ പ്രണയം. ജീവിതപ്രണയം.

ആകാശവാണിക്കാലം. തൃശ്ശൂർ ആകാശവാണിയിൽ പ്രതാപൻ തളി ക്കുളത്തിന്റെ പേര് പറയാതെ, 'നിങ്ങളാവശ്യപ്പെട്ട ചലച്ചിത്രഗാനങ്ങൾ'

സംപ്രേഷണം ചെയ്യരുതെന്ന് എനിക്ക് വാശിയൊന്നുമില്ല. എന്നാൽ, അങ്ങനെയായിരുന്നു ആകാശവാണിയിലേക്ക് ഞാൻ കത്തയച്ചുകൊണ്ടിരുന്നത്. ആകാശവാണിയിലേക്ക് പാട്ടുകളാവശ്യപ്പെട്ട് എല്ലാ ദിവസവും ഞാൻ കത്തയച്ചുകൊണ്ടിരുന്നു.

ആകാശവാണിയിലെ യുവവാണിയിൽ കഥകളും ലേഖനങ്ങളും അവതരിപ്പിക്കുക വഴി എന്റെ ശബ്ദവും റേഡിയോയിലൂടെ ഞാൻ എത്തിച്ചിരുന്നു. പ്രതാപൻ തളിക്കുളം എന്ന പേര് തൃശ്ശൂരിൽ പലരും സ്ഥിരമായി കേട്ടുതുടങ്ങിയതോടെ "എവിടെയോ ആ പേര് കേട്ടിട്ടുണ്ടല്ലോ?" എന്ന് എന്നെ പരിചയമില്ലാത്തവർപോലും പിന്നീട് പറഞ്ഞിട്ടുണ്ട്.

ആകാശവാണിയിൽ, നിങ്ങളാവശ്യപ്പെട്ട ചലച്ചിത്രഗാനങ്ങൾ എന്ന പംക്തിയിൽ പ്രതാപൻ തളിക്കുളം എന്ന പേര് വായിച്ചുകേട്ട എന്റെ പെങ്ങളുടെ മകൾ ഷീല ഒരു ദിവസം എന്നോട് പറഞ്ഞു:

"മാമന്റെ ഇഷ്ടഗാനങ്ങളെല്ലാം ഞങ്ങടെയവിടെയുള്ള ഒരു ചേച്ചിക്കും ഇഷ്ടാ... എന്നോട് പറയാറുണ്ട്."

"അതാരാണ്?"

ഷീലയുടെ അച്ഛന്റെ ബന്ധുവായ ഒരാൾ.

"പേരെന്താ?"

"രമ."

രമയെ ഞാൻ കണ്ടിട്ടുണ്ടല്ലോ എന്ന് ഓർത്തു.

യുവവാണിയിലെ കഥ നന്നായെന്നും ലേഖനം കേട്ടുവെന്നും രമ പറഞ്ഞ് വീണ്ടും ഷീല പല പ്രാവശ്യം എന്റെയടുത്തുവന്നു. രമ ആവശ്യപ്പെടണമെന്ന് ആഗ്രഹിക്കുന്ന പാട്ടുകൾ തന്നെയാണത്രെ ഞാൻ 'നിങ്ങളാവശ്യപ്പെട്ട ചലച്ചിത്രഗാനങ്ങളിൽ' ചോദിച്ചുകൊണ്ടിരിക്കുന്നത്.

രമ!

രമയെ കാണാതെതന്നെ രമയുടെ ആഗ്രഹങ്ങളെ അറിയുന്നു. രമയെ ഞാൻ പ്രണയിച്ചുതുടങ്ങുകയാണെന്നൊരു തോന്നൽ. ഒരുപക്ഷേ, രമയ്ക്കും എന്നോട് പ്രണയമുണ്ടാകുമോ? എന്റെ ആകാംക്ഷ വർദ്ധിച്ചു.

"ഇതുവരെയും നേരിൽ കാണാത്ത രമേ, നാളെ ഞാൻ ഒരു കത്തയയ്ക്കുന്നുണ്ട് ആകാശവാണിയിലേക്ക്. ഏത് പാട്ടാണ് വേണ്ടതെന്ന് പറഞ്ഞാൽ ഉൾപ്പെടുത്താമായിരുന്നു." എന്നറിയിച്ചുകൊണ്ട് ഞാനൊരു കത്ത് രമയ്ക്ക് എഴുതി. ഷീല വഴി രമയ്ക്ക് കത്ത് എത്തിച്ചുകൊടുത്തു.

കത്തിനുള്ള മറുപടി വന്നു.

"പ്രതാപൻ തളിക്കുളത്തിന്റെ ഇഷ്ടമുള്ള പാട്ടുകൾതന്നെയാണ് എന്റെയും ഇഷ്ടം."

കത്തിലെ വരികൾ ഏതാണ്ടിങ്ങനെയായിരുന്നു എന്നാണ് ഓർമ്മ. ആ കത്തിൽ രമയുടെ മിടിക്കുന്ന ഹൃദയം ഞാൻ കണ്ടു. വീണ്ടും കത്തുകളെഴുതിക്കൊണ്ടേയിരുന്നു. ആകാശവാണിയിലെ ചലച്ചിത്രഗാനങ്ങളെക്കുറിച്ച് മാത്രമല്ല, ഭൂമിക്ക് കീഴിലെ പലതിനെക്കുറിച്ചും സംസാരിച്ചുകൊണ്ട്. കത്തുകൾ ഞങ്ങളെ ചേർത്തുപിടിച്ച് പറന്നുകൊണ്ടേയിരുന്നു, അങ്ങോട്ടും ഇങ്ങോട്ടും.

ഈ പ്രണയം എന്റെ ദിനങ്ങളെപ്പോലും പ്രചോദിപ്പിച്ചു. നേരം പുലരുന്നതും അസ്തമിക്കുന്നതും പ്രണയചിന്തകളോടെ. ആ സൗഗന്ധികം എന്റെ മുഖത്തും ജീവിതത്തിലും നിറഞ്ഞുനിന്നു. ഞാൻ പ്രണയിക്കുകയാണ് രമേ... നിന്നെയും എന്നെയും...

ആ പ്രണയവല്ലരി പൂത്ത് തളിർത്തു. വസന്തം നിറയുന്ന പകലുകളിൽ അവളുടെ കത്തുകൾക്കായി ഞാൻ കാത്തിരുന്നു. ഇനി ജീവിക്കുന്നുവെങ്കിൽ രമയ്ക്കൊപ്പംതന്നെയെന്ന് തീരുമാനിച്ചുകഴിഞ്ഞിരുന്നു.

എന്റെ പ്രണയം തളിർത്തു. രമയെ ഞാൻ വിവാഹം ചെയ്തു. രമ ഇന്നും എന്റെ കൂടെയുണ്ട്, പഴയ അതേ പ്രണയതീവ്രതയോടെ രമയെ ഞാനിപ്പോഴും സ്നേഹിക്കുകയാണ്.

രമ എന്റെ മുന്നിൽ നിൽക്കുകയാണ്.

"എന്തേയ് ഉറങ്ങുന്നില്ലേ?"

രമയുടെ ചോദ്യത്തിന് ഞാൻ ചിരികൊണ്ട് മറുപടി കൊടുത്തു. രമയെക്കുറിച്ച് പറഞ്ഞ വാക്കുകളുടെ പേജുകൾ തൽക്കാലം അടച്ചുവെച്ചു. ഇത് രമ പിന്നീട് വായിക്കട്ടെ, രമയ്ക്കുള്ള സമ്മാനമാണ് ഈ അധ്യായം.

ഞാൻ കട്ടിലിലേക്ക് ചാഞ്ഞു. ക്വാറന്റൈൻ അവസാനിക്കാൻ ദിവസങ്ങൾ മാത്രം.

പന്ത്രണ്ടാം ദിവസം

കല്യാണമേളങ്ങൾ

"നമ്മുടെ പഴയ പഞ്ചായത്ത് പ്രസിഡന്റിന്റെ മോൾടെ ക്ടാവിന്റെ കല്യാണായിരുന്നു ഇന്ന്."

രമ ഓർമ്മിപ്പിച്ചു.

ഓരോ ദിവസത്തെ യാത്രകളുടെ പ്ലാൻ ഡയറിയിൽ എഴുതിവെക്കുമ്പോൾ, എന്നെ ക്ഷണിക്കുന്ന കല്യാണങ്ങളുടെ ലിസ്റ്റും ഉൾപ്പെടുത്താറുണ്ട്. ഡയറിയിൽ നോക്കി അതനുസരിച്ചുള്ള യാത്രകൾ പ്ലാൻ ചെയ്യും. ക്ഷണിച്ച എല്ലാ കല്യാണങ്ങളിലും പരമാവധി ഞാൻ പങ്കെടുക്കാറുണ്ട്. അഥവാ പോകാൻ പറ്റിയില്ലെങ്കിൽ ആശംസയറിയിച്ച് അവർക്ക് കത്ത് അയയ്ക്കും.

ക്വാറന്റൈൻ ദിനങ്ങളിൽ ഡയറിയിൽ നോക്കുന്നതെന്തിന് എന്ന് വിചാരിച്ച് മാത്രമാണ് ഈ കല്യാണത്തെക്കുറിച്ച് രമയ്ക്ക് ഓർമ്മിപ്പിക്കേണ്ടിവന്നത്.

"അല്ല, അതിന് ചടങ്ങൊക്കെ നടത്താൻ പറ്റ്വോ?"

ലോക്ഡൗൺ തുടരുന്ന സ്ഥിതിക്ക് അതിനുള്ള സാധ്യതയില്ലല്ലോ.

"പത്തോ പന്ത്രണ്ടോ പേര് മാത്രമാക്കി ചടങ്ങ് നടത്തും എന്നാ പറഞ്ഞത്." രമ വിശദീകരിച്ചു.

അതു നന്നായി.

എത്ര കല്യാണങ്ങൾ നടക്കേണ്ട സമയമാണിത്. തുണിക്കടകൾ, സ്വർണ്ണാഭരണശാലകൾ, ഓഡിറ്റോറിയങ്ങൾ, വാഹനങ്ങൾ, കാറ്ററിംഗ്, ഇങ്ങനെ ഒരുപാട് ആളുകൾക്കാണ് നേരിട്ടും അല്ലാതെയും ജീവിതമാർഗ്ഗം നഷ്ടപ്പെട്ടിരിക്കുന്നത്. കൊറോണ വൈറസ് സമസ്തമേഖലകളേയും ബാധിച്ചിരിക്കുകയാണ്. സാമൂഹികഅകലം പാലിച്ച് ഇതിനെ നേരിടുകയല്ലാതെ വേറെ വഴിയില്ലല്ലോ.

ഇതിനിടെ ചിലരൊക്കെ വിവാഹം മാറ്റിവെച്ചതായും അറിയുന്നു. കൊറോണയൊക്കെ കഴിഞ്ഞ് വിവാഹം നടത്താമെന്നായിരിക്കും

അവരുടെ വിചാരം. എന്നാൽ, കൊറോണ നാട്ടിൽ നിന്ന് ഒഴിഞ്ഞാലും കുറച്ചുകാലത്തേക്കെങ്കിലും സാമൂഹിക അകലങ്ങളും പ്രതിരോധ പ്രവർത്തനങ്ങളും തുടരേണ്ടി വരുമെന്നാണ് വിദഗ്ധരായ ആളുകൾ പറയുന്നത്. അതുകൊണ്ട് ആളുകളുടെ എണ്ണം കുറഞ്ഞാണെങ്കിലും വിവാഹം നടത്തുന്നതായിരിക്കും നല്ലത്.

ആളും മേളവുമായ വിവാഹങ്ങളും വളരെ ലളിതമായ ചടങ്ങോടു കൂടിയുള്ള വിവാഹങ്ങളും ഞാൻ കണ്ടിട്ടുണ്ട്. ആദ്യത്തേതിൽ കാഴ്ചക്കാരനായി നിൽക്കേണ്ടിവന്നപ്പോൾ രണ്ടാമത്തേതിൽ അനുഭവസ്ഥനായി മാറിയിട്ടുണ്ട്.

കുട്ടിക്കാലത്ത് അടുത്ത വീട്ടിൽ കല്യാണം ഉണ്ടെന്ന് കേട്ടാൽ ആ ദിവസത്തിനായി കാത്തിരിക്കുമായിരുന്നു. പോത്തിറച്ചിയും നെയ്ച്ചോറും വിളമ്പുന്ന കല്യാണങ്ങളാണെങ്കിൽ പറയുകയേ വേണ്ട. വിവാഹദിനം തീരുമാനിക്കുന്ന വേളയിൽത്തന്നെ ഇനി ഇത്ര ദിവസം ബാക്കിയുണ്ട് എന്ന് പറഞ്ഞ് ഞങ്ങൾ കൗണ്ട്ഡൗൺ തുടങ്ങും. ഒരുപക്ഷേ, കല്യാണപ്പെണ്ണും ചെറുക്കനും അത്രമേൽ ആ ദിനത്തെ കാത്തിരിക്കുന്നുണ്ടാവില്ല.

മുസ്ലീംവീടുകളിലെ കല്യാണങ്ങൾക്കാണ് പോത്തിറച്ചിയും നെയ്ച്ചോറും ഉണ്ടാവുക. എന്റെ അയൽപക്കത്തൊക്കെ മുസ്ലീം വീടുകളായതുകൊണ്ട് എനിക്ക് അവിടുത്തെ കല്യാണങ്ങളൊക്കെ ഓരോ ഓണങ്ങളായിരുന്നു. വയറുനിറച്ച്, ഇഷ്ടപ്പെട്ട ഭക്ഷണം കഴിക്കുന്നത് ഓണനാളിലായിരുന്നല്ലോ.

കല്യാണത്തിന് മൂന്നാലു ദിവസം മുന്നേ ഓലകൊണ്ടുള്ള പന്തൽ ഇടൽ ആരംഭിക്കും. സ്കൂൾ വെക്കേഷൻ കാലത്താണെങ്കിൽ അന്നു തൊട്ട് അവിടുത്തെ ഓരോ പണികളിലും ഞങ്ങൾ കുട്ടികളുണ്ടാവും. ഓലയെടുത്ത് കൊടുക്കുക, ഇല മുറിച്ചുകൊണ്ടുവരിക തുടങ്ങിയ ജോലികളെല്ലാം ഞങ്ങൾ കുട്ടികൾക്കാണ് കിട്ടാറുള്ളത്.

പെൺകുട്ടികളുടെ കല്യാണങ്ങളിൽ കുറേക്കൂടി മേളം കൂടും. പെൺകുട്ടിയുടെ മൈലാഞ്ചിയിടൽ പ്രത്യേക ചടങ്ങാണല്ലോ. അതിനായി പ്രത്യേകസ്ഥലം ഒരുക്കുന്നതും ഞങ്ങളാണ്.

വീട്ടിൽ നിന്നും പഴയസാരികൾ വാങ്ങിക്കൊണ്ടുവന്ന് മറ കെട്ടും. അതിനുമുന്നിൽ ഈന്തിലകൾ കൊണ്ട് അലങ്കരിക്കും. പച്ചോലകൾ മെടഞ്ഞ് കമാനമാക്കും. അതിനുള്ളിലേക്കാണ് പെൺകുട്ടിയെ മൈലാഞ്ചിയിടാനായി കൊണ്ടിരുത്തുക.

ഒപ്പനപ്പാട്ടുകളും കയ്യടിശബ്ദങ്ങളുമായി ആഘോഷമുഖരിതമായാണ് പെൺകുട്ടിയുടെ കൈയ്യിലേക്ക് മൈലാഞ്ചിയിടുന്നത്.

തലേന്ന് വൈകീട്ട് ഞങ്ങൾ, മൈലാഞ്ചിയുടെ കൊമ്പത്ത് കയറി പറിച്ച ഇലകൾ പഴയ അമ്മിയിൽ വെച്ച് അരച്ചാണ് ഉപയോഗിക്കുക. പെൺകുട്ടിക്കൊപ്പം അഞ്ചെട്ടുപേരുടെ കൈകൾകൂടി മൈലാഞ്ചി

ഇടേണ്ടതാണ്. ഒരുപാട് മൈലാഞ്ചിയിലകൾ പറിക്കേണ്ടിവരും. പുളിയുറമ്പുകളെ ഗൗനിക്കാതെ എത്രയോ കല്യാണങ്ങൾക്ക് ഞാൻ മൈലാഞ്ചിയിലകൾ പറിച്ചുകൊടുത്തിട്ടുണ്ട്.

മൈലാഞ്ചിച്ചെടിയിൽ കടിച്ചുതൂങ്ങിയതിന്റെയും മറ കെട്ടിയതിന്റെയും കണക്കുകൾ പറഞ്ഞാണ് മിക്കവാറും മറയ്ക്കുള്ളിൽ ഞങ്ങൾ ആൺകുട്ടികൾക്ക് ഒരു സ്ഥാനം കിട്ടിയിരുന്നത്. പിന്നീട് അല്പംകൂടി വളർന്നപ്പോൾ 'വലിയ ആൺകുട്ടി' പരിവേഷം കിട്ടിയതോടെ മൈലാഞ്ചിയില പറിച്ചുകൊടുക്കുകയും മറ കെട്ടിക്കൊടുക്കുകയും ചെയ്യുമെങ്കിലും മറയ്ക്കുള്ളിൽ കയറാറില്ല.

അന്നത്തെ ഇസ്ലാംമതവിശ്വാസികളുടെ വിവാഹത്തിന് മൈക്ക് സെറ്റുണ്ടാകുമായിരുന്നു. കല്യാണത്തിന്റെ മേളക്കൊഴുപ്പിന് പാട്ടും താളവുമുണ്ടാകും.

മാവിന്റെയോ, പുളിയുടെയോ മുകളിലേക്ക് കയറി നീണ്ട കോളാമ്പി കെട്ടിവെയ്ക്കും. അത് ടെസ്റ്റ് ചെയ്യുന്ന "ഹലോ ചെക്ക്... ഹലോ ചെക്ക്" ശബ്ദം ശരിക്ക് കേൾക്കുന്നുണ്ടോ എന്നറിയാൻ താഴെ വായും പൊളിച്ച് എത്രയോ നേരം നിന്നിട്ടുണ്ടാവും. അതു കഴിഞ്ഞാൽ കാസെറ്റിട്ട് പാട്ടുകൾ വയ്ക്കും. സിംഹൻസ് സൗണ്ട്സിന്റെ ഹൈദ്രുക്കയാണ് മൈക്ക്സെറ്റ് കൊണ്ടുവരുന്നത്.

ഹൈദ്രുക്ക പെട്ടിയും തൂക്കി കല്യാണപ്പൊരയിലേക്ക് കയറിവരുന്നതോടെ ഞങ്ങളൊക്കെ ഹൈദ്രുക്കയുടെ പിന്നാലെ കൂടും.

"അയിമ്മലില്ല കളി വേണ്ടട്ടാ... മാറിനിക്കീ ക്ടാങ്ങളേ..."

ഹൈദ്രുക്ക ഇടയ്ക്കിടെ പറയും. അങ്ങനെ കേൾക്കുമ്പോൾ ഒന്ന് മാറിനിന്നാലും പിന്നെയും കാസെറ്റ് പാടുന്നതും നോക്കി, ഒന്ന് തൊടാൻ പറ്റിയെങ്കിൽ എന്ന് ആഗ്രഹിച്ച് അവിടെത്തന്നെ നിൽക്കും.

മൈക്ക് സെറ്റിന്റെ ചെക്കിംഗ് കഴിഞ്ഞാൽ പിന്നെ മൂന്നുനാലു പാട്ടുകൾ ഇടും. അപ്പോഴേക്കും ഏതാണ്ട് വൈകുന്നേരമായിക്കാണും.

ഉടനെ വീട്ടിലേക്ക് ഒരോട്ടമാണ്. വേഗത്തിൽ കുളിച്ച് കൂട്ടത്തിൽ നല്ലതെന്ന് തോന്നുന്ന ഷർട്ട് എടുത്തിടും. കൂട്ടത്തിലെ പുതിയത് കല്യാണദിവസം ഇടാനുള്ളതാണ്.

കുപ്പായവുമിട്ട് വീണ്ടും കല്യാണപ്പുരയിലേക്ക് ഞങ്ങളെത്തും. അവിടത്തെനിമിഷങ്ങളൊന്നും നഷ്ടപ്പെടുത്തരുതെന്ന് ഞങ്ങൾക്ക് വാശിയുണ്ട്. ഈ സമയമാകുമ്പോഴേക്കും കല്യാണത്തലേന്നത്തെ വിഭവങ്ങൾ ഏതാണ്ടൊക്കെ തയ്യാറായിട്ടുണ്ടാവും.

"എന്നാപ്പിന്നെ ക്ടാങ്ങൾക്കൊക്കെ അത്താഴം കൊടുത്തുതൊടങ്ങിക്കോളീ..." എന്ന് കൂട്ടത്തിൽ ആരെങ്കിലും ഒരാൾ പറയുന്നതു കേൾക്കാം.

"ഇത്രനേരത്തേ കൊടുത്താ, അയിറ്റോള് രാത്രിയാവുമ്പേക്ക് വെശന്നു

തുടങ്ങും. പിന്നെ വീണ്ടും കൊടുക്കേണ്ടിവരും. അതോണ്ട് കൊറച്ച് കയിഞ്ഞോട്ടെ."

കുടുംബത്തിലെ കാരണവർ ഇങ്ങനെ ഇടങ്കോലിട്ട് ആ തീരുമാനത്തെ തടയും. 'എന്തായാലും ഞങ്ങള് ഇപ്പോ കഴിക്കാനില്ല' എന്ന മട്ടിൽത്തന്നെ യാവും ഇരിക്കുന്നത്. ഇന്ന് കാഴ്ചകളാണ് ഏറ്റവും വലിയ ഭക്ഷണം. നാളെയാണ് ഭക്ഷണത്തെ ഞങ്ങൾ ഇഷ്ടപ്പെടുക.

പാചകപ്പുരയ്ക്കപ്പുറം അപ്പോഴേക്കും തകൃതിയായി നാളത്തെ ഭക്ഷണത്തിനുള്ള പ്രാഥമികപരിപാടികൾ തുടങ്ങിയിട്ടുണ്ടാവും. പോത്തിനെ കൊണ്ടുവന്ന് കെട്ടിയിട്ടുണ്ടാവും.

"മ്മ്ടെ മൊഹമ്മദിന്റെ മോളുടെ കല്യാണത്തിന് കൊണ്ടുവന്ന പോത്തിന്റെ അത്ര വലിപ്പമില്ലാല്ലേ... ങാ... സാരമില്ല. ഇബ്ടെ ആളോളും കൊറവാണല്ലോ... പോത്ത് നല്ലതാണേലും അബ്ട്ത്തെ നെയ്ച്ചോറ് എന്തോ അത്ര ശരിയായില്ല..."

പോത്തിനെ നോക്കി ആളുകൾ ഇങ്ങനെ ഓരോന്ന് പറയുന്നതു കേട്ടിട്ടുണ്ട്.

ഞങ്ങളിപ്പോൾ വലിയ ആളുകളായി എന്നു കാണിക്കാൻ പോത്തറ ക്കുന്നിടത്തും മറ്റും തിരിഞ്ഞുകളിക്കും. പോത്തിനെ വെട്ടുന്നതൊക്കെ കണ്ടുനിൽക്കാനുള്ള പ്രായമായി എന്ന അടയാളപ്പെടുത്തലിനായാണ് ഞങ്ങളുടെ ആ നിൽപ്പ്. എന്നാൽ, ഒരിക്കൽ എനിക്ക് പിഴച്ചു.

ഐഷുക്കുട്ടിത്താത്തയുടെ മകളുടെ കല്യാണത്തിന് കൊണ്ടുവന്ന പോത്തിനെ വെട്ടുന്നത് നേരിട്ട് കണ്ട എനിക്ക് പിന്നെ പോത്തിറച്ചി തിന്നാൻ സാധിച്ചിട്ടില്ല. ഉള്ളിൽ ഒരു കല്ലുവെച്ചതുപോലെ ആ ഓർമ്മ ഭക്ഷണം കഴിക്കാനിരിക്കുമ്പോഴൊക്കെ തോന്നാൻ തുടങ്ങി. പിന്നീട് ഞാൻ പോത്തിറച്ചി കഴിച്ചിട്ടേയില്ല. മാംസാഹാരങ്ങളോടൊക്കെയും വിരോധം തോന്നിയിരുന്നു.

അങ്ങനെ കല്യാണമേളങ്ങൾ പൊടിപൊടിക്കുകയാണ്. പോത്തിനെ വെട്ടിക്കഴിഞ്ഞാൽ പിന്നെ ഓടുന്നത് ഹൈദ്രുക്കയുടെ അടുത്തേക്കാണ്. ഹൈദ്രുക്ക അപ്പോഴും പാട്ടുപെട്ടിക്കരികിൽ നിന്ന് അടുത്ത പ്രധാന പരി പാടിക്കായുള്ള തയ്യാറെടുപ്പിലായിരിക്കും. ഹൈദ്രുക്കയെ പറഞ്ഞ് പാട്ടി ലാക്കി റെക്കോർഡറും മറ്റും തൊടാനുള്ള ശ്രമം നടത്തും.

"ഒന്ന് പോയിനെടാ..." എന്ന് ഹൈദ്രുക്ക പറയുന്നതല്ലാതെ സൗഹൃദ മൊന്നും ടേപ്പ് റെക്കോർഡറുടെ കാര്യത്തിലില്ല.

ഹൈദ്രുക്കയ്ക്ക് തോന്നുന്ന സമയത്ത് ടേപ്പ് റെക്കോർഡർ ഉച്ചത്തിൽ പാടിത്തുടങ്ങും. ഐഷാബീഗത്തിന്റെയും റംലാബീഗത്തിന്റെയും കഥകൾ കഥാപ്രസംഗങ്ങളായി കോളാമ്പിയിലൂടെ ഒഴുകിയെത്തുമ്പോൾ ഞാൻ ആ പെട്ടിയും നോക്കി വായും പൊളിച്ച് ഇരുന്നിട്ടുണ്ട്.

എത്രകേട്ടാലും മതിവരാത്ത ആ കഥാപ്രസംഗങ്ങളാണ് ഓരോ കല്യാണങ്ങളുടെയും പ്രധാന ഇനങ്ങൾ. കല്യാണപ്പന്തലിലെ പാട്ടു

വെപ്പുകാരനായ സിംഹൻസ് ഹൈദ്രുക്ക മാറി അല്ലുക്ക വന്നുതുടങ്ങിയപ്പോൾ മൈക്ക്സെറ്റിന്റെ ചുമതല എന്നെ ഏല്പിച്ചിട്ടുണ്ട്.

“ക്ടാങ്ങളൊക്കെ അങ്ങ് മാറിനിൽക്ക്... അതിലൊന്നും തൊടല്ലേ” എന്നൊക്കെ അധികാരഭാവത്തിൽ ഞാൻ പറയും. ഒന്ന് തൊടാൻ കൊതിച്ച എന്റെ പഴയകാലത്തെക്കുറിച്ച് ഓർക്കാഞ്ഞിട്ടല്ല, മൈക്ക് സെറ്റിന്റെ കാവലാളായി ഇരിക്കുന്നത് ഒരു ഗമയായതുകൊണ്ടാണ്. എല്ലാവരും വന്ന് തൊട്ടുനോക്കിയാൽപ്പിന്നെ ഞാൻ ഇരിക്കുന്നതിൽ എന്തർത്ഥമാണുള്ളത്? ഹൈദ്രുക്ക എന്നെ അതിനല്ലേ ഏൽപ്പിച്ചിരിക്കുന്നത്?

കല്യാണത്തലേന്നത്തെ രാവ് പാട്ടും കഥാപ്രസംഗവും ഒപ്പനക്കളിയുമായി മേളത്തിൽ അവസാനിക്കും. പാചകപ്പുരയിൽ ചിലപ്പോൾ രാവ് നീളുന്ന സദ്യവട്ടക്കൂട്ടങ്ങളിൽ പങ്കാളിയായി ഉറക്കമൊഴിയും. നാലഞ്ചു പേർ മാത്രമായിരിക്കും ഉറക്കമൊഴിഞ്ഞ് പണി ചെയ്യാനുണ്ടാവുക. അതിലൊരാളായി എത്രയോ വിവാഹസദ്യയൊരുക്കലിൽ ഞാൻ പങ്കെടുത്തിട്ടുണ്ട്. കല്യാണദിവസം ഉറക്കംതൂങ്ങിക്കൊണ്ടായിരിക്കും നിൽക്കുക.

പോത്തിറച്ചിയോട് പെരുത്തിഷ്ടമായിരുന്ന കാലത്ത് കല്യാണ ദിവസത്തെ പ്രധാന ആകർഷണം നെയ്ച്ചോറും പോത്തിറച്ചിയും തന്നെയായിരുന്നു.

അടുത്ത ആകർഷണം വലിയ ആൾക്കാരുടെ കല്യാണമാണെങ്കിൽ അവിടെ എത്തുന്ന അംബാസഡർ കാറാണ്. ഒന്നോ രണ്ടോ കാർ ചില കല്യാണങ്ങൾക്കേ വന്നിട്ടുണ്ടാവൂ. കാർ എത്തിയാൽ അതിൽ തൊട്ടും തലോടിയും നിൽക്കും. പെണ്ണിനെയും ചെക്കനെയും കൊണ്ട് പറന്നു പോകുന്ന കാറിന്റെ പിന്നാലെ ഓടും. പൊടിപറത്തിപ്പോകുന്ന കാർ കണ്ണിൽ നിന്ന് മറയുന്നതുവരെ നോക്കിനിൽക്കാറുണ്ട്.

പൊടിപറത്തി എത്രയോ കാറുകൾ കല്യാണപ്പെണ്ണിനെയും ചെറുക്കനെയും കൊണ്ടുപോയി. ഒരുനാൾ ഞാനും ഇതുപോലെ കാറിൽ പോകും. കല്യാണം കഴിക്കുക എന്നതിനേക്കാൾ പ്രധാനം കാറിൽ കയറുന്നതിനോടുള്ള ഇഷ്ടമാണ് എന്ന് ഇന്ന് ഓർക്കുമ്പോൾ ചിരി വരുന്നു. കല്യാണത്തിന് മാത്രമാണല്ലോ അംബാസിഡർ കാർ ഞങ്ങളുടെ വഴിയിലേക്ക് വരുന്നത്.

എന്റെ കല്യാണത്തിന് ഏതായാലും അംബാസിഡർ കാറുണ്ടായിരുന്നു. പക്ഷേ, പോത്തിറച്ചിയും നെയ്ച്ചോറുമുണ്ടായില്ല. ചായയും കടിയുമായിരുന്നു വിഭവങ്ങൾ.

രമയും ഞാനും തമ്മിലുള്ള പ്രണയത്തെക്കുറിച്ച് പറഞ്ഞുവല്ലോ. ഇരുസ്ഥലങ്ങളിൽ ഇരുന്നുള്ള പ്രണയദിനങ്ങൾക്ക് അന്ത്യം കുറിച്ച് ഞങ്ങൾ ഒരുമിക്കാൻ കത്തിലൂടെതന്നെ തീരുമാനിച്ചു. എന്നാൽ രമയുടെ വീട്ടുകാർക്ക് അത്ര താത്പര്യമില്ലായിരുന്നു.

വീട്ടുകാരോട് കാര്യങ്ങൾ സംസാരിക്കണം. എന്തുതന്നെയായാലും

ഞങ്ങൾ ഒരുമിച്ച് ജീവിക്കാൻ തീരുമാനിച്ചിരിക്കുകയാണ്. എന്നാൽ ഇരുവീട്ടുകാരുടെയും സമ്മതം ഉറപ്പിക്കണം എന്ന് ഞങ്ങൾ തീരുമാനിച്ചു.

രമയുടെ ബന്ധുവായ സുരേഷിനെയാണ് മധ്യസ്ഥ ചർച്ചയ്ക്കായി അയച്ചത്. സുരേഷ് രമയുടെ വീട്ടിലെത്തി സഹോദരന്മാരോടും അമ്മയോടും സംസാരിച്ചു. സഹകരണബാങ്കിലെ ചെറിയൊരു ജോലി, രാഷ്ട്രീയപ്രവർത്തനം തുടങ്ങിയ പല കാര്യങ്ങൾ പറഞ്ഞ് രമയുടെ വീട്ടുകാർ ഈ കല്യാണത്തിനുള്ള അതൃപ്തി അറിയിച്ചു. രമ പിന്മാറിയില്ല.

വീട്ടുകാർ സമ്മതിച്ചു. വിവാഹം ഉറപ്പിച്ചു. മുഹൂർത്തമൊന്നുമുണ്ടായില്ല. ദിവസം തീരുമാനിച്ചു, രാവിലെ പത്തുമണിക്കാണ് വിവാഹം എന്ന് നിശ്ചയിച്ച് ആളുകളെ ക്ഷണിച്ചു. ചടങ്ങ് ലളിതമായിരിക്കും എന്ന കാര്യത്തിൽ എനിക്കും രമയ്ക്കും രണ്ടഭിപ്രായമുണ്ടായിരുന്നില്ല.

കല്യാണസമയം രാവിലെ പത്തുമണിക്കാണ് എന്നാണ് എല്ലാവരെയും അറിയിച്ചിരിക്കുന്നത്. എല്ലാവരും കൃത്യസമയത്തിനുമുമ്പുതന്നെ എത്തി. പക്ഷേ, പത്തുമണിയായിട്ടും ചെറുക്കൻ, അതായത് ഈ ഞാൻ എത്തിയിട്ടില്ല.

ഞാനെത്തിയപ്പോൾ സമയം 10.30. കൃത്യമായ മുഹൂർത്തമൊന്നും നോക്കിയിട്ടില്ലാത്തതുകൊണ്ട് എനിക്ക് വേവലാതിയുണ്ടായില്ല. പത്തുമണി എന്ന് പറഞ്ഞത് ഏതാണ്ട് ആ സമയത്ത് നടത്താനാവും എന്ന് വിചാരിച്ചാണ്.

പത്തരയ്ക്ക് ഞാനെത്തിയെങ്കിലും വിവാഹം നടത്താൻ പിന്നെയും നീണ്ടു. ഉമ്മൻചാണ്ടി വരുന്നുണ്ട്. അദ്ദേഹം വന്നിട്ടേ വിവാഹം നടത്താൻ പറ്റൂ.

ഉമ്മൻചാണ്ടി എത്തിയപ്പോൾ സമയം പതിനൊന്നു മണി. ഉമ്മൻ ചാണ്ടി വരാൻ വൈകുമെന്ന് എനിക്കറിയാവുന്നതുകൊണ്ടുതന്നെയാണ് പത്തുമണിക്ക് ഞാനെത്താതിരുന്നത്!

പതിനൊന്നുമണിക്കുശേഷം വി.എം. സുധീരൻ ഒരു മഞ്ഞനൂൽ ചരട് എടുത്ത് ഉമ്മൻചാണ്ടിക്ക് നൽകി. അദ്ദേഹം ആ ചരട് എനിക്ക് തന്നു. അത് ഞാൻ രമയുടെ കഴുത്തിൽ ചാർത്തി. കെ.പി. വിശ്വനാഥൻ, എം. മുരളി എന്നിവർ സാക്ഷികളായി ഒപ്പിട്ടു. വിവാഹച്ചടങ്ങുകൾ പൂർത്തിയായി. എല്ലാവർക്കും സദ്യ നൽകി. ഞാനും രമയും എന്റെ വീട്ടിലേക്ക് പോയി. ഇത്രയുമായിരുന്നു എന്റെ വിവാഹ ചടങ്ങുകൾ.

വിവാഹം എന്നത് രണ്ടുപേർ തമ്മിലുള്ള പരസ്പരധാരണയുടെ ആദ്യപടിയാണ്. ആർഭാടവും ആരവവുമല്ല, രണ്ടുപേർ തമ്മിലുള്ള വിശ്വാസവും സ്നേഹവുമാണ് വിവാഹം.

ലോക്ഡൗണിൽ വിവാഹം വളരെ ലളിതമായി നടത്തിയവർക്ക് ആശംസയർപ്പിച്ചുകൊള്ളട്ടെ.

പതിമ്മൂന്നാം ദിവസം

ഉയിർത്തെഴുന്നേല്പ്

ഒരപ്പം കൊണ്ട് ഒരായിരംപേരെ ഊട്ടിയ യേശുക്രിസ്തുവിന്റെ പാഠം ജീവിതത്തിൽ പകർത്തേണ്ടവരാണ് പൊതുപ്രവർത്തകർ. ഒരു പഞ്ചായത്ത് മെമ്പർ തൊട്ട് ഇന്ത്യൻ പ്രധാനമന്ത്രിവരെയുള്ളവർ പരിമിതമായ നമ്മുടെ വിഭവങ്ങൾകൊണ്ട് സമൂഹത്തിലെ ഓരോ മുക്കിലും മൂലയിലും പൊതുജനസേവനം നടത്തേണ്ടവരാണ്. പൊതുജീവിതത്തിൽ ഞാൻ യേശുക്രിസ്തുവിന്റെ വാക്കുകൾക്ക് വലിയ വില നൽകുന്നുണ്ട്.

നിന്നെപ്പോലെ നിന്റെ അയൽക്കാരനെ സ്നേഹിക്കുക എന്നു പറഞ്ഞ യേശുക്രിസ്തുവിന്റെ ഉയിർത്തെഴുന്നേൽപ്പ്, ഈസ്റ്ററാണിന്ന്. പീഡനപർവ്വങ്ങൾ താണ്ടി കല്ലറയിലേക്ക് നയിക്കപ്പെട്ട സത്യത്തിന്റെ കാവലാൾ മൂന്നാംപക്കം ലോകരക്ഷയ്ക്കായി ഉയിർത്തെഴുന്നേൽക്കുന്നുവെന്ന് വിശ്വാസം.

മനുഷ്യന്റെ വ്യഥകൾക്ക് അവസാനമുണ്ടാകുമെന്നും ഒരുയിർപ്പ് അനിവാര്യമാകുമെന്നും യേശുക്രിസ്തുവിനെ വായിക്കുന്നവർക്കു പ്രചോദനം നൽകുന്നതാണ് യേശുക്രിസ്തുവിന്റെ ജീവിതം.

ജീവിതത്തിൽ ഞാൻ പീഡാനുഭവങ്ങളിലൂടെ കടന്നുപോയിട്ടുണ്ട്. ഒരു ഉയിർത്തെഴുന്നേൽപ്പിനായി സ്വയം ലോക്ഡൗൺ പ്രഖ്യാപിച്ച് അടഞ്ഞുകിടന്നിട്ടുമുണ്ട്. ഒരിക്കൽ ഉയിർക്കുമെന്ന വിശ്വാസത്തോടെ.

അച്ഛനും അമ്മയും വാർദ്ധക്യത്തിലേക്ക് നീങ്ങുന്ന കാലം. അതിന്റെ വിഷമതകളുമുണ്ട്. അപ്പോൾ പൊതുപ്രവർത്തനത്തിന് വിരാമമിടാൻ ഞാൻ തീരുമാനിച്ചു.

അച്ഛനെയും അമ്മയെയും പരിപാലിച്ച് വീട്ടിൽ കഴിയുക എന്ന ഉറച്ച തീരുമാനത്തിനൊപ്പം തളിക്കുളത്തെ വീട്ടിലേക്ക് ഞാൻ താമസം മാറ്റി. സഹകരണ ബാങ്കിൽ ഗോൾഡ് അപ്രൈസർ തസ്തിക സൃഷ്ടിച്ച് ഞാൻ ഒരു ജോലിക്കാരനായി. താൽക്കാലികമായ ലോക്ഡൗണാണ് ഞാനിട്ടതെങ്കിലും 'പ്രതാപൻ എന്ന രാഷ്ട്രീയപ്രവർത്തകൻ അവസാനിച്ചു' എന്ന് കണ്ട്, ഓർത്ത് പലരും സന്തോഷിച്ചിട്ടുണ്ട്.

എനിക്ക് ശത്രുക്കളില്ല എന്ന് വിശ്വസിക്കാനാണ് ഇഷ്ടം. ഒളിഞ്ഞും തെളിഞ്ഞും എന്നെ ശത്രുപക്ഷത്തേക്ക് ചേർക്കുന്ന ഒരുപാട് സഹ പ്രവർത്തകരെ ഞാൻ കണ്ടിട്ടുണ്ട്. ജാതി പറഞ്ഞ് ആക്ഷേപിച്ച് മിണ്ടാ താക്കാൻ ശ്രമിക്കുക, സൗഹൃദം ഭാവിച്ച് കൂടെ നിന്ന് പിന്നിൽ നിന്ന് കുത്തുക എന്നിവയൊക്കെ ഞാൻ പ്രത്യക്ഷത്തിൽ അനുഭവിച്ചിട്ടും ആരോടും പരിഭവമോ പരാതിയോ ഇല്ലാതെ നിശ്ശബ്ദനായി നിൽക്കു മായിരുന്നു.

പലതും കണ്ടില്ലെന്ന് നടിച്ചു. എന്നിരുന്നാലും ഇന്നും എന്നെ ഏറെ വേദനിപ്പിക്കുന്ന അനുഭവങ്ങൾ അക്കാലത്തുണ്ടായിട്ടുണ്ട്.

വിദ്യാർത്ഥി പ്രസ്ഥാനപ്രവർത്തനത്തിൽ മുഴുവൻ സമയം മുഴുകിയ കാലത്താണ് ലോകാരാധ്യയായ നമ്മുടെ പ്രധാനമന്ത്രി ഇന്ദിരാഗാന്ധി വധിക്കപ്പെടുന്നത്. ജനാധിപത്യ ഇന്ത്യയുടെ തീരാസങ്കടങ്ങളിൽ ഒന്നായി രുന്നു ആ രക്തസാക്ഷിത്വം.

ഞാൻ വിശ്വസിക്കുന്ന വിദ്യാർത്ഥി പ്രസ്ഥാനത്തിന്റെ ജില്ലാ പ്രസി ഡണ്ട് സ്ഥാനം വഹിക്കുന്ന കാലം, ഇന്ദിരാഗാന്ധിക്ക് ഉചിതമായ ഒരു സ്മാരകം തീർക്കാൻ നാട്ടുകാരായ ഞങ്ങൾ കോൺഗ്രസ് പ്രവർത്തകർ തീരുമാനിച്ചു. അതിനുവേണ്ടി തളിക്കുളത്ത് നമ്പിക്കടവിൽ (ഇന്നത്തെ സ്നേഹതീരപ്രദേശം) ഒരു സ്ഥലവും കണ്ടെത്തി. നമ്പിക്കടവിലെ

കോന്നേട്ടൻ എന്നു വിളിക്കുന്ന, അന്തരിച്ച പൂരാടൻ രാമു ആയിരുന്നു സ്മാരകത്തിനുള്ള ഒന്നര സെന്റ് സ്ഥലം സൗജന്യമായിത്തരുന്നത്. കെട്ടിടനിർമ്മാണം ആരംഭിക്കുവാനും തറക്കല്ലിടുവാനും അന്നത്തെ മുഖ്യമന്ത്രിയായിരുന്ന ലീഡർ കെ. കരുണാകരൻ പങ്കെടുക്കാം എന്ന് ഞങ്ങളോട് സമ്മതിച്ചു.

1986 മേയ് 24 ന് ആയിരുന്നു ചടങ്ങ്. തലേദിവസംതന്നെ ഓടിനടന്ന് തറക്കല്ലിടൽ നടത്തുവാനുള്ള ഒരുക്കങ്ങൾ എല്ലാം പൂർത്തിയാക്കി. തോരണങ്ങൾ തൂക്കിയും ബാനറുകൾ സ്ഥാപിച്ചും പ്രിയദർശിനിക്കുള്ള സ്മാരകത്തിന്റെ ശിലാസ്ഥാപനം ഗംഭീരമാക്കുവാൻ ഞങ്ങൾ ശ്രമിച്ചു.

ആ ദിവസം വന്നെത്തി. തൃശ്ശൂർ രാമനിലയത്തിൽ നിന്നും ലീഡർ കെ. കരുണാകരനെ അനുഗമിക്കാൻ സ്കൂട്ടറിൽ കയറാൻ നിന്ന എന്നെ മുഖ്യമന്ത്രി വിളിച്ചു. കൂടെ കാറിൽ കയറാൻ പറഞ്ഞു. ആദ്യം എനിക്ക് വിശ്വാസം വന്നില്ല. കാറിന്റെ പുറകിലെ സീറ്റിൽ അദ്ദേഹത്തോടൊപ്പം ഇരുന്ന് എന്റെ നാട്ടിലേക്കുള്ള യാത്ര സ്വപ്നത്തിലെന്നപോലെ ഞാൻ ആസ്വദിക്കുകയായിരുന്നു.

ജീവിതത്തിൽ ആദ്യമായാണ് സംസ്ഥാനം ഭരിക്കുന്ന മുഖ്യമന്ത്രി യോടൊപ്പം കാറിൽ യാത്ര ചെയ്യുന്നത്. ഒപ്പം അന്ന് തൃശ്ശൂർ പാർലിമെന്റ് അംഗമായിരുന്ന പി.എ. ആന്റണിയും നാട്ടിക എം.എൽ.എ. ആയിരുന്ന സിദ്ധാർത്ഥൻ കാട്ടുങ്ങലുമുണ്ടായിരുന്നു.

കൂടെനിൽക്കുന്നവരോട് അവരുടെ സാമൂഹിക ചുറ്റുപാടുകൾ നോക്കാതെ ഇടപഴകുകയും പ്രോത്സാഹനം നൽകുകയും ചെയ്തിരുന്ന മഹാനായ ഒരു നേതാവായിരുന്നു ലീഡർ കെ. കരുണാകരൻ. അദ്ദേഹ ത്തിന്റെയൊപ്പമാണ് ഞാൻ യാത്ര ചെയ്യുന്നത്. ഇതിൽപ്പരം സന്തോഷം മറ്റെന്താണുള്ളത്?

തളിക്കുളത്ത് ആയിരക്കണക്കിന് ആളുകളാണ് കാത്തുനിൽക്കുന്നത്. മുഖ്യമന്ത്രി കൂടിയായ ലീഡർ കെ. കരുണാകരനെ കാണാൻ. ഞാൻ ജനിച്ചു വളർന്ന നാട്ടിലേക്ക് നാട്ടുകാർ നോക്കിനിൽക്കെ മുഖ്യമന്ത്രി യോടൊപ്പം അവിടെ വന്നിറങ്ങുക എന്നുള്ളത് ഒരു രാഷ്ട്രീയപ്രവർത്ത കനെ സംബന്ധിച്ച് കിട്ടാവുന്നതിൽ ഏറ്റവും വലിയ അംഗീകാരവും അഭി മാനവുമാണ്.

ലീഡർ എന്നെ കാറിലേക്ക് ക്ഷണിച്ച സമയം മുതൽ നാട്ടിലെത്തു ന്നതുവരെയുള്ള സമയപരിധിയെ നീണ്ട ഒരു യുഗത്തിന്റെ ഓർമ്മയെന്ന പോലെ വലിയ ഒരു പ്രബന്ധം എഴുതാൻ എനിക്ക് സാധിക്കും. കാരണം അത്രയേറെ ആവേശത്തിലായിരുന്നു ഞാൻ.

അക്ഷരാർത്ഥത്തിൽ തളിക്കുളത്തെ ഇളക്കിമറിച്ചുകൊണ്ടായിരുന്നു ആ ശിലാസ്ഥാപനം നടന്നത്. രണ്ടോ മൂന്നോ ദിവസത്തേക്ക് തളി ക്കുളത്തെ പ്രധാനവാർത്തയായി അത് നിറയുമെന്നുറപ്പായിരുന്നു.

വിചാരിച്ചതുപോലെ ശിലാസ്ഥാപനം വളരെ ഭംഗിയായി അവസാനിച്ചു.

അന്ന് വൈകീട്ട് എന്റെ ഗ്രാമത്തിലെ, തളിക്കുളത്തെ ഒരു ഹോട്ടലിൽ 'മീൻ പിടിക്കാൻ പോകുന്ന നാരായണന്റെ മകൻ' മുഖ്യമന്ത്രിയുടെ കാറിൽ വന്നിറങ്ങിയത് വലിയ ചർച്ചയ്ക്കും തർക്കങ്ങൾക്കും കാരണമായി. അന്ന് അവിടെ ജാതി പറഞ്ഞു ആക്ഷേപിച്ചതിനെ എതിർക്കാനാണ് കൂടുതൽ ആളുകൾ ഉണ്ടായതെങ്കിലും വിവരം അറിഞ്ഞ ഞാൻ വല്ലാതെ അസ്വസ്ഥനായി.

സ്കൂളിലും കോളേജിലും പഠിക്കുമ്പോഴോ ഇക്കാലയളവിലെ പൊതുജീവിതത്തിലോ യാതൊരു തരത്തിലുള്ള ജാതിചിന്തകളോ ഏതെങ്കിലും തരത്തിലുള്ള വിവേചനമോ അനുഭവിക്കേണ്ടി വന്നിട്ടില്ല. കടലിൽ പണിയെടുത്ത് കുടുംബം പുലർത്തുന്ന അച്ഛനോടും സഹോദരങ്ങളോടും ആരാധനയും സ്നേഹവും മാത്രമേ അന്നും ഇന്നും എനിക്ക് ഉണ്ടായിട്ടുള്ളൂ. അതിൽ അഭിമാനിക്കുകയും ചെയ്തിരുന്നു. ഒരിക്കൽപ്പോലും ഒരാളോടും ജാതിതിരിച്ച വിവേചനമോ സൗഹൃദമോ ഞാൻ കാണിച്ചിട്ടില്ല. 'എന്നിട്ടും എന്നോടെന്തിനിങ്ങനെ' എന്ന തോന്നൽ എന്നെ അലട്ടിക്കൊണ്ടിരുന്നു.

പിന്നീട് പലതവണയും ജാതി പറഞ്ഞുള്ള ആക്ഷേപങ്ങൾക്ക് ഞാൻ ഇരയായിട്ടുണ്ട്. പൊതുപ്രവർത്തനത്തിലെ പിന്മാറ്റം അവരെയെല്ലാം കുറച്ചൊന്നുമല്ല സന്തോഷിപ്പിച്ചത്. അവരിൽ പലരും നേരിട്ടും അല്ലാതെയും സന്തോഷം പ്രകടിപ്പിച്ചിട്ടുമുണ്ട്.

ബാങ്കിലെ അപ്രൈസർ ജോലി എനിക്ക് ഒരു ഒളിയിടമായിരുന്നു. എന്നെ താൽക്കാലികമായി ഒളിപ്പിച്ചുവെയ്ക്കാനുള്ള ഒരു സ്ഥലം.

ഇക്കാലത്ത് ഞാൻ പഞ്ചായത്ത് അംഗമായി തിരഞ്ഞെടുക്കപ്പെട്ടിരുന്നു. വിദ്യാർത്ഥിരാഷ്ട്രീയത്തിൽ സംസ്ഥാനസമിതിയിലടക്കം എത്തിയ ഒരാൾക്ക് പഞ്ചായത്തംഗം എന്ന സ്ഥാനത്തേക്ക് മത്സരിക്കാൻ അവസരമൊരുക്കി എന്നത് വലിയ കാര്യമൊന്നുമല്ല. എല്ലാവർക്കും വലിയ സീറ്റുകളിലേക്ക് മോഹമുദിച്ചപ്പോൾ കിട്ടിയ ഔദാര്യം മാത്രമായിരുന്നു ഒരു ചെറിയ പഞ്ചായത്തിലെ പഞ്ചായത്തംഗം എന്ന പോസ്റ്റ്.

പഞ്ചായത്തംഗം എന്ന പ്രാഥമികഭരണസംവിധാനത്തോട് എനിക്ക് ഒട്ടും അതൃപ്തി തോന്നിയില്ല. സാധാരണക്കാരിലേക്ക് ഞാൻ ഇറങ്ങിച്ചെല്ലുകയായിരുന്നു. എന്റെ രാഷ്ട്രീയപ്രവർത്തനം സ്വയം ഉണ്ടാക്കിയെടുക്കുകയായിരുന്നു. അഞ്ചുവർഷക്കാലം ജനങ്ങൾക്കിടയിൽ നിശ്ശബ്ദമായി പ്രവർത്തിച്ചു. എന്റെ വാർഡിലെ ആയിരത്തിൽപ്പരം ആളുകളിൽ ഓരോരുത്തരെയും അടുത്തറിഞ്ഞു. അവരുടെ ആവശ്യങ്ങൾ, വേവലാതികൾ, സങ്കടങ്ങൾ എല്ലാം ഞാൻ കേട്ടു. കഴിയാവുന്നവ പരമാവധി പരിഹരിച്ചു.

ഏതുനേരത്തും എന്റെ മുന്നിലേക്ക് ആവശ്യവുമായി അവർക്ക് വരാം. മിക്കനേരവും അവർക്കിടയിൽ ഞാനുണ്ടായിരുന്നു എന്നു പറയുന്നതാവും ശരി.

പഞ്ചായത്തംഗ കാലാവധി പൂർത്തിയാക്കിയശേഷവും അടുത്ത തവണ എനിക്ക് സീറ്റ് കിട്ടുമെന്ന് ഒരുറപ്പും ഇല്ലാതെതന്നെ പൊതുജനങ്ങൾക്കിടയിൽ പ്രവർത്തിച്ചു. ബാങ്കിലെ ജോലി കഴിഞ്ഞുള്ള നേരങ്ങൾ ഓരോ വീടുകളിലും ക്ഷേമാന്വേഷണവുമായി ഞാൻ കയറിയിറങ്ങുകയായിരുന്നു.

2001ലെ നിയമസഭാ തിരഞ്ഞെടുപ്പ് അടുത്തുവരുന്നു. നാട്ടിക എന്ന മണ്ഡലം പതിറ്റാണ്ടുകളായി കമ്യൂണിസ്റ്റ് പാർട്ടിയുടെ കൂടെയാണ്. കോൺഗ്രസ്സ് ഒരിക്കലും തിരിച്ചുപിടിക്കാനാവാത്ത മണ്ഡലം എന്ന് എഴുതിച്ചേർത്ത് കോൺഗ്രസ്സിന്റെ ഡി ക്ലാസ്സ് മണ്ഡലപ്പട്ടികയിൽ ഉൾപ്പെടുത്തിയിരിക്കുകയായിരുന്നു. മന്ത്രിസ്ഥാനംവരെ അലങ്കരിച്ച കൃഷ്ണൻ കണിയാംപറമ്പിൽ എന്ന നാലാമങ്കക്കാരനാണ് അവിടെ കമ്മ്യൂണിസ്റ്റ് പാർട്ടിയുടെ സ്ഥാനാർത്ഥി.

കോൺഗ്രസ്സിന് തീരെ പ്രതീക്ഷയില്ലാത്തതുകൊണ്ടുതന്നെ നാട്ടിക സീറ്റിനുവേണ്ടി കാര്യമായ വാദമുണ്ടായിരുന്നില്ല. വി.എം. സുധീരന്റെ നിർദ്ദേശപ്രകാരമാണ് എന്നെ നാട്ടികയിലെ കോൺഗ്രസ്സ് സ്ഥാനാർത്ഥിയാക്കുന്നത്. ജയമോ വിജയമോ ആയിരുന്നില്ല, ആ സ്ഥാനത്തേക്ക് പരിഗണിക്കുന്നു എന്നതുതന്നെയായിരുന്നു എന്നെ സംബന്ധിച്ചിടത്തോളം വലിയ സന്തോഷം.

അർദ്ധദ്വീപായ നാട്ടികയിലെ ഏറ്റവും പ്രായംകുറഞ്ഞ സ്ഥാനാർത്ഥിയായിരുന്നു ഞാൻ.

സ്വർണ്ണത്തിന്റെ മാറ്റ് ഉരച്ചുനോക്കി ജീവിതം അവസാനിപ്പിക്കുമെന്ന് കരുതിയവർക്കു മുന്നിൽ ഒരു തിരിച്ചുവരവുകൂടിയായിരുന്നു എനിക്ക് ആ തിരഞ്ഞെടുപ്പ് മത്സരം.

കൂടെ പ്രവർത്തിക്കുന്നവർതന്നെ ജാതി പറഞ്ഞും കളിയാക്കിയും സമ്പത്തിനെച്ചൊല്ലിയും എന്നെ തഴയുവാൻ ശ്രമിച്ചിട്ടുണ്ട്. തിരഞ്ഞെടുപ്പ് മത്സരവേളയിൽ ഞാൻ അത് അനുഭവിച്ചിട്ടുമുണ്ട്. തളരരുത് എന്ന് ഞാൻ തന്നെ എന്നെ ബലപ്പെടുത്തി.

കൃഷ്ണൻ കണിയാംപറമ്പിൽ 'പാട്ടുംപാടി' ജയിക്കുമെന്ന പ്രചരണം നടത്തിയവർക്ക് അറിയില്ലായിരുന്നു, ഞാൻ ബാങ്കിലെ ജോലി കഴിഞ്ഞ് ഓരോ വീടുകളിലും കയറിയിറങ്ങി അടിത്തട്ടിലൂടെ രാഷ്ട്രീയപ്രവർത്തനം നടത്തിയാണ് ഞാൻ വീട്ടിലെത്തുന്നതെന്ന്. നിയമസഭാ തെരഞ്ഞെടുപ്പോ, എന്തിന് പഞ്ചായത്ത് തെരഞ്ഞെടുപ്പിൽപ്പോലും മത്സരിപ്പിക്കുമെന്ന വിശ്വാസത്തിന്റെ അടിസ്ഥാനത്തിലായിരുന്നില്ല അത്. അത് ജനങ്ങൾക്ക് മനസ്സിലായിരുന്നു. അവരെന്നെ നെഞ്ചിലേറ്റി.

സുഹൃത്തുക്കളും കൂടെ പഠിച്ചവരുമായിരുന്നു എന്റെ തിരഞ്ഞെടുപ്പ് പ്രചരണങ്ങൾക്കുള്ള പണം നൽകി സഹായിച്ചത്. എന്തിനും ഏതു നേരത്തും കൂടെ നിൽക്കാനുള്ള സുഹൃത്തുക്കളുടെ ബലം അന്ന് ഞാൻ കൃത്യമായി മനസ്സിലാക്കി.

ആ തിരഞ്ഞെടുപ്പിൽ പതിനായിരത്തിൽപ്പരം വോട്ടുകളുടെ ഭൂരിപക്ഷത്തിന് ഞാൻ വിജയിച്ചു. കോൺഗ്രസ് അധികാരത്തിലെത്തിയ ആ തിരഞ്ഞെടുപ്പിൽ എന്റെ വിജയം ഏറെ ശ്രദ്ധിക്കപ്പെട്ടു. കെ. കരുണാകരൻ കെട്ടിപ്പിടിച്ച് എന്നെ അഭിനന്ദിച്ചു. എ.കെ. ആന്റണിയും വി.എം. സുധീരനും എന്റെ വിജയത്തെ ആഹ്ലാദത്തോടെ അഭിനന്ദിച്ചു.

തിരഞ്ഞെടുപ്പിൽ എന്നെ വിശ്വസിച്ച ജനങ്ങൾക്കുവേണ്ടിയായിരുന്നു പിന്നീടുള്ള എന്റെ പ്രവർത്തനം. എന്റെ മണ്ഡലത്തിലെ ഓരോ മുക്കിലും മൂലയിലും എത്രയോ തവണ കാൽനടയായി ഞാൻ സഞ്ചരിച്ചിട്ടുള്ളതാണ്. ഓരോരുത്തരെയും പേരെടുത്ത് വിളിക്കുവാൻ എനിക്കാവുമായിരുന്നു. അത് നിയമസഭാംഗമായിരുന്നപ്പോൾ ഏറെ ഗുണം ചെയ്തു. ആർക്കൊക്കെ, എന്തൊക്കെ പ്രശ്നങ്ങളാണുള്ളതെന്ന് അറിഞ്ഞ് ചെയ്യാനും സാധിച്ചു. അവരുടെ കൂടെത്തന്നെയായിരുന്നു ഞാൻ എന്നും.

കോൺഗ്രസ്സുകാരായ സഹപ്രവർത്തകർ പോലും എന്റെ മുന്നിൽ അഭിനയിക്കുകയായിരുന്നു. ജാതിയുടെ പേരിൽ താഴ്ത്തിക്കെട്ടാനുള്ള ശ്രമങ്ങളുണ്ടായി. പരാജയപ്പെടുത്താനുള്ള തീവ്രശ്രമങ്ങൾപോലുമുണ്ടായി. എനിക്ക് കൈത്താങ്ങായി ഇവിടുത്തെ പൊതുജനം ഉണ്ടായിരുന്നുവെന്ന് അവർക്ക് അറിയില്ലല്ലോ.

ഞാൻ ഉയിർത്തെഴുന്നേറ്റിരിക്കുന്നു. എന്റെ ചിറകുകളും ഊർജ്ജവും ജനങ്ങളാണ്. കടലിന്റെ മകൻ രാഷ്ട്രീയപ്രവർത്തനം നടത്തി അത്ര ഉയരേണ്ടതില്ല നിങ്ങളുടെ കാഴ്ചപ്പാടുകൾക്ക് അതേ നാണയത്തിൽത്തന്നെ ഞാൻ മറുപടി നൽകുന്നു, ജനം മറുപടി നൽകുന്നു: ഞാൻ കടലിന്റെ മകൻ തന്നെയാണ്.

'അതെ, കടലിൽ മീൻപിടിക്കാൻ പോകുന്ന നാരായണന്റെ മകൻ മതി തങ്ങൾക്ക്' എന്ന് ജനവും പറഞ്ഞു.

ജാതിയോ മതമോ രാഷ്ട്രീയമോ നോക്കിയല്ല ഞാൻ സേവനം ചെയ്യുന്നത്. തികച്ചും മതേതരമായ ജീവിതമാണ് എന്റേത്. ആവശ്യക്കാരന് വേണ്ടത് നൽകുക എന്നതുമാത്രമാണ് എന്റെ പരിഗണനവിഷയം.

പിന്നീടുള്ള തിരഞ്ഞെടുപ്പ് മത്സരങ്ങളിൽ പണംകൊണ്ട് എന്നെ വിലയ്ക്കെടുക്കാൻ ശ്രമിച്ചവർക്ക് മുന്നിൽ ഞാൻ വിലപേശി നിൽക്കാത്തതുകൊണ്ട് എന്നെ ഇല്ലായ്മ ചെയ്യും എന്നുവരെ പറഞ്ഞവരുണ്ടായിരുന്നു. എന്നെ തിരഞ്ഞെടുത്തത് ജനങ്ങളാണ്, ചില സമ്പന്നരല്ല എന്നും, ജനങ്ങളെ കണക്കിലെടുക്കാതെ ഒരു സമ്പന്നന്റെയും താത്പര്യങ്ങൾക്കു

വേണ്ടി അവസാനശ്വാസംവരെയും നിൽക്കില്ല എന്നും ദൃഢപ്രതിജ്ഞ യെടുത്താണ് ഞാൻ നിയമസഭാ മത്സരങ്ങളിൽ പങ്കെടുത്തത്. അത് ഞാൻ തുറന്നു പറഞ്ഞിട്ടുണ്ട്. ജനങ്ങളിൽത്തന്നെയാണ് എനിക്ക് വിശ്വാസം. അവർക്കു വേണ്ടിത്തന്നെയാണ് ഞാൻ നിയമസഭാംഗമാകു ന്നതും ഇപ്പോൾ പാർലമെന്റ് അംഗമായിരിക്കുന്നതും.

എന്റെ വോട്ടർമാർക്കു മുന്നിൽ എനിക്ക് പ്രോട്ടോക്കോളുകളൊന്നു മില്ല. അവർക്കൊപ്പം ഞാനുണ്ട്. എനിക്കൊപ്പം അവരും.

ഈ ലോക്ഡൗൺ കാലത്ത് കഷ്ടപ്പെടുന്നവരെക്കുറിച്ചുള്ള വേദന കളാണ് ഇന്ന് എന്റെ മനസ്സ് നിറയെ. പ്രാഥമികാവശ്യങ്ങൾക്കുള്ള ഭക്ഷ്യ ക്കിറ്റ് വിതരണം ആദ്യക്വാറന്റൈൻദിനങ്ങളിൽത്തന്നെ ഞാൻ ചെയ്തു കഴിഞ്ഞിട്ടുണ്ട്. ഇനിയെന്താണ് ചെയ്യേണ്ടതെന്ന് ആശങ്ക ഉണ്ടായിരുന്ന ഘട്ടത്തിൽത്തന്നെ ഫോൺകോളുകളിലൂടെതന്നെ അവർ അനുഭവി ക്കുന്ന വിഷമതകളെ കേട്ടുകൊണ്ടിരുന്നു.

മരുന്നുകളുടെ ലഭ്യത ഉറപ്പുവരുത്തുക എന്നതാണ് അതിൽ ഏറ്റവും പ്രധാനം. കൂലിയോ വരുമാനമോ ഇല്ലാതായ സാധാരണക്കാരന്റെ വീട്ടിൽ രോഗികൾ കൂടിയുണ്ടെങ്കിൽ അവർ എന്തു ചെയ്യും? അതിനൊരു പരി ഹാരം കാണേണ്ടതുണ്ട്. അതിനുവേണ്ടി സ്റ്റാഫിനോടും സുഹൃത്തുക്ക ളോടും പാവപ്പെട്ടവന് മരുന്ന് എത്തിക്കാനുള്ള പദ്ധതികളെക്കുറിച്ച് ചർച്ച ചെയ്തു. എന്റെ ശമ്പളം മുഴുവൻ ആദ്യതുകയായി ഇട്ടുകൊണ്ട് അത്യാ വശ്യക്കാരെ കണ്ടെത്താനുള്ള ശ്രമം തുടങ്ങി.

ബിപിഎൽ കാർഡുടമകളായ കുടുംബത്തിലെ നിരാശ്രിതരായ രോഗികൾക്കുള്ള മരുന്നുകൾ എത്തിച്ചുകൊടുക്കുക എന്ന ദൗത്യത്തിന് തുടക്കമായി. 'അതിജീവനം' എന്ന പേരിൽ വളരെ പെട്ടെന്നുതന്നെ ആളു കളിലേക്ക് വിവരങ്ങൾ എത്തിച്ചു. കാർഡിന്റെ കോപ്പിയും മരുന്നിന്റെ ചീട്ടും വാട്ട്സാപ്പിലേക്ക് അയയ്ക്കുവാൻ ആവശ്യപ്പെട്ടായിരുന്നു ആദ്യ പടി ആരംഭിച്ചത്. ആയിരക്കണക്കിന് അപേക്ഷകളാണ് സ്വയംസന്നദ്ധ രായ വളണ്ടിയർമാരിലൂടെയും നേരിട്ടും എന്റെ ഓഫീസിലേക്ക് എത്തി ക്കൊണ്ടിരുന്നത്.

ലക്ഷക്കണക്കിന് രൂപയുടെ മരുന്നുകൾ ആവശ്യമാണ്. എന്റെ ശമ്പളം മുഴുവനായി കൊടുത്തിട്ടും മരുന്നുകൾക്ക് പണം തികയാതെ യായി. ആൾ കേരള കെമിസ്റ്റ്സ് ആന്റ് ഡ്രഗ്ഗിസ്റ്റ്സ് അസോസിയേഷൻ ഭാരവാഹികളെ ഫോണിൽ വിളിച്ചു. അവർ എല്ലാ സഹായവും വാഗ്ദാനം ചെയ്തു. ലാഭം നോക്കാതെ മരുന്നുകൾ എത്തിക്കാമെന്ന് അവർ ഏറ്റു.

ഫോൺവിളികളും അപേക്ഷകളുമായി ഫോൺ ഹാങ്ങായി. അത്ര യേറെ അപേക്ഷകളും അന്വേഷണങ്ങളും. എന്റെ ക്വാറന്റൈൻ ദിനങ്ങൾ അവസാനിക്കാറായിരിക്കുന്നു. അതു കഴിയാനുള്ള വെപ്രാളമായിരുന്നു

എനിക്ക്. ഓരോ ദിവസവും കഴിയുന്നത് അക്ഷമയോടെ കാത്തിരിക്കുകയായിരുന്നു. എത്രയും പെട്ടെന്ന് മരുന്ന് വിതരണം ശക്തമാക്കണം. മനസ്സ് ഓഫീസിലെത്താൻ വെമ്പുകയായിരുന്നു. എന്റെ പാർലമെന്റ് മണ്ഡലത്തിനും പുറത്തുനിന്നുവരെ ആവശ്യക്കാർ വിളിച്ചുകൊണ്ടിരിക്കുന്നു. അതിരുകളൊന്നും അരുതെന്നും ബിപിഎൽ എന്ന മാനദണ്ഡവും എത്തിക്കാനുള്ള സൗകര്യങ്ങളും മാത്രം നോക്കിയാൽ മതിയെന്നും ഓഫീസ് സ്റ്റാഫുകളോട് ഞാൻ അറിയിച്ചു.

പറഞ്ഞാൽ ശരിയാക്കും എന്ന തോന്നൽ ഉള്ളതുകൊണ്ടാണ് അവർ എന്നെ വിളിക്കുന്നത്. പണമോ, സമയമോ അല്ല പ്രധാനം അവരുടെ വിശ്വാസമാണ്. അതാണ് എന്റെ ബലവും.

ഞാൻ കാത്തിരിക്കുകയാണ്.

പതിമൂന്നാംദിന ക്വാറന്റൈൻ അവസാനിക്കുന്നു.

നാളെ ഒരുദിനംകൂടി കഴിഞ്ഞാൽ എന്റെ യാത്രാവിലക്കുകൾ തീരുകയാണ്.

ഞാനിപ്പോൾ വിനോദയാത്രയ്ക്കൊരുങ്ങുന്ന ഒരു കുട്ടിയുടെ തലേ ദിവസത്തെ മാനസികാവസ്ഥയിലാണ്.

പതിന്നാലാം ദിവസം

ക്വാറന്റൈൻ പൂർണ്ണമാവുന്നു

വീടിനു മുൻവശത്തെ ഹോമിയോ ക്ലിനിക്കിന്റെ മുന്നിൽ നിന്ന് ഒരാൾ കൈ കാണിക്കുന്നത് കണ്ടപ്പോൾ വായിച്ചുകൊണ്ടിരിക്കുന്ന പുസ്തകം ഞാൻ മടക്കിവെച്ചു.

ക്വാറന്റൈൻ അവസാനദിവസമാണിന്ന്. നേരത്തേ ഉണർന്ന് ജോലികളെല്ലാം തീർത്ത് സ്വസ്ഥമായി വായനയ്ക്കിരുന്നതാണ്. പുറത്ത് ഇരിക്കുന്നതിന് ഒരു കാരണം കൂടിയുണ്ട്. ഞാൻ ക്വാറന്റൈനിലാണല്ലോ, അപ്പോൾ ആളുകൾക്ക് അകത്തേക്ക് കയറിവരാൻ പ്രയാസമുണ്ടാവും. ഉമ്മറത്തിരിക്കുകയാണെങ്കിൽ നേരിട്ട് എന്നെ കാണാം. ആളുകളെ കാണാൻ എനിക്കും സാധിക്കുമല്ലോ.

ഹോമിയോ ക്ലിനിക്കിന്റെ മുന്നിൽ നിന്ന് കൈ കാണിക്കുന്ന ആളെ ആദ്യം എനിക്ക് മനസ്സിലായില്ല. മാസ്ക് ധരിച്ചിട്ടുണ്ട്. എന്റെ മുഖത്തെ ഭാവം കണ്ട് അയാൾ അല്പം മുന്നോട്ട് വന്നു. എന്നിട്ട് ഉറക്കെ പറഞ്ഞു:

"ഞാൻ കാദർക്കാന്റെ മോൻ നജീബാണ് പ്രതാപേട്ടാ..."

അപ്പോൾ ആളെ മനസ്സിലായി.

"ഹോമിയോ ക്ലിനിക്കിൽ വന്നതാ."

അകലെ നിന്നായതുകൊണ്ട് ഉറക്കെയാണ് സംസാരം.

യാത്രാവിലക്ക് വരുന്നതിനുമുന്നേ ഗൾഫിൽ നിന്നു വന്ന ഒരു സഹോദരന്റെയടുത്തുനിന്ന്, ദുബായിൽ നിന്ന് അത്യാവശ്യം കൊടുത്തയച്ച ഒരു പേപ്പർ മേടിച്ചു കൊണ്ടുവരാൻപോലും ആളുകൾ തയ്യാറല്ല എന്നുള്ള സങ്കടകരമായ അവസ്ഥയെക്കുറിച്ചായിരുന്നു നജീബ് സംസാരിച്ചത്.

പ്രവാസികളും കൂടെപ്പിറപ്പുകളാണെന്ന് ഓർമ്മപ്പെടുത്തിക്കൊണ്ട് ഇന്നലെ ഞാൻ ഫേസ്ബുക്കിൽ ഒരു പോസ്റ്റിട്ടിരുന്നു. കുറച്ചുദിവസങ്ങളായി പ്രവാസികളോട്, മഹാമാരി അവരാണ് കൊണ്ടുവന്നതെന്ന മട്ടിൽ പല കോണിൽ നിന്നും സംസാരമുണ്ടാകുന്നുണ്ട്. അത് കേട്ടപ്പോൾ ഉണ്ടായ വിഷമമാണ് ഞാൻ പങ്കുവെച്ചത്.

പൂരത്തിനും നേർച്ചയ്ക്കും നബിദിനറാലിക്കും പാർട്ടി സമ്മേളനങ്ങൾക്കും നാട്ടിലെ മറ്റു പരിപാടികൾക്കും വാരിക്കോരി സംഭാവന നൽകിയിരുന്ന നമ്മുടെ പ്രവാസി സുഹൃത്തുക്കളോട് നന്ദിയുള്ളവരായിരുന്നില്ലെങ്കിൽ പോലും അവരെ വേദനിപ്പിക്കാതിരുന്നുകൂടെ? അവരെ തള്ളിപ്പറയാതിരുന്നുകൂടെ?

മഹാമാരിയുടെ കാലമാണ്, സൂക്ഷ്മത വേണം, ഒരു തർക്കവുമില്ല. പക്ഷേ മഹാവ്യാധിയുടെ വാഹകരായി ചാപ്പ കുത്തി അവരെ സമൂഹത്തിൽ നിന്നും ഒറ്റപ്പെടുത്താതിരിക്കാമല്ലൊ.

പ്രവാസി സുഹൃത്തുക്കൾ ഏറെയുണ്ട് എനിക്ക്. ജീവിതം മറ്റൊരു വഴിയിലേക്ക് സഞ്ചരിച്ചില്ലായെങ്കിൽ ഞാനും പ്രവാസിയായിത്തീരേണ്ടവനാണ്. കുടുംബത്തെയും നാട്ടുകാരെയും എല്ലാം ഉപേക്ഷിച്ച് പ്രവാസജീവിതം തിരഞ്ഞെടുക്കുന്നത് ചോർന്നൊലിക്കുന്ന വീടിനെക്കുറിച്ചും പട്ടിണിയിലോ അർദ്ധപ്പട്ടിണിയിലോ ആയിത്തീരുന്ന കുടുംബങ്ങളെ ഓർത്താണ്. പ്രവാസികളുടെ കണ്ണീരിന്റെ വിലയാണ് ഇവിടെ ഉണ്ടുറങ്ങുന്ന നമ്മുടെ സുഖസൗകര്യങ്ങൾ.

പ്രവാസികൾ അവരുടെ നഷ്ടപ്പെട്ട സൗഭാഗ്യങ്ങളെ തിരിച്ചുപിടിക്കാൻ ശ്രമിക്കുന്നത് ഇവിടെയുള്ളവരുടെ സുഖസൗകര്യങ്ങളെ കരുതിയാണ്. രണ്ട് വെള്ളപ്പൊക്കങ്ങൾ വന്നപ്പോഴും നമ്മൾ അത് കണ്ടതാണ്.

പൊതുപ്രവർത്തകനായ ഞാൻ പ്രവാസിസുഹൃത്തുക്കളോട് ഏറെ കടപ്പെട്ടവനാണ്. സർക്കാർ സംവിധാനത്തിൽ നിന്നുകൊണ്ട് എല്ലാം ചെയ്യുവാൻ കഴിഞ്ഞെന്നുവരില്ല. ഉദാഹരണത്തിന്, ബി.പി.എൽ കാർഡുടമകൾക്ക് സർക്കാർ സഹായം നൽകുന്ന പദ്ധതിയിൽ ഏതെങ്കിലും ഒരു ഉദ്യോഗസ്ഥന്റെ പിഴവുകൊണ്ട് അർഹതയുണ്ടായിട്ടും എ.പി.എൽ കാർഡായിത്തീർന്നവർ ഉൾപ്പെടില്ല. ഇത്തരത്തിലുള്ള ഏറെപ്പേർ ഇപ്പോഴുമുണ്ട്. ഇത്തരം സന്ദർഭങ്ങളിൽ പ്രവാസികളോടോ അവരുടെ സംഘടനകളോടോ പറഞ്ഞാൽ ആവശ്യമായ സഹായങ്ങൾ എത്തിക്കുന്നതിൽ ഒരു പിശുക്കും ഞാൻ കാണിക്കാറില്ല.

എന്റെ ജീവിതത്തെ പ്രവാസികളായ സുഹൃത്തുക്കൾ എത്രത്തോളം സഹായിച്ചുവെന്ന് വ്യക്തമായ ബോധ്യം എനിക്കുണ്ട്.

ഒരു ഉദാഹരണം പറയാം.

എന്റെ സഹോദരിയുടെ വിവാഹം തീരുമാനിച്ച അവസരത്തിലാണ് അച്ഛൻ അസുഖമായി ആശുപത്രിയിലാകുന്നത്. മകളെ വിവാഹം ചെയ്യിപ്പിച്ച് അയയ്ക്കുന്നതെങ്ങനെയെന്ന ബുദ്ധിമുട്ടുകൾ ആലോചിച്ച് തളർന്നുപോയൊരു അച്ഛനെയായിരുന്നു അന്ന് ആശുപത്രിയിൽ ഞാൻ കണ്ടത്.

ആശുപത്രിയിൽ ഒരക്ഷരം പറയാനാവാതെ ഇരുപത് ദിവസം അച്ഛൻ കിടന്നു. ആ കണ്ണുനീരിൽ എനിക്കുള്ള സന്ദേശങ്ങൾ ഞാൻ കണ്ടെത്തി. പെങ്ങളുടെ കല്യാണബാധ്യതകൾ എല്ലാം എന്നെയേൽപ്പിക്കുകയാണെന്ന് അച്ഛൻ എന്നോട് വേദനയോടെ പറയുകയായിരുന്നു.

അച്ഛൻ പഠിപ്പിച്ച കാര്യങ്ങൾ ഒരു നിധിപോലെ കൊണ്ടുനടക്കുന്നവനാണ് ഞാൻ. അച്ഛന്റേതു മാത്രമായ സാമ്പത്തികപാഠങ്ങൾ എനിക്കറിയാമായിരുന്നു. സാമ്പത്തിക അച്ചടക്കവും പരസ്പര സഹകരണവും നിറഞ്ഞ ഒരു സാമ്പത്തികപാഠം അച്ഛനിൽ നിന്നും ഞാൻ പഠിച്ചിട്ടുണ്ട്.

മലബാറിന്റെ ഭാഗമായ പൊന്നാനി താലൂക്കായിരുന്നു ഞങ്ങളുടെ തളിക്കുളം അടക്കമുള്ള പ്രദേശം. മലബാറിൽ കണ്ടുവരുന്ന ഒരു പ്രത്യേക സാമ്പത്തിക സഹകരണമുണ്ടായിരുന്നു. ചങ്ങാതിക്കുറിയെന്നും ചായക്കുറിയെന്നും പേരിലാണ് അത് അറിയപ്പെട്ടിരുന്നത്.

വർഷത്തിലൊരിക്കൽ വെങ്ങോലി രാമന്റെ ചായക്കടയിൽ അച്ഛൻ ചായക്കുറി നടത്തുമായിരുന്നു. വീട് വെയ്ക്കണം, മക്കളുടെ വിവാഹം നടത്തണം, അതുമല്ലെങ്കിൽ മറ്റേതെങ്കിലും ആവശ്യം നിറവേറ്റണം എന്നു വന്നാൽ കാർഡടിച്ച് ആളുകളെ ചായക്കുറിയിലേക്ക് ക്ഷണിക്കും.

കവറിൽ പേരെഴുതി തുകയിട്ട് ആളുകൾ ചായക്കുറിയിൽ പങ്കെടുക്കും. ചായയും എണ്ണക്കടികളും കൊടുത്ത് അവരെ സൽക്കരിക്കും. ആളുകളോരോരുത്തരും നൽകുന്ന തുക കൃത്യമായി ഒരു പുസ്തകത്തിൽ എഴുതിവെയ്ക്കും. ആ പണം ഉപയോഗിച്ച് അത്യാവശ്യം ഉള്ളവർക്ക് പണം കൊടുത്ത് അവരുടെ കാര്യങ്ങൾ നിർവ്വഹിക്കും.

ഈ കുറിയിൽ ആരാണോ പണം നൽകിയത് അയാൾ ചായക്കുറി നടത്തുമ്പോൾ അയാൾ കുറിയിലേക്ക് നൽകിയ പണം തിരിച്ചു കൊടുക്കും. കാലത്തിനനുസരിച്ച് തുകയിൽ ആനുപാതികമായ മാറ്റമുണ്ടാകും.

വലിയ സമ്പദ്ശാസ്ത്രം പഠിച്ചിട്ടൊന്നുമല്ല ഇത്തരം ചായക്കുറികൾ നടത്തുന്നത്. എങ്കിലും എത്രയോ മഹത്തരമായ ഒരു ആശയമാണത്. പലിശയില്ലാതെ പരസ്പര സ്നേഹത്തിന്റെയും വിശ്വാസത്തിന്റെയും കരുതലിന്റെയും സാമ്പത്തിക ഇടപാടുകളാണ് അവിടെ നടക്കുന്നത്. സൗഹൃദവും സ്നേഹവും മാത്രമാണ് മുതലും പലിശയും. അതിൽനിന്ന് 'സമ്പാദിക്കുക' എന്ന ഒരു വലിയ പാഠം ഞാനും പഠിച്ചു.

തലച്ചോറ് പൊട്ടി അച്ഛൻ ഞങ്ങളെ വേർപിരിഞ്ഞു പോകുമ്പോൾ ഞാൻ അക്ഷരാർത്ഥത്തിൽ അനാഥനായതുപോലെ തോന്നി. പെങ്ങളുടെ വിവാഹം, വീട്, ബാധ്യതകൾ എല്ലാം തലച്ചുമടുപോലെ ഞാൻ എടുത്തുയർത്താൻ ശ്രമിച്ചു. അച്ഛനെപ്പോലെ തലച്ചോറ് പൊട്ടി ഞാനും...?! എന്നുവരെ എനിക്ക് തോന്നിപ്പോയ നിമിഷങ്ങൾ. സൗഹൃദങ്ങൾ ഒരു താങ്ങായി നിന്നതുകൊണ്ടുമാത്രം ജീവിതത്തിലേക്ക് തിരിച്ചുകയറിയ ദിവസങ്ങൾ.

അച്ഛനിൽ നിന്നും കിട്ടിയ 50 സെന്റ് സ്ഥലവും വീടും വിൽപ്പനയ്ക്ക് വെച്ച് ഞാൻ പെങ്ങളുടെ വിവാഹം നടത്തി. വീടും പുരയിടവും വിറ്റു

കിട്ടിയ പണം മക്കൾക്കെല്ലാവർക്കുമായി വീതിച്ചു നൽകി. തുച്ഛമായ പണമായിരുന്നു അത്. സഹോദരിമാർ അവരുടെ വിഹിതം എന്നെ തിരിച്ചേൽപ്പിച്ചു.

വാടകവീട്ടിലേക്ക് മാറിയിരുന്ന ഞാൻ സഹോദരിമാർ നൽകിയ വിഹിതവും എന്റെ വിഹിതവും ചേർത്ത് പത്തുസെന്റ് സ്ഥലം വാങ്ങിച്ചു. പതിയെ അതിലൊരു കുഞ്ഞു വീടുവെച്ചു. ലോർഡ് കൃഷ്ണ ബാങ്കിൽ നിന്നും ലോണെടുത്ത് രണ്ട് ഫൈബർ ബോട്ടുകൾ വാങ്ങി കടലിലിറക്കി, കടലിൽ വിശ്വാസമർപ്പിച്ച് ഞാൻ ജീവിക്കാൻ തുടങ്ങി.

രണ്ടുവർഷം കഴിഞ്ഞുകാണും. പലിശയും തിരിച്ചടവുകളും എല്ലാം തെറ്റിക്കൊണ്ടിരുന്നു. നഷ്ടത്തിലേക്ക് കൂപ്പുകുത്തിക്കൊണ്ടിരിക്കുകയാണ് എന്നെനിക്കറിയാമായിരുന്നു. വീടും പത്തുസെന്റ് സ്ഥലവും ജപ്തിഭീഷണിയിൽ. ബാങ്കുകാർ വന്ന് വീട് പൂട്ടി സീൽവെച്ചു. ഞാൻ വീണ്ടും വാടകവീട്ടിലേക്ക് മാറി.

എന്തുചെയ്യണമെന്നറിയാത്ത അവസ്ഥ. മരണത്തെക്കുറിച്ചുപോലും ചിന്തിച്ച നാളുകൾ. അമ്മ, ഭാര്യ, മക്കൾ ഇവരെയോർത്ത് അരുതാത്തതൊന്നും ചിന്തിക്കാൻ പറ്റുമായിരുന്നില്ല. ഈ സമയം സ്നേഹിതന്മാർ രക്ഷകരായി എത്തി. പ്രവാസികളും അല്ലാത്തവരുമായ ധാരാളം സുഹൃത്തുക്കൾ.

ബാങ്ക് ജപ്തിചെയ്ത വീടും സ്ഥലവും വിറ്റ് കടംവീട്ടാൻ അവരെന്നെ സഹായിച്ചു. ഞാൻ വാടകവീട്ടിൽത്തന്നെ തുടർന്നു. എന്റെ മുഖമൊന്ന് വാടിയാൽ ഒരു ഫോൺവിളിയിൽപ്പോലും മനസ്സിലാക്കിയെടുക്കുന്ന കൂട്ടുകാർ എനിക്ക് ചുറ്റുമുണ്ടായിരുന്നു.

അന്ധവിശ്വാസത്തിന്റെ പേരിൽ വിൽപ്പന നടക്കാതെയിരുന്ന ഭൂമി, ശ്രീ ശങ്കരനാരായണ ക്ഷേത്രത്തോട് ചേർന്നു കിടക്കുന്ന സ്ഥലം ചെറിയ വിലയ്ക്ക് ഞാൻ വാങ്ങിയത് സുഹൃത്തുക്കളുടെ സഹായത്തോടെയാണ്. സുഹൃത്തുക്കളെ വീണ്ടും ബുദ്ധിമുട്ടിക്കാനാവില്ലെന്നുറച്ച് ഞാൻ വീടുപണി തൽക്കാലത്തേക്ക് മാറ്റിവെച്ച് വാടകവീട്ടിൽ തുടർന്നു.

രാഷ്ട്രീയപ്രവർത്തനത്തിന്റെ തിരക്കുകളിലൂടെ അലയുമ്പോൾ വീടെന്ന മോഹം എന്നെ അലട്ടിയില്ല. പക്ഷേ, അമ്മ, ഭാര്യ, മക്കൾ, അവരെല്ലാം ഈ വീട്ടിൽത്തന്നെ കഴിയുന്നവരല്ലേ? സ്വന്തമായ സ്ഥലത്ത് ഒരു ഓലക്കുടിൽ ഉണ്ടാക്കാൻ ഞാൻ തീരുമാനിച്ചു. ഈ സമയത്ത് പാർലമെന്റ് തിരഞ്ഞെടുപ്പ് നടക്കുകയാണ്. ആലപ്പുഴ മണ്ഡലത്തിൽ വി.എം. സുധീരൻ മത്സരിക്കുന്നുണ്ട്. എന്റെ പ്രവർത്തനം അങ്ങോട്ട് മാറ്റി. തിരഞ്ഞെടുപ്പിൽ വി.എം. സുധീരൻ ജയിച്ചു.

തിരഞ്ഞെടുപ്പിൽ കെട്ടിവെച്ച തുക വി.എം. സുധീരന് തിരിച്ചു കിട്ടിയപ്പോൾ അത് മുഴുവൻ എനിക്ക് തന്ന് വീടിന്റെ തറ കെട്ടാൻ പറഞ്ഞു.

ഞാനങ്ങനെത്തന്നെ ചെയ്തു. എനിക്ക് പിന്നെ തിരിഞ്ഞുനോക്കേണ്ടി വന്നിട്ടില്ല. ഞാൻ ഒരു പ്രയാസവും പിന്നെ അനുഭവിച്ചിട്ടുമില്ല, എന്റെ വീടുപണി, മറ്റെല്ലാം എല്ലാം സുഹൃത്തുക്കൾ ഏറ്റെടുത്ത് ചെയ്യുകയായിരുന്നു.

മുൻ എംപി. എ.സി. ജോസ്, എം.സി. മുഹമ്മദ് നാസിം, താജുദ്ദീൻ, മാളിയേക്കൽ ഹുസൈൻ, ബാദുഷ, ബെസ്റ്റ് ജലീൽ, കേപ്പ് ജലീൽ, ഇസഹാക്ക് ഇങ്ങനെ നീളുന്ന സൗഹൃദപട്ടികയായിരുന്നു വീടിന്റെ ഓരോ പടി വളർച്ചയുടെയും പിന്നിൽ. സുഹൃത്തുക്കളോടുള്ള കടപ്പാടിനാൽ എന്റെ വീടിന് പേരിട്ടത് സൗഹൃദഭവൻ എന്നായിരുന്നു. സൗഹൃദവും സ്നേഹബന്ധവുമാണ് എന്റെ സമ്പത്ത്. ഓരോ ദിവസവും ഞാൻ ഓരോ സൗഹൃദങ്ങളെ സ്ഥാപിച്ചുകൊണ്ടിരിക്കുകയാണ്. ആത്മബന്ധങ്ങൾ നൽകുന്ന കരുതലാണ് എന്റെ വളർച്ച.

അപൂർവ്വമായി തോന്നാവുന്ന രണ്ട് ബന്ധങ്ങളെക്കുറിച്ച് ഇവിടെ പരാമർശിക്കണമെന്ന് തോന്നുന്നു.

ഒന്ന്, രണ്ടാമത്തെ നിയമസഭാ തിരഞ്ഞെടുപ്പിന്റെ വേളയായിരുന്നു.

പരസ്യപ്രചരണം അവസാനിക്കാൻ രണ്ട് ദിവസം മാത്രം. രാത്രി വൈകി അവസാനിക്കുന്ന വാഹന പ്രചരണത്തിനുശേഷം അർദ്ധരാത്രിയിലും വിട്ടു പോയ വീടുകളേയും പ്രധാന വ്യക്തികളേയും നേരിൽ കാണാനുള്ള അവസാനവട്ട ഓട്ടത്തിലാണ് ഞാൻ. എന്റെ ഔദ്യോഗിക ഫോൺ സെക്രട്ടറി പി.എ. മുഹമ്മദ് ഇസ്മായിലിന്റെ കൈയിലാണ്. ഇസ്മായിൽ തെരഞ്ഞെടുപ്പ് കമ്മിറ്റി ഓഫീസിൽ അവസാനവട്ട റിവ്യൂവിലും പിറ്റേന്നത്തേക്കുള്ള കാര്യങ്ങൾ ചിട്ടപ്പെടുത്തുന്നതിന്റെ തിരക്കിലുമൊക്കെയാണ്.

അർദ്ധരാത്രി 12 മണിയോടടുത്തിട്ടും കാത്തുനിൽക്കുന്ന ഒരു കോളനിയിലെ വോട്ടർമാരെ കാണാനായി തിരക്കിട്ട് പോകുകയാണ് ഞാൻ. അതിനിടയിൽ ഇസ്മായിൽ തുടരെ പേഴ്സണൽ നമ്പറിൽ വിളിക്കുന്നുണ്ട്. ഒപ്പമുള്ള പ്രവർത്തകരുടെ നമ്പറിലും വിളിച്ചുകൊണ്ടിരിക്കുന്നു. കോളനിയിൽ ഈ രാത്രിയിലും കാത്തിരിക്കുന്നവരെയോർത്ത് ഇസ്മായിലിനോട് ഞാൻ ദേഷ്യപ്പെട്ടു.

“ഞാൻ നാളെ പുലർച്ചെ ഓഫീസിലെത്തില്ലേ? എന്തു കാര്യത്തിനായാലും നാളെ വരുമ്പോൾ സംസാരിക്കാം” എന്നു പറഞ്ഞ് ഫോൺ വെച്ചു.

പതിനഞ്ച് മിനിറ്റ് കഴിഞ്ഞപ്പോൾ ഫോണുമായി ഇസ്മായിൽ എന്റെ അടുത്തെത്തി.

“ഒരാൾ ഇന്ന് രാവിലെ മുതൽ വിളിക്കുകയാണ്. സ്ഥാനാർത്ഥിയെ നേരിട്ട് കണ്ടേ പറ്റൂ. സ്വകാര്യമായി ഒറ്റയ്ക്ക് സംസാരിച്ചേ പറ്റൂ എന്നാണ് പറയുന്നത്.”

ഞാനത് കേട്ടപ്പോൾ എന്തുചെയ്യണമെന്നറിയാത്ത അവസ്ഥയിലായി.

"എത്ര രഹസ്യമാണെങ്കിലും എന്നോട് പറഞ്ഞോളൂവെന്നൊക്കെ ഞാൻ പറഞ്ഞു നോക്കി. പക്ഷേ വിടുന്ന ലക്ഷണമില്ല."

ഇസ്മായിൽ പറഞ്ഞു നിർത്തിയതും വീണ്ടും ഫോൺ വന്നു. ഞാൻ അറ്റന്റ് ചെയ്തു. അങ്ങേത്തലയ്ക്കലെ ശബ്ദം വളരെ പരിചിതമായിരുന്നു. പേരു പറഞ്ഞപ്പോൾ ഞാനാണ് ഞെട്ടിയത്. എതിർ മുന്നണിയിലെ പ്രമുഖ നേതാവാണ്.

"പ്രതാപൻ ഒന്നു വീട്ടിൽ വരണം. ഞാൻ കാത്തിരിക്കും."

എത്ര വൈകിയാലും ഞാൻ വീട്ടിലെത്തിയിരിക്കും എന്നുറപ്പു കൊടുത്ത് ഫോൺ കട്ട് ചെയ്തു. എന്താണ് ഇത്രയേറെ വലിയ കാര്യം എന്ന് ഞാൻ കുറേനേരം ആലോചിച്ചു. കോളനിയിൽ ഒരു ഓട്ടപ്രദക്ഷിണം ചെയ്ത് ഇസ്മായിലിന്റെ ബൈക്കിൽ ഞാനദ്ദേഹത്തിന്റെ വീട്ടിലേക്ക് തിരിച്ചു. ഞാനൊറ്റയ്ക്ക് ആ വീട്ടിലേക്ക് കയറി.

വാതിൽ തുറന്ന് അദ്ദേഹം എന്നെ സ്വീകരണ മുറിയിലേക്ക് കൊണ്ടുപോയി. രാത്രി വൈകിയിട്ടും ഉറങ്ങാതെ എന്നെ കാത്തിരിക്കുന്ന അദ്ദേഹത്തിന്റെ മക്കളുമുണ്ടായിരുന്നു അവിടെ.

പ്രത്യേകം മുഖവുരയൊന്നുമില്ലാതെ അദ്ദേഹം ഷോക്കേസിലേക്ക് കൈ ചൂണ്ടി. ഷോക്കേസ് നിറയെ മക്കൾക്ക് കിട്ടിയ സമ്മാനങ്ങളായിരുന്നു.

അദ്ദേഹം പറഞ്ഞു തുടങ്ങി: "പ്രതാപനെന്നെ അറിയാമല്ലോ? വോട്ടു ചെയ്തു തുടങ്ങിയ കാലം തൊട്ട് ഞാനും എന്റെ കുടുംബവുമൊക്കെ പാർട്ടിചിഹ്നത്തിലേ കുത്താറുള്ളൂ. ആ കാണുന്ന സമ്മാനങ്ങൾ കണ്ടോ? അതിൽ കൂടുതലും മക്കൾക്കു കിട്ടിയ, പ്രതാപൻ ഏർപ്പെടുത്തിയ എം.എൽ.എ. അവാർഡുകളും പ്രതിഭാ പുരസ്കാരങ്ങളുമാണ്. അവർ ആദ്യമായാണ് ഇങ്ങനെ ഒരാവശ്യം പറയുന്നത്. ഇത്തവണ വോട്ട് പ്രതാപമാമന് കൊടുക്കണമെന്ന്. അവരാണ് എന്റെ സമ്പാദ്യം. അവർ പറയുന്നതിനെതിരെ എനിക്ക് ചെയ്യാൻ കഴിയില്ല. എങ്കിലും ഇത് നേരിട്ട് പ്രതാപനോട് പറയണം, അതും ഇവരുടെ മുന്നിൽ വെച്ചു തന്നെ വേണം എന്നെനിക്കു തോന്നി. ഞാൻ ഇത്തവണ എന്റെ മക്കൾക്കു വേണ്ടി പതിവ് തെറ്റിക്കുകയാണ്."

പതിനെട്ട് മണിക്കൂറോളമായി തുടർച്ചയായി പ്രവർത്തിച്ചതിന്റെ ക്ഷീണത്തിനു പകരം അദ്ദേഹത്തിന്റെ വാക്കുകൾ പുതിയ ഒരു ഊർജം എന്നിൽ നിറഞ്ഞിരുന്നു. അദ്ദേഹത്തെ ചേർത്തുപിടിച്ചാലിംഗനം ചെയ്തും ആ കൊച്ചു മിടുക്കിമാരുടെ ലാളനയോടെ കൈയിൽ തട്ടി ഇഷ്ടവും നന്ദിയും പറഞ്ഞ് ഞാനിറങ്ങി.

ഇസ്മായിലിന്റെ ബൈക്കിനു പുറകിലിരുന്ന് ഓഫീസിലേക്ക് തിരികെ പോകുമ്പോൾ മനസ്സ് നിറയെ ആ ഷോക്കേസിലെ എം.എൽ.എ അവാർഡുകളിൽ പുഞ്ചിരിച്ചു നിൽക്കുന്ന ഗാന്ധിജിയുടെ മുഖവും അതിനു കീഴെയുള്ള വരികളുമായിരുന്നു.

'വെളിച്ചമേ നയിച്ചാലും.'

ആ കുട്ടികൾ, ഇടതുപക്ഷത്തെ നേതാവ് ഇവരെല്ലാം പുതിയ സൗഹൃദത്തിന്റെ കൂടുകളിലേക്കാണ് ചേക്കേറിയത്. പലപ്പോഴും പ്രതീക്ഷയ്ക്കപ്പുറത്തുനിന്നുപോലും സൗഹൃദങ്ങളും സ്നേഹങ്ങളും നമ്മളെ കൈയെത്തിപ്പിടിക്കും. നമ്മുടെ മനസ്സും ഹൃദയവും വിശാലമാക്കിയിട്ടാൽമതി.

രണ്ടാമത്തേത്,

രണ്ടാം തവണയും നാട്ടികയുടെ എം.എൽ.എ. ആയി വീണ്ടും തിരക്കുകളിലേക്ക് നീങ്ങുന്ന ഒരു ദിവസം ഏങ്ങണ്ടിയൂരിൽ നിന്ന് മനോജ് തച്ചപ്പിള്ളി വീട്ടിൽ വന്നു. സംസാരത്തിനിടയിൽ ചോദിച്ചു:

"ടിയെൻ ഇന്ന് സൗപർണ്ണികയിൽ കല്യാണത്തിന് വരുമല്ലോ അല്ലേ? വളരെ വേണ്ടപ്പെട്ട വീട്ടുകാരാണ് കേട്ടോ. എന്തായാലും പോയേ പറ്റൂ. കല്യാണത്തിനുശേഷം പത്തുമിനിറ്റ് മാറ്റിവെക്കണം. നമുക്കൊരു വീട്ടിൽ പോവാനുണ്ട്."

ഉച്ചയ്ക്ക് പറഞ്ഞതുപോലെ സൗപർണിക ഓഡിറ്റോറിയത്തിലെ വിവാഹത്തിലെത്തി വധൂവരന്മാരെ ആശംസകളറിയിച്ച് പുറത്തെത്തിയപ്പോൾ മനോജ് വീണ്ടും ഓർമ്മിപ്പിച്ചു:

"പത്തു മിനിറ്റ്... ഒരാളെക്കണ്ടിട്ട് വരാം."

അദ്ദേഹം എന്നോടൊപ്പം കാറിൽ കയറി തിരുമംഗലം ശിവക്ഷേത്രത്തിന് സമീപത്ത് ഉള്ളിലായുള്ള ഒരു വീട്ടിലേക്ക് കൊണ്ടുപോയി. കാറിൽ നിന്നിറങ്ങി ഇടവഴിയിലൂടെ നടന്ന് ഓല മേഞ്ഞ ഒരു കൊച്ചു കൂരയുടെ മുന്നിലെത്തി. അകത്ത് തറ മാത്രം സിമന്റ് പൂശിയിരിക്കുന്നു. ചുറ്റും ഓലകൊണ്ട് മറച്ചിട്ടുമുണ്ട്.

വീട്ടിലേക്കുള്ള നടത്തത്തിലാണ് കാര്യം പറയുന്നത്. ഈ വീട്ടിലെ കാരണവർ വാർദ്ധക്യസഹജമായ അസുഖങ്ങളായി കിടപ്പിലാണ്. കഴിഞ്ഞയാഴ്ച ആരോഗ്യസ്ഥിതി വളരെ മോശമായപ്പോൾ അദ്ദേഹം ബോംബേയിലുള്ള തന്റെ മകനെ ഒരു നോക്ക് കാണണമെന്ന് ആഗ്രഹം പറഞ്ഞതിനാൽ മകൻ കഴിഞ്ഞ ദിവസം വന്നിട്ടുണ്ട്.

ഇനിയെന്തെങ്കിലും ആഗ്രഹമുണ്ടോയെന്ന് മകൻ അച്ഛനോട് ചോദിച്ചുവത്രെ.

"എനിക്ക് പ്രതാപനെ കാണാൻ പറ്റുമോ?" എന്ന് അപ്പോൾ അച്ഛൻ തിരിച്ചുചോദിച്ചു.

തങ്ങളുടെ കുടുംബത്തിലും ബന്ധുക്കളിലും 'പ്രതാപൻ' എന്ന പേരിൽ ആരുമില്ലാത്തതിനാൽ വീട്ടുകാർ വീണ്ടും ചോദിച്ചു,

"അച്ഛന് പേര് തെറ്റിയതാണോ? ഇവിടെയേതാ 'പ്രതാപൻ'?"

ബദ്ധപ്പെട്ട് എഴുന്നേറ്റ് ആ മുത്തച്ഛൻ തന്റെ കട്ടിലിൽ കിടക്കുന്ന കൈതോലകൊണ്ടുണ്ടാക്കിയ 'പായയ്ക്കു' താഴെ സൂക്ഷിച്ചുവെച്ച, തെരഞ്ഞെടുപ്പുകാലത്ത് എന്റെ നന്ദി പറഞ്ഞുകൊണ്ടുള്ള ഫോട്ടോ കാർഡ് എടുത്തു കാണിച്ചുവത്രേ. അങ്ങനെയാണ് ആ മകൻ മനോജ് തച്ചപ്പുള്ളിയെ അറിയിക്കുന്നത്. അത്ഭുതവും സങ്കടവും എന്റെ കണ്ണു നനയിച്ചു.

അകത്തു ചെന്ന് ഞങ്ങൾ ആ അച്ഛനൊപ്പം കട്ടിലിലിരുന്ന് കുറെ നേരം സംസാരിച്ചു. അന്ന് എന്റെ അച്ഛന്റെ ഓർമ്മ എന്നെ വല്ലാതെ അലട്ടി.

ബോംബെയിലേക്ക് വണ്ടി കയറാനൊരുങ്ങിയ ഒരു മകൻ എന്റെ അച്ഛനുമുണ്ടായിരുന്നല്ലോ. സ്നേഹംകൊണ്ടാണെങ്കിലും ഇദ്ദേഹത്തെ കാണുമ്പോൾ എന്റെ അച്ഛനെ ഓർക്കാതിരിക്കാനാവില്ലല്ലോ. എന്റെ കണ്ണുകൾ നിറഞ്ഞൊഴുകുന്നത് തടയാൻ ഞാനാവുന്നത്രയും ശ്രമിച്ചു.

തിരഞ്ഞെടുപ്പ് സമയത്ത് പ്രചരണത്തിനും നന്ദി പറയാനും ഞാൻ ആ വീടിന്റെ സമീപത്തെ റോഡിലൂടെ പോയിരുന്നതാണ്. അനൗൺസ്മെന്റ് കേട്ടെങ്കിലും വയ്യാതെ കിടക്കുന്ന അദ്ദേഹത്തിന് പുറത്തിറങ്ങാനോ എന്നെ കാണാനോ സാധിച്ചില്ലത്രെ.

അനൗൺസ്മെന്റ് വാഹനത്തിൽ നിന്നും വിതരണം ചെയ്ത ഫോട്ടോ കാർഡ് പേരക്കുട്ടികളിലാരോ കൊണ്ടുചെന്ന് കൊടുത്തത് സൂക്ഷിച്ചു വെച്ചതാണത്രെ. മനസ്സിനെ സ്പർശിച്ച ഒരു ദിവസമായിരുന്നു അത്.

നമ്മുടെ പൊതുജീവിതത്തിന്, നാം ഏറ്റെടുത്തിരിക്കുന്ന ഉത്തര വാദിത്വങ്ങൾക്ക് ഔദ്യോഗിക സ്ഥാനമാനങ്ങൾക്കപ്പുറത്ത് എത്രമാത്രം പ്രസക്തിയുണ്ടെന്നതിനുള്ള തിരിച്ചറിവായിരുന്നു അച്ഛന്റെ ആ വാക്കുകൾ.

വീണ്ടും ഒരിക്കൽ കൂടി ഞാൻ അദ്ദേഹത്തെ കാണാൻ ചെന്ന് ആശ്വാസവാക്കുകൾ നൽകി തിരിച്ചുപോന്നതോർക്കുന്നു. പിന്നീട് നാട്ടിൽ ഇല്ലാതിരുന്ന ഒരു ദിവസം അദ്ദേഹം മരണപ്പെട്ടതായറിഞ്ഞു. നാട്ടിലെത്തിയ ഉടനെ ഞാൻ ആ വീട്ടിലേക്ക് ചെന്നു. അദ്ദേഹത്തിന്റെ ഓർമ്മകളിൽ, ജീവിതത്തിലൊരിക്കലും മറക്കാത്ത ആ സ്നേഹസ്മരണയ്ക്ക് മുന്നിൽ ഹൃദയം സമർപ്പിച്ചാണ് അവിടെനിന്ന് തിരിച്ചത്.

ഇങ്ങനെ എത്രയോ പേർ. ഒരിക്കൽ കണ്ടും ചിരിച്ചും കടന്നുപോയിട്ടുള്ളവർ. പക്ഷേ, ഒരു നോട്ടത്തിൽത്തന്നെ എന്റെ ഹൃദയത്തിലേക്ക് കൂടൊരുക്കി സുഹൃത്തുക്കളായി മാറും. എത്രയോ പേരുടെ സ്നേഹം, പ്രാർത്ഥന, ഒരു പ്രതിഫലവും ആഗ്രഹിക്കാത്ത മാതാപിതാക്കൾ.

ഒരുപക്ഷേ എന്നെപ്പോലെയുള്ള സാധാരണക്കാരനെ ഇവിടംവരെ എത്തിച്ചതിനു പിന്നിൽ അവരുടെയെല്ലാം പ്രാർത്ഥനകൾ തന്നെ യായിരിക്കും. നിരവധി പേരുടെ മുഖങ്ങൾ ഹൃദയത്തിന്റെ സ്ക്രീനിൽ തെളിഞ്ഞു വരികയാണ്. അതിൽ മതവും ജാതിയും ഇല്ല. ഒരു 'ഇസ'വും കടന്നുവന്നിട്ടില്ല.

പലരും എന്നെ തേടി വരും. വലിയ വലിയ വാഹനങ്ങളിൽ. സമ്പന്നർ. അവരുടെ കാര്യം സാധിക്കാൻ മാത്രമായി ചിരിച്ച് മുഖസ്തുതികൾ. സുഖിപ്പിക്കൽ, തലോടൽ. കാര്യം നേടിക്കഴിഞ്ഞാൽ പിന്നെ അവരെ കാണുകയേയില്ല.. കാരണം അവർക്ക് അടുത്ത കാര്യത്തിനായി മറ്റൊ രാളെ അന്വേഷിക്കണം.

ഈ അനുഭവങ്ങൾ ഒരിക്കലല്ല. എത്രയോ തവണയുണ്ടായിട്ടുണ്ട്.

എന്നാൽ മഹാഭൂരിപക്ഷവും നേരെ മറിച്ചാണ്. ഒരാവശ്യത്തിനും വരില്ല. ദൂരെ നിന്ന് നോക്കിക്കാണും. മനസ്സിലാക്കും, തിരിച്ചറിയും, സ്നേഹിക്കും. പ്രാർത്ഥിക്കും. ഹൃദയത്തിൽ തുന്നിച്ചേർക്കും. അതിൽ ചിലർക്ക് മകനായിരിക്കും. വേറെ ചിലർക്ക് കൂടപ്പിറപ്പ്. ഇത് ഞാൻ ഏറെ അനുഭവിച്ചതാണ്. ഇപ്പോഴും അനുഭവിക്കുന്നതുമാണ്. ദുഃഖം വരുമ്പോൾ ഇവരുടെ മനസ്സ് എന്നോട് കൂടെയുണ്ടാവും. അന്യായമായി ആരെങ്കിലും വേദനിപ്പിക്കുവാൻ ശ്രമിച്ചാൽ ഈ മഹാഭൂരിപക്ഷം അതൊന്നും അനുവദിച്ചുകൊടുക്കില്ല. അവരുടെ സ്നേഹത്തിന്റെ ശക്തിയാണ് എന്നെപ്പോലുള്ള ഒരു സാധാരണക്കാരനെ ഇവിടെവരെയെത്തിച്ചത്.

ഞാൻ ഒരു തത്ത്വചിന്തകനല്ല, ഭാഷാപണ്ഡിതനല്ല, സമ്പത്തിന്റേയും സമുദായത്തിന്റേയും ശക്തിയില്ല. ഒരു പ്രത്യേക മതത്തിന്റെ പിൻബല മില്ല. എന്നിട്ടും എല്ലാ പീഡാനുഭവങ്ങളേയും അതിജീവിച്ച് ഈ ഒറ്റയിരു പ്പിലും അവർ എന്നെ തേടിവരുന്നു. സാന്ത്വനത്തിന്റെ ഒരു വിളിയായി. അദൃശ്യസാന്നിദ്ധ്യമായി...

ആ ഓർമ്മകൾക്കുമുന്നിൽ അല്പനേരം കണ്ണടച്ചിരുന്ന് പ്രാർത്ഥി ക്കാൻ തോന്നുന്നു.

'ദൈവമേ നീയാണെല്ലാത്തിനും സാക്ഷി, നീ തന്നെയാണ് സത്യം.'

ദിവസക്കണക്ക് അവസാനിപ്പിക്കുന്നു ഇനി തലക്കെട്ടുമാത്രം

ഞാനെന്റെ പ്യൂപ്പജീവിതം അവസാനിപ്പിക്കുകയാണ്. പതിന്നാല് ദിവസം അടയിരുന്ന് എന്റെ സ്വാതന്ത്ര്യത്തിന്റെ കൊച്ചുമുട്ടകൾ പൊട്ടി വിരിഞ്ഞ് ഇന്ന് അത് ആകാശത്തിലൂടെ പറന്നുയരും. ക്വാറന്റൈൻ കാലം കഴിഞ്ഞെങ്കിലും ലോക്ഡൗൺ തുടരുകയാണ്. എല്ലാ നിബന്ധനകളും പാലിച്ചുകൊണ്ട് ജനങ്ങളുടെ അടുത്തേക്ക് ഞാൻ എത്തും.

നേരിട്ട് ജനങ്ങളുടെ അടുത്തേക്കല്ലെങ്കിലും അവരുടെ ആവശ്യങ്ങൾക്കായുള്ള വിളികൾക്ക് കാതോർത്ത്, അവരെ സഹായിക്കുന്നതിൽ ഞാൻ കുറേക്കൂടി അടുത്ത്, സാമൂഹിക അകലം പാലിച്ച് ഉണ്ടാകും.

കൊറോണ ഭീതിയിൽ തന്നെയാണ് ഇപ്പോഴും രാജ്യം. ക്വാറന്റൈൻ കഴിഞ്ഞ് എം.പി. ഓഫീസിൽ സജീവമായി. ജനങ്ങളുടെ ടെലിഫോൺ വിളികൾ, ജോലിയില്ലാത്തതിന്റെ സങ്കടങ്ങൾ, മരുന്ന് ലഭിക്കാത്ത ആവലാതികൾ, നിത്യവരുമാനക്കാരുടെ ഹൃദയനൊമ്പരങ്ങൾ, പ്രവാസികളുടെ വിളികൾ, നാട്ടിൽ തിരിച്ച് വരുവാനുള്ള ജിജ്ഞാസ, ബന്ധുക്കളുടെ ആശങ്കകൾ ഇങ്ങനെ നിരവധി പ്രശ്നങ്ങൾ കുറേദിവസങ്ങളായി അലട്ടിക്കൊണ്ടിരിക്കുകയായിരുന്നു. ഓരോ ഫോൺവിളികളിലും ആശ്വാസവാക്കുകൾ പറയുമ്പോൾ ആ ദുഃഖങ്ങളെല്ലാം എന്റെ മനോനില തെറ്റിക്കുമെന്നുവരെ തോന്നിപ്പോയി. മനുഷ്യന്റെ നിസ്സഹായത ഒരിടത്തല്ല ലോകം മുഴുവൻ വ്യാപിക്കുകയാണ്.

ഇതിൽ ഏറെ പ്രയാസപ്പെടുത്തുന്ന കണ്ണീർച്ചാലുകൾ ശബ്ദങ്ങളിലൂടെ തിരിച്ചറിയുകയാണ് ഞാൻ. ജീവൻ രക്ഷാമരുന്നുകൾ ലഭിക്കാതെ മരണപ്പെടുമോയെന്ന് ഭയപ്പെടുന്നവരുടെ വേദനകൾ. അച്ഛനും അമ്മയ്ക്കും മക്കൾക്കും വേണ്ടി സങ്കടപ്പെടുന്നവർ.

അച്ഛന്റേയും അമ്മയുടേയും ഓർമ്മ മനസ്സിൽ നിറയുന്നു. ഏങ്ങണ്ടിയൂർ എം.ഇ.എസ്. ആശുപത്രിയിൽ കിടന്ന് മരണപ്പെട്ട അച്ഛൻ, തലച്ചോറിലേക്കുള്ള രക്തക്കുഴലുകൾ പൊട്ടി ആന്തരിക രക്തപ്രവാഹമുണ്ടായ ദിവസങ്ങൾ, തിരിച്ചറിവില്ലാതെ കിടന്ന് അന്ത്യശ്വാസം വലിച്ചതിന്റെ ഓർമ്മകൾ എല്ലാം മനസ്സിലേക്ക് അതിവേഗം മിന്നിമറിഞ്ഞു.

അമ്മയ്ക്ക് പ്രായമായെങ്കിലും നല്ല ഓർമ്മയായിരുന്നു. എന്നാൽ അവസാനകാലത്ത് ജൂബിലി മിഷൻ മെഡിക്കൽ കോളേജ് ആശുപത്രിയിലും ഏങ്ങണ്ടിയൂർ എം.ഐ ആശുപത്രിയിലുമായി ചികിത്സയ്ക്കുശേഷം വീട്ടിലെ കട്ടിലിൽ ആരെയും തിരിച്ചറിയാനാവാതെ, അവസാനമായി എന്നെപ്പോലും ഒന്ന് നോക്കാതെ സ്വർഗ്ഗരാജ്യത്തേക്ക് തിരിച്ചുപോയതും ഓർമ്മയിലെത്തി.

മാസ്കുകളും സാനിറ്റൈസറുകളും അത്യാവശ്യമായി ഇടപെടേണ്ട സ്ഥലങ്ങളിൽ ഭക്ഷ്യവിതരണക്കിറ്റുകളും വിതരണം ചെയ്തു കഴിഞ്ഞിരിക്കുന്നു. ഇനി ബിപിഎൽ കാർഡുടമകൾക്ക് മരുന്നുകൾ എത്തിച്ചു നൽകുന്ന അതിജീവനം പദ്ധതിയുടെ പ്രവർത്തനങ്ങളാണ്.

ജീവൻരക്ഷാ ഔഷധങ്ങൾ വാങ്ങുവാൻ പണമില്ലാതെയും മരുന്ന് കിട്ടാതെയും സങ്കടപ്പെട്ട് മാതാപിതാക്കൾക്കും മക്കൾക്കുംവേണ്ടി വിളിക്കുന്നവരെ ആശ്വസിപ്പിക്കുവാൻ നിശ്ചയിച്ചു. പാവങ്ങൾക്കുള്ള സൗജന്യ മരുന്നുകൾ എം.പി നൽകും.

എ.എൻ. മോഹനൻ, സുരേഷ് വാരിയർ തുടങ്ങിയ ഓൾ കേരള കെമിസ്റ്റ്സ് ആന്റ് ഡ്രഗ്ഗിസ്റ്റ്സ് അസോസിയേഷൻ ഭാരവാഹികളെ വിളിച്ച് ആവശ്യമായ മരുന്നുകൾ എത്തിക്കുന്നതിനെക്കുറിച്ച് അന്വേഷിച്ചു. അവർ ഒരുക്കമാണ്. സി. സി. ശ്രീകുമാർ, രവി താണിക്കൽ, സനൽ, ജയചന്ദ്രൻ, ആംബുലൻസ് ഡ്രൈവർമാർ, ഫാർമിസ്റ്റ്, സഹായികൾ, മരുന്ന് വിതരണ കമ്പനി പ്രതിനിധികൾ തുടങ്ങിയ ഒരു സംഘം ഏത് സേവനങ്ങൾക്കും തയ്യാറായിരുന്നു. പിന്നെ. ഊണില്ല. ഉറക്കമില്ല. രാത്രി ഒരു മണിയെങ്കിലും എം.പി. ഓഫീസ് സജീവം. മരുന്നുമായി വീടുകളിലേക്ക് പ്രാദേശിക നേതാക്കളുടെ ഓട്ടം. ഒരു കാര്യം മനസ്സിലായി. മനുഷ്യമനസ്സിൽ നന്മയുണ്ട്. നല്ല പൊതുപ്രവർത്തകർ കൂട്ടിനുണ്ട്. വെള്ള ഖദറിട്ട പലരും മരുന്ന് എത്തിക്കുവാൻ സേവനരംഗത്തുമുണ്ട്. അതൊരു തിരിച്ചറിവു കൂടിയായിരുന്നു.

വെള്ളപ്പൊക്കം നമ്മെ എന്തൊക്കെയോ പഠിപ്പിച്ചതാണ്. മനുഷ്യരിലെ നന്മയും സ്നേഹവും തിരിച്ചുവരുന്നത് പ്രതിസന്ധി ഘട്ടത്തിലാണ്. ദൈവത്തിന്റെ പരീക്ഷണങ്ങളിൽ കൊറോണയെത്തിയപ്പോൾ മനുഷ്യനന്മ പുറത്തെടുക്കുകയാണ്. ഏറെ പ്രതീക്ഷയുണ്ട്. ചില ഭാഗങ്ങളിൽ നിന്നെല്ലാം വർഗ്ഗീയതയുടെയും ഏകാധിപത്യത്തിന്റെയും കാർമേഘങ്ങൾ ഉരുണ്ടുകൂടുമ്പോൾത്തന്നെ ഉയർന്ന മനുഷ്യക്കൂരകൾ തീർത്ത് അതിനെ പ്രതിരോധിക്കാനാവുമെന്ന് കാണിച്ചുതരുന്നുമുണ്ട്.

ഈ ലോകം നന്മയുടെ കേളീഗൃഹമാക്കി മാറ്റാൻ നമുക്കൊരുമിക്കാം.

പരിശുദ്ധിയുടെ ഉപവാസം

റംസാൻ വ്രതം തുടങ്ങുകയാണ്.

കൊറോണാവ്യാപനത്തെ തടയാൻ ലോക്ഡൗൺ പ്രഖ്യാപിച്ചിരിക്കുന്ന വേളയിലാണ് റംസാൻ വ്രതത്തിന്റെ ആരംഭം. നോമ്പ് ഒരു ഉപവാസമാണ്. അന്നമില്ലാത്ത മനുഷ്യന്റെ ദുഃഖം അറിയാൻ പടച്ചവൻ തന്റെ അനുയായികൾക്ക് നൽകിയ അവസരം.

വ്രതം ഒരു പാഠമാണ്. ഉണ്ടവന് അറിയില്ലല്ലോ ഉണ്ണാത്തവന്റെ ദുഃഖം എന്ന പഴമൊഴിയും റംസാൻ വ്രതവും എവിടെയൊക്കെയോ സാമ്യപ്പെട്ടു കിടക്കുന്നുണ്ട്. 'അന്യന്റെ വിശപ്പ് അറിയുകയും അവന് സക്കാത്തിലൂടെ നീ പകുത്തുനൽകുക' എന്നതാണ് വ്രതത്തിന്റെ പ്രധാന സന്ദേശം.

'വിശക്കുന്നവന്റെ വിശപ്പിനെ നീ പങ്കുകൊള്ളുക, അവന്റെ അന്നത്തിൽ നീ പങ്കാളിയാവുക' എന്ന അതിമഹത്തരമായ മാനസ്നേഹത്തെയാണ് റംസാൻ വ്രതം അനുഷ്ഠിക്കുന്നതിലൂടെ ഓരോരുത്തരും നേടുന്നത്.

മുസ്ലീമല്ലാത്ത പ്രതാപൻ റംസാൻ നോമ്പിനെക്കുറിച്ച് എന്തിനിത്ര വാചാലനാകുന്നു എന്ന് തോന്നിയേക്കാം. അങ്ങനെയൊരു ചോദ്യത്തിന്, റംസാൻ വ്രതാനുഷ്ഠാനങ്ങളിൽ പങ്കുചേരുന്ന, ഇന്നും തുടരുന്ന ഒരാളാണ് ഞാൻ എന്നറിയുക.

ഞാൻ റംസാൻ വ്രതം തുടങ്ങുന്നത് വളരെ കുട്ടിക്കാലത്താണ്. അയൽപക്കങ്ങളെക്കുറിച്ച് ഞാൻ പറഞ്ഞുകഴിഞ്ഞു. മുസ്ലീം വീടുകളായിരുന്നു ചുറ്റും. റാവിയുമ്മയും ഐഷുക്കുട്ടിത്താത്തയും അഹമ്മദിക്കയും ബീരാനിക്കയും ഒക്കെയായിരുന്നു നല്ല അയൽക്കാർ.

റാവിയുമ്മയുടെ മുലപ്പാൽ കുടിച്ചാണ് ഞാൻ വളർന്നത്. ഐഷുക്കുട്ടിത്താത്തയുടെ കരുതലിലാണ് പട്ടിണിയില്ലാതെ ചില ദിവസങ്ങളിലെങ്കിലും കഴിച്ചുകൂട്ടിയിരുന്നത്.

പട്ടിണിയോ അർദ്ധപ്പട്ടിണിയോ നടമാടിയിരുന്ന കടലിന്റെ മകനായിരുന്നു ഞാൻ. അച്ഛൻ മീൻപിടിക്കാൻ പോയാണ് ഉപജീവനം

കഴിച്ചിരുന്നത്. അച്ഛന്റെ കൂടെയുള്ളവരും മുസ്ലീം സഹോദരർ തന്നെ. ശബരിമലയും ഗുരുവായൂരും പഴനിയും എന്നതുപോലെത്തന്നെ നാഗൂർ പള്ളിയും ബല്ല്യുപ്പാപ്പാന്റെ ഖബറിടവും എടക്കഴിയൂർ പള്ളിയും ഞങ്ങളുടെയും ആരാധനാകേന്ദ്രങ്ങൾ തന്നെയായിരുന്നു.

ആത്മസഹോദരൻ ഗഫൂർ തളിക്കുളത്തിനും റാവിയുമ്മയ്ക്കൊപ്പം, മകൻ ജബ്ബാറിനൊപ്പം നോമ്പ് പിടിച്ചും പുതിയങ്ങാടി മദ്രസയിൽ വയള് കേൾക്കാൻ പോയി ചീരണി കഴിച്ചും തന്നെയാണ് ഞാൻ അന്ന് വിശപ്പടക്കിയിരുന്നത്. ദിക്കർ ചൊല്ലുന്ന ഉസ്താദിന്റെ അടുത്തുചെന്ന് പോത്തിറച്ചിയും നെയ്ച്ചോറും വയറുനിറയെ കഴിച്ചാണ് വിശപ്പിനെ അതിജീവിച്ചത്. അക്കാലംതൊട്ടുതന്നെ റംസാൻ വ്രതം ഞാനെടുത്തുതുടങ്ങിയിട്ടുണ്ട്. ഇന്നും ഓർമ്മകളെ താലോലിച്ച്, ആ കാലത്തെ സ്നേഹബന്ധങ്ങൾ തിരികെ വരണമെന്ന് ആഗ്രഹിക്കുന്നതുകൊണ്ടുതന്നെയാണ് റംസാൻവ്രതം ഇന്നും തുടരുന്നതും.

അന്നത്തെ കാലത്ത് ഏതെങ്കിലും വീട്ടിൽ എന്തെങ്കിലും വിശേഷാൽ ഉണ്ടാക്കിയിട്ടുണ്ടെങ്കിൽ എല്ലാ വീടുകളിലേക്കും എത്തിക്കുമായിരുന്നു. പെരുന്നാളിനും ബക്രീദിനും നോമ്പുതുറയ്ക്കും ഉണ്ടാക്കുന്ന വിഭവങ്ങൾ ഞങ്ങളുടെ വീട്ടിലേക്ക് എത്തിക്കുമ്പോൾ ഓണത്തിനും വിഷുവിനും തയ്യാറാക്കുന്ന വിശേഷപ്പെട്ട ഭക്ഷണങ്ങൾ അയൽപക്കങ്ങളിലേക്കും എത്തിക്കും.

പെരുന്നാളിനും നബിദിനത്തിനും അയൽപക്കങ്ങളിൽ ആഘോഷങ്ങൾ തുടങ്ങുമ്പോൾ ഞങ്ങളുടെ വീടുകളിലും അത് പ്രതിഫലിക്കും. ഓണത്തിനും വിഷുവിനും അതുപോലെത്തന്നെ തിരികെ അയൽപക്കത്തെ എല്ലാ വീടുകളിലും ആഘോഷത്തിമിർപ്പുയരും. നായരശ്ശേരി കുമാരന്റെ വീട്ടുമുറ്റത്തെ ഓണക്കളിയിൽ ജബ്ബാറും സക്കീനയും റാവിയുമ്മയും അഹമ്മദ്ക്കയും എല്ലാവരും പങ്കുചേരും. അവിടെ ജാതിയോ മതമോ ഉണ്ടായിരുന്നില്ല. എല്ലാവരും തുല്യരായിരുന്നു. ആ സ്മരണകൾക്കു മുന്നിലാണ് ഞാനിപ്പോഴും റംസാൻ വ്രതം നോൽക്കുന്നത്.

ശബരിമലയിലും എല്ലാ മാസവും പൂരം നാളിൽ ഗുരുവായൂരും പോകുന്നയാളാണ് ഞാൻ. വേളാങ്കണ്ണിയിലും പാലയൂർ പള്ളിയിലും പോകുന്നയാളുമാണ്. ദൈവവിശ്വാസിയാണ് ഞാൻ. എല്ലാ ദൈവങ്ങളുടെയും പ്രവാചകന്മാരുടെയും വാക്കുകളെ വിലമതിക്കുന്നവനുമാണ്. ക്ഷേത്രങ്ങളിൽ പോകുമ്പോഴും റമളാൻ നോമ്പ് മുടക്കാത്ത മതേതരവാദിയുമാണ്.

സ്കൂളിലും എന്റെ കൂട്ടുകാർ എല്ലാ മതത്തിലുംപെട്ട സഹോദരന്മാരായിരുന്നു. അഷ്റഫ് മാളിയേക്കലും ബാബു സലീമും കൊണ്ടുവരുന്ന ചോറ്റുപാത്രത്തിലായിരുന്നു എന്റെ ഉച്ചഭക്ഷണം കഴിഞ്ഞിരുന്നത്. റംസാൻ നോമ്പുകാലം തുടങ്ങിയാൽ ഈ അന്നദാതാക്കൾ ഭക്ഷണം

കൊണ്ടുവരില്ല. ഈ സമയത്ത് നെല്ലിക്കയുമായി വരുന്ന നെല്ലിക്കയമ്മായിയുടെ കൈയിൽ നിന്നും കിട്ടുന്ന ഉപ്പിലിട്ട നെല്ലിക്കയും പൈപ്പുവെള്ളവുമായിരുന്നു എന്റെ വിശപ്പടക്കിയത്.

പല ദിവസങ്ങളിലും ഇതായിരുന്നു ആശ്രയം. പിന്നീട് ആ ഹൈസ്കൂൾ കാലത്ത് റമളാൻ മാസത്തിലെ പട്ടണിക്കാലത്ത് ഗഫൂറിനെപ്പോലെ, അഷ്റഫിനെപ്പോലെ ഞാനും നോമ്പെടുക്കാൻ തീരുമാനിച്ചു. ആരുടെയും നിർബന്ധത്താലല്ലാതെ ഞാൻ നോമ്പെടുത്തു തുടങ്ങി. മുമ്പും നോമ്പെടുത്തിട്ടുണ്ടെങ്കിലും, അന്നുമുതൽ റമളാൻമാസം മുഴുവനായും നോമ്പെടുത്തു തുടങ്ങി. ഗഫൂറിന്റെ വീട്ടിലും മാളിയേക്കലും നോമ്പ് തുറക്കാൻ പതിവായി പോകും.

എന്റെ ദൈവവിശ്വാസം പല കാലങ്ങളിൽ മാറിമാറി പരുവപ്പെട്ടാണ് ഈ നിലയിലേക്കെത്തിയത്. ഞാനൊരു അന്ധവിശ്വാസിയല്ലെന്ന് എപ്പോഴും ഉറപ്പിച്ചു പറയാനുമാവും.

ദൈവവിശ്വാസത്തിൽ സംശയങ്ങളേറെയുണ്ടായിരുന്നതായിരുന്നു എന്റെ കൗമാരകാലം. എന്നാൽ യുക്തിവാദത്തിലേക്കെത്തിയതുമില്ല. ശാസ്ത്ര സാഹിത്യപരിഷത്തിൽ പ്രവർത്തിച്ചിരുന്ന കാലത്ത് ക്യാമ്പുകൾ സംഘടിപ്പിക്കുകയും ശാസ്ത്രപ്രചരണത്തിന് നേതൃത്വം കൊടുക്കുകയും ചെയ്തിട്ടുണ്ട്. പ്രമുഖ മാസികയായ 'പ്രേരണ'യുടെ ആരാധകനായിരുന്നു അക്കാലത്ത്. മഷിക്കട്ട കൊണ്ട് ചുമരിൽ 'വിപ്ലവം ജയിക്കട്ടെ' എന്നെഴുതിവെച്ച ക്ഷുഭിതയൗവ്വനവും എനിക്കു സ്വന്തം.

ഫിലിപ്പ് എം പ്രസാദിനെയും കെ. വേണുവിനെയും കെ. അജിതയെയും വായിക്കുന്ന കാലത്ത് ഞാനൊരു ദൈവവിശ്വാസിയേ ആയിരുന്നില്ല. എന്നാൽ റമളാൻ നോമ്പ് അക്കാലത്തും മുടക്കിയിട്ടുമില്ല. വിശ്വാസത്തേക്കാൾ അന്ന് എന്റെ ശീലത്തിന്റെ ഭാഗമായിരുന്നതുകൊണ്ടായിരുന്നു അങ്ങനെ.

കെ. വേണുവിന്റെ വൈരുദ്ധ്യാധിഷ്ഠിത ഭൗതികവാദം ഞാനെന്റെ പാഠപുസ്തകംപോലെ ഹൃദിസ്ഥമാക്കിയിട്ടുണ്ട്. ഈശ്വരവിശ്വാസമില്ലാതെ കുറേക്കാലങ്ങൾ കടന്നുപോയിട്ടുണ്ട്.

ജീവിതം ഒരു നൂൽപ്പാലത്തിന്റെ മുകളിലൂടെയുള്ള യാത്ര പോലെയായിരുന്നു. ആത്മഹത്യ ചെയ്താലോ എന്നുപോലും ആലോചിച്ചിരുന്ന കാലം. കര കയറാൻ പറ്റാതെ മുന്നിൽ നിറയുന്ന ചോദ്യങ്ങൾക്കു മുന്നിൽ ഉത്തരം കിട്ടാതെ നിന്ന കാലം.

എന്റെ മനോനില തെറ്റുമെന്നുപോലും തോന്നിയ നിമിഷങ്ങൾ. ഈ സമയത്ത് എന്റെ ഭാര്യ രമ എനിക്ക് നൽകിയ സമ്മാനമായിരുന്നു ഭക്തി.

എന്നെ സ്വയം ദൈവത്തിലേക്ക് സമർപ്പിച്ചു. സ്വസ്ഥവും സമാധാനവും നിറഞ്ഞ ജീവിതത്തെ അത്രയേറെ ആഗ്രഹിച്ചിരുന്നു. എല്ലാം ദൈവത്തിൽ അർപ്പിച്ച് ജീവിതത്തെ നേരിടാനുറച്ചു. രമ കൂട്ടുണ്ടായിരുന്നു. ഞാൻ പോരാടുകയായിരുന്നു. പ്രതീക്ഷകളുടെ പൊൻവെളിച്ചമാണ് എനിക്ക് ഈ ദൈവങ്ങൾ. അമ്മയും അച്ഛനും പകരം ഒന്നും മോഹിക്കാത്ത സ്നേഹനിധികളായ എന്റെ സുഹൃത്തുക്കളും വോട്ടർമാരും എന്റെ ദൈവങ്ങളുടെ പട്ടികയിൽത്തന്നെയാണ് ഉള്ളത്. ദൈവത്തിനോടെന്നപോലെ അവരോടൊക്കെ ഞാൻ കടപ്പെട്ടവനാണ്.

റാവിയുമ്മയുടെയും ഐഷുക്കുട്ടിത്താത്തയുടെയും സ്നേഹത്തിന്റെ പൊതിയിൽ ഒളിപ്പിച്ച ഭക്ഷണമായിരുന്നു വിശപ്പിനെ അടക്കിയിരുന്നത്. അവർക്കുള്ള സ്നേഹംകൊണ്ടുള്ള മറുപടി കൂടിയാണ് എന്റെ റംസാൻ വ്രതങ്ങൾ. അവർ നൽകിയത് ഞാൻ എന്നിൽ നിയോഗിക്കപ്പെട്ട അധികാരസ്ഥാനത്തിലൂടെ മറ്റുള്ളവർക്ക് പകർന്നുകൊടുക്കുകയാണ്.

പ്രിയപ്പെട്ട അഡോണ...

പ്രിയപ്പെട്ട അഡോണ... നിന്റെ മുഖം ഞാൻ നേരിൽ കണ്ടിട്ടില്ല. പക്ഷേ, എന്റെ മനസ്സിലെ മിടുക്കിയായ കുട്ടിക്ക് ഇപ്പോൾ നിന്റെ മുഖമാണ്. ഞാൻ കണ്ടിട്ടില്ലാത്ത, നിന്റെ അച്ഛന്റെ വാക്കുകളിലൂടെ തൊട്ടറിഞ്ഞ നിന്റെ മുഖം!

പ്രിയപ്പെട്ട മകളേ, നീ സുഖമായിത്തന്നെ ഇരിക്കും. നിനക്കുവേണ്ടി ഓടുവാൻ നിന്റെ അച്ഛൻ മാത്രമല്ല, ഞങ്ങളെല്ലാവരുമുണ്ട്. നിനക്കു വേണ്ടി പ്രാർത്ഥിക്കാൻ അമ്മ മാത്രമല്ല, ഞങ്ങളെല്ലാവരുമുണ്ട്. അധികം വൈകാതെ നമുക്ക് കാണാം. ആരോഗ്യത്തോടെ നീ എന്നരികിലേക്ക് വരുന്നതും കാത്തിരിപ്പാണ് ഞാൻ.

മിടുക്കിയായി വളർന്നു പഠിച്ച്, സമൂഹത്തിന് നിനക്ക് എന്ത് നൽകണ മെന്ന് തോന്നുവോ അതായിത്തീരാൻ ദൈവം നിന്നെ അനുഗ്രഹിക്കട്ടെ.

സ്നേഹപൂർവ്വം

നിന്റെ ടി.എൻ. പ്രതാപൻ എം.പി.

ഇത് അഡോണ എന്ന കൊച്ചുമിടുക്കിക്കുവേണ്ടി എഴുതുന്ന തുറന്ന കത്താണ്. ഓരോ ദിവസവും ഓരോ പുതിയ സുഹൃത്തുക്കൾ വന്നു ചേരാറുണ്ട്. അഡോണയുടെ മുഖമെനിക്കറിയില്ല, കണ്ടിട്ടുമില്ല. പക്ഷേ, ഞാനവളെ അറിയുന്നുണ്ട്. സുഹൃത്തായി.

ബിപിഎൽ കാർഡിൽ ഉൾപ്പെടുന്നവർക്കുള്ള ജീവൻരക്ഷാ മരുന്നു കൾ എത്തിക്കുവാനുള്ള അപേക്ഷകൾ സ്വീകരിക്കുന്ന തിരക്കിലായി രുന്നു എം.പി. ഓഫീസ് അന്ന്.

റംസാൻ വ്രതം തുടങ്ങിയതിന്റെ വിശുദ്ധദിനത്തിൽ വ്രതമനുഷ്ഠി ക്കുന്നതിന്റെ സന്തോഷത്തോടെയാണ് ഓഫീസിലേക്കെത്തിയത്. അവശ്യമരുന്നുകൾ ലഭ്യമാകാതെ, വാങ്ങാൻ പണമില്ലാതെ വിഷമ സന്ധിയിൽ വലയുന്ന ജനങ്ങൾക്ക് ജീവൻരക്ഷാമരുന്നുകൾ എത്തിച്ചു കൊടുക്കുക എന്ന വിശാലമായ ലക്ഷ്യത്തിന് വലിയ തോതിൽ

അന്വേഷണങ്ങളും അപേക്ഷകളും വന്നുകൊണ്ടിരിക്കുകയാണ്. 'അതിജീവനം' എന്ന പരിപാടിയിലൂടെ അപേക്ഷിച്ചവർക്കെല്ലാം മരുന്നുകൾ എത്തിക്കാനുള്ള തീവ്രശ്രമത്തിലാണ് ഓഫീസിൽ എല്ലാവരും. ഒരേയൊരു ലക്ഷ്യത്തോടെ, ഒരേയൊരു മനസ്സോടെ, പല വഴികളിലൂടെ നിരവധിപേർ യാത്ര ചെയ്യുകയാണ്. അപേക്ഷ വാങ്ങിക്കൊണ്ടുവരുന്നവർ, അത് സോർട്ട് ചെയ്ത് മരുന്നുകളുടെ ലിസ്റ്റ് തയ്യാറാക്കുന്നവർ, മരുന്നുകൾ ഓഫീസിലേക്ക് എത്തിക്കുന്നവർ, മരുന്നുകൾ തരംതിരിച്ച് ഓരോ കവറിലാക്കി ബ്ലോക്കും പഞ്ചായത്തുകളും തിരിച്ച് കെട്ടുകളാക്കുന്നവർ, വിവിധ മാർഗ്ഗങ്ങളിലൂടെ മറ്റു ജില്ലകളിൽ നിന്നും മരുന്നുകളെത്തിക്കുന്ന ഫാർമസിസ്റ്റുമാർ, ഡ്രൈവർമാർ, സാധാരണ സന്നദ്ധസേവന പ്രവർത്തകർ, രോഗികളുടെ വീടുകളിലേക്ക് എത്തിക്കുന്ന പൊതുപ്രവർത്തകർ ഇങ്ങനെ എത്രയോ പേരാണ് ഒരേ മനസ്സോടെ ഇവിടെ പ്രവർത്തിച്ചുകൊണ്ടിരിക്കുന്നത്. എം.പി. ഓഫീസ് എന്ന ഒരു ബിന്ദുവിലേക്കും വന്നും പോയുംകൊണ്ടിരിക്കുന്ന വലിയൊരു മനുഷ്യസ്നേഹത്തിന്റെ നെറ്റ്‌വർക്ക്!

ഞാനതിന്റെ സന്തോഷത്തിൽത്തന്നെയാണ് ഓഫീസിൽ ഇരുന്നത്. അപ്പോഴും ഫോൺകോളുകൾ നിലയ്ക്കുന്നില്ല. ആവശ്യങ്ങളറിയിച്ചു കൊണ്ടുള്ള ആളുകളുടെ ഫോൺവിളികളാണ്. ആരെയും വെറുതെ മടക്കാനാവില്ല, ചെറിയൊരു ആശ്വാസവാക്കുകൊണ്ടെങ്കിലും സമാധാനിപ്പിച്ച് ഞാൻ ഫോണിൽ തുടരുകയാണ്.

അപേക്ഷകൾ ആയിരക്കണക്കിനായി വന്നുകൊണ്ടിരിക്കുകയാണ്. എന്നാൽ മരുന്നുകൾ വാങ്ങാൻ പണം തികയുന്നില്ല. ശമ്പളം കിട്ടിയ തുക മുഴുവനായി ഈ ആവശ്യത്തിലേക്ക് നീക്കിവെച്ചിരിക്കുന്നു. ഇനി എന്തു ചെയ്യുമെന്ന ആലോചനയിലായിരുന്നു. പക്ഷേ, ആലോചിക്കാൻ സമയമില്ല. എത്രയും പെട്ടെന്ന് എന്തെങ്കിലും ചെയ്തേ പറ്റൂ. അതിനു പുറമെ ഫോണിൽ വിളിക്കുന്ന ആളുകളോട് സംസാരിക്കുകയും വേണം. ഞാൻ ഫോണിൽത്തന്നെയായിരുന്നു.

ഇതിനിടയിലാണ് എന്റെ മുന്നിലേക്ക് ജില്ലാ പഞ്ചായത്തംഗം ഇ.എ. ഓമന എന്റെ കാബിനിലേക്ക് കയറിവന്നത്. കൂടെയുള്ള ആളെയും ഫോൺസംസാരത്തിനിടെ അകത്തേക്ക് ക്ഷണിച്ച് കസേരയിൽ ഇരിക്കാൻ പറഞ്ഞു.

ഫോണിൽ ഞാൻ മറുപടികൾ പറഞ്ഞ് ഫോൺ കട്ട് ചെയ്ത് മേശമേലേക്ക് വയ്ക്കുമ്പോൾ ഓമനയുടെ മുഖം ഞാൻ ശ്രദ്ധിച്ചു.

“എന്താ പറ്റിയത് ഓമനേ?”

ഓമനയുടെ മുഖം കരഞ്ഞുതളർന്നതുപോലെ. ഇടർച്ചയോടെ ഓമന തൊട്ടടുത്തിരിക്കുന്ന ആളെ ചൂണ്ടിക്കാണിച്ചു.

അയാളെ ഞാൻ ശ്രദ്ധിച്ചു.

മാന്ദാമംഗലം സ്വദേശി ബിജു. ഓട്ടോഡ്രൈവറാണ്.

പ്രാരബ്ധത്തിന്റെ കുഴിഞ്ഞ കണ്ണുകളിൽ ഞാൻ ബിജുവിലൂടെ എന്നിലേക്കൊന്ന് തിരിഞ്ഞുനോക്കി.

കലങ്ങിയ കണ്ണുകളിൽനിന്നും കണ്ണീരുറ്റുന്നുണ്ട്. അത് തുടച്ചുകൊണ്ട് ബിജു പറയാൻ ശ്രമിക്കുകയാണ്. വാക്കുകൾ പുറത്തേക്ക് വരുന്നില്ല.

പൊതുപ്രവർത്തകയായ ഓമന വിതുമ്പിക്കൊണ്ടായിരുന്നു എന്നോട് ബിജുവിനെക്കുറിച്ചും അയാളുടെ പ്രശ്നങ്ങളെക്കുറിച്ചും പറഞ്ഞുതുടങ്ങിയത്.

ജനങ്ങളുടെ കണ്ണീർ തുടയ്ക്കേണ്ടവരാണ് പൊതുപ്രവർത്തകർ. എന്നാൽ ചില നേരങ്ങളിൽ ആ കണ്ണീരുകളിൽ നമ്മളും അലിഞ്ഞ് ചേരാറുണ്ട്. മറ്റുള്ളവരുടെ വിഷമസന്ധിയോർത്ത് എത്രയോ തവണ ഞാനും കരഞ്ഞിട്ടുണ്ട്. ഓമനയും കരയുകയാണ്, തന്റെ കൂടെവന്ന ബിജു എന്ന ചെറുപ്പക്കാരനെയോർത്ത്.

ബിജുവിന്റെ മൂന്നരവയസ്സുള്ള മകൾ വെല്ലൂർ ആശുപത്രിയിൽ ചികിത്സയിലായിരുന്നു. രക്തത്തിലെ പ്ലേറ്റ്‌ലറ്റ് കുറഞ്ഞുവരുന്ന ഒരസുഖമാണ്. ഐ.ടി.പി. ഒരു തരത്തിൽപ്പെട്ട രക്താർബുദം എന്ന് വേണമെങ്കിൽ പറയാം.

ഇപ്പോൾ മകൾ മാന്ദാമംഗലത്തെ വീട്ടിലാണുള്ളത്. ഇപ്പോൾ ഉപയോഗിക്കുന്ന ജീവൻരക്ഷാ മരുന്നിന് 14400 രൂപ വേണം. ലോക്ക് ഡൗൺ കാരണം ഓട്ടോറിക്ഷ ഓടുന്നില്ല. മരുന്ന് ഇന്ന് തീരും. നാളെ മരുന്ന് കൊടുത്തില്ലെങ്കിൽ... അർദ്ധോക്തിയിൽ മുറിഞ്ഞുപോകുന്ന വാക്കുകൾ.

"എന്റെ മോള്..."

ബിജുവിന്റെ കണ്ണീർ ധാരമുറിയാതെ ഒഴുകിക്കൊണ്ടിരിക്കുകയാണ്.

എന്റെ മനസ്സാകെ ഉലഞ്ഞു.

എന്റെ ജീവന്റെ ജീവനായ എന്റെ മക്കൾ ആഷിക്ക്, ആൻസി. അവരുടെ മുഖമാണ് എന്റെയുള്ളിലേക്ക് തെളിഞ്ഞുവരുന്നത്. അവരുടെ മുഖത്തൊരു നിഴൽ കണ്ടാൽ, ഒന്ന് പിണങ്ങിയാൽ, എന്റെ മനസ്സ് അസ്വസ്ഥമാവും, വേദനിക്കും. ഞാൻ ഒരു അച്ഛൻകൂടിയാണല്ലോ!

മക്കൾ ഭക്ഷണം കഴിക്കാതിരുന്നാൽ ആയിരം തവണ വിളിക്കും. ഉറക്കം പോകും. ഉറങ്ങിക്കിടക്കുമ്പോൾ വീണ്ടും വീണ്ടും എത്തിനോക്കും. സുഖമായി ഉറങ്ങുന്നുവോ എന്നറിയാൻ. മക്കളുടെ മനസ്സ് ഇടറിയാൽ നമ്മളും കരയില്ലേ? അവർക്ക് വേദനിച്ചാൽ നമുക്ക് മുറിവേറ്റതിനേക്കാൾ വേദനയാവില്ലേ?

ബിജുവിന്റെ കണ്ണുനീരിൽ ഞാൻ മൂന്നരവയസ്സുകാരിയായ മകളെ കണ്ടു. അഡോണ, അഡോണ എന്നാണവളുടെ പേര്.

അഡോണ ആഷിക്കും ആൻസിയുമാണ്. പിന്നെ ഒന്നും ആലോചിച്ചില്ല. ആൾ കേരള കെമിസ്റ്റ്സ് ആന്റ് ഡ്രഗ്ഗിസ്റ്റ്സ് അസോസിയേഷൻ പ്രസിഡന്റ് എ.എൻ. മോഹനനെയും എ.ബി. രാജേഷി നെയും സുരേഷ് വാര്യരെയും ഫോണിൽ വിളിച്ചു.

"എന്റെ മകൾക്കു വേണ്ടിയാണ്. മരുന്ന് എവിടെ നിന്നായാലും എത്തിച്ചുകൊടുക്കണം."

കൂടുതലൊന്നും അവരോട് പറയാൻ സാധിച്ചില്ല.

ലാഭമൊന്നും നോക്കാതെ ഏഴായിരം രൂപയ്ക്ക് ഒരു ഡോസ് മരുന്ന് എത്തിക്കാമെന്ന് അവർ പറഞ്ഞു.

ഇനിയും ലോക്ഡൗൺ തുടരാം. ആഴ്ചയിൽ ഓരോ ഡോസ് മരുന്ന് കുട്ടിക്ക് കൊടുക്കേണ്ടതാണ്. എല്ലാ ആഴ്ചയും ഈ അച്ഛന് ഇങ്ങനെ ഓടാൻ പറ്റിയെന്നു വരില്ല. അതുകൊണ്ട് മൂന്നാഴ്ചത്തേക്കെങ്കിലും മരുന്നുകൾ ആവശ്യമായി വരും.

“പൈസ നോക്കരുത്. ആവശ്യമായ മരുന്ന് എത്തിക്കണം. മെയ് ഒന്നിന് എന്റെ ശമ്പളം വന്നാലുടൻ ഞാൻ പൈസ തന്നോളാം.”

ഞാൻ അവരെ വിളിച്ച് പറഞ്ഞു.

ഇതിനിടെ നുള്ളിപ്പെറുക്കി സ്വരൂക്കൂട്ടി കൊണ്ടുവന്ന പണം ബിജു മരുന്നിനായി നൽകാമെന്ന് പറഞ്ഞു. ആ പണം കുഞ്ഞിനും വീട്ടിലേക്കുമുള്ള ഭക്ഷത്തിനുള്ള സാധനങ്ങൾ വാങ്ങൂ എന്ന് പറഞ്ഞ് ഞാൻ മടക്കി.

മണിക്കൂറുകൾക്കുള്ളിൽ മരുന്നെത്തി. ബിജുവിന്റെ കയ്യിൽ കൊടുത്തു. രണ്ടു കണ്ണിൽ നിന്നും കണ്ണുനീരൊഴുകുന്ന ബിജുവിന്റെ മുഖം. അഡോണയുടെ മുഖംകൂടിയായിരുന്നു അത്. ആ കുഞ്ഞ് മുഖത്തിൽ ഞാൻ എന്റെ ആഷിക്കിനെയും ആൻസിയെയും കാണുന്നത് പോലെ.

റംസാൻ നോമ്പിന്റെ ആദ്യ ദിവസമാണിന്ന്. പുണ്യങ്ങളുടെ പൂക്കാലമായ ഈ മാസത്തിന്റെ ആദ്യദിനത്തിൽ തന്നെ പുണ്യകർമ്മങ്ങളിൽ കൈവെയ്ക്കുവാൻ കഴിഞ്ഞല്ലോ.

‘ദൈവമേ, അടുത്ത ഒരു വർഷം മുഴുവൻ ഇതിനായി നീ എനിക്ക് അവസരം തരണേ...’

പ്രിയപ്പെട്ട അഡോണ, നീ സുഖമായി ഇരിക്കുന്നു എന്നു ഞാൻ വിശ്വസിക്കുന്നു. അച്ഛന്റെ കണ്ണുകളിൽ ഞാൻ നിന്റെ മുഖം കണ്ടു. മിടുക്കിയായ അഡോണ, നിന്റെ അച്ഛനെപ്പോലെ നിനക്കായി ഞാനുമുണ്ട്. അമ്മയെപ്പോലെ പ്രാർത്ഥനയോടെ ഞാനുണ്ട്. തളരരുത്... കൂടെയുണ്ട്.

മദ്യക്കുറിപ്പടി

അതിജീവനം!

ലോകത്തെത്തന്നെ പിടിച്ചുലയ്ക്കുന്ന ഒരു മഹാമാരിയെയാണ് നാം പൊരുതി തോൽപ്പിക്കാൻ ശ്രമിക്കുന്നത്. നമ്മൾ അതിജീവിക്കും. നമുക്ക് അതിജീവിച്ചേ പറ്റൂ. ഈ പോരാട്ടത്തിൽ നാമെല്ലാം ഒറ്റക്കെട്ടാണ്.

അതിജീവനം എന്ന വാക്കിന് ഇന്ന് അത്രയേറെ പ്രാധാന്യമുണ്ട്. പലതും സഹിച്ചും വേണ്ടെന്നുവെച്ചുമാണ് നാമെല്ലാം മറ്റുള്ളവർക്കുകൂടി വേണ്ടി അടച്ചിരിക്കുന്നത്. കരുതൽ ഓരോരുത്തർക്കുമുണ്ട്. കേരളത്തിൽ സമൂഹവ്യാപനം ഇല്ലാത്തതിന്റെ കാരണവും ഓരോ പൗരന്റെയും കരുതൽ കൂടിയാണ്.

ത്യജിക്കാൻ സന്നദ്ധനാകുന്നവനേ നേടാനാവൂ. പലതും ത്യജിക്കുന്നത് കൊറോണമുക്തമായ നാടിനെക്കുറിച്ചുള്ള സ്വപ്നങ്ങൾ കൊണ്ടാണ്. അതിനിടയിലാണ് സർക്കാർ മദ്യം വീണ്ടും ജനങ്ങളിലേക്ക് എത്തിക്കാനുള്ള ശ്രമം ആരംഭിച്ചത്. ഡോക്ടർമാരുടെ കുറിപ്പടികളുണ്ടെങ്കിൽ മദ്യപന്മാർക്ക് മദ്യം നൽകാം എന്ന സർക്കാർ പ്രഖ്യാപനത്തിന് പിന്നാലെ ഹൈക്കോടതിൽ ഞാൻ നൽകിയ ഹർജി പരിഗണിച്ച് സർക്കാർ തീരുമാനത്തിന് സ്റ്റേയിട്ടു എന്നതാണ് ഇന്ന് എന്നെ ഏറെ സന്തോഷിപ്പിക്കുന്നത്.

മദ്യം ഡോക്ടറുടെ കുറിപ്പിന്റെ അടിസ്ഥാനത്തിൽ ലഭ്യമാക്കുക എന്നതിനുപകരം, മദ്യപാനത്തിനു അടിമപ്പെട്ടവർക്ക് ആവശ്യമായ ചികിത്സ നൽകുകയായിരുന്നു വേണ്ടിയിരുന്നത്. അങ്ങനെയായിരുന്നു അതിനെ അതിജീവിക്കേണ്ടിയിരുന്നത്. മദ്യപാനികൾക്ക് മദ്യം നൽകിക്കൊണ്ട് എങ്ങനെ അതിജീവിക്കാനാവും? ഈ ചോദ്യത്തിൽ നിന്നുതന്നെയാണ് ഞാൻ ഹൈക്കോടതിയിൽ ഹർജി നൽകിയത്.

മദ്യം ഒരു സാമൂഹ്യവിപത്ത് ആണ്. എത്രായിരം കുടുംബങ്ങളാണ് കുടുംബനാഥന്മാരുടെയും മക്കളുടെയും മദ്യപാനാസക്തി മൂലം ദുരിതം അനുഭവിക്കുന്നത്? ഈ കൊറോണക്കാലത്ത് വൈറസ് ബാധമൂലം ജീവൻ

നഷ്ടപ്പെട്ടതിനേക്കാൾ അനേകം ഇരട്ടി മരണം ഓരോ വർഷത്തിലും മദ്യപാനംമൂലം ഉണ്ടാവുന്നു എന്നുള്ളതാണ് സത്യം. എന്നിട്ടും സർക്കാരുകൾ മദ്യനിരോധനത്തെക്കുറിച്ച് ആലോചിക്കുന്നുപോലുമില്ല.

വരുമാന നഷ്ടം എന്ന പേരു പറഞ്ഞാണ് സർക്കാരുകൾ മദ്യനിരോധനത്തിന് തുനിയാത്തത്. ഇന്ത്യയിൽ കേരളവും പഞ്ചാബും മദ്യവിൽപന കൊണ്ട് വലിയ വരുമാനം നേടുന്ന സംസ്ഥാനങ്ങളാണ്. യഥാർത്ഥത്തിൽ മദ്യവില്പന കൊണ്ടുണ്ടാവുന്ന വരുമാനത്തേക്കാൾ എത്രയോ മടങ്ങ് ചിലവാണ് ഇവരുടെ ചികിത്സയ്ക്കും മറ്റുമായി സർക്കാരുകൾ ചിലവഴിക്കേണ്ടി വരുന്നത്. 2019 ൽ 14,405 കോടി രൂപയുടെ വരുമാനം കേരള സംസ്ഥാനം മദ്യവിൽപനയിലൂടെ നേടിയെന്നാണ് കണക്കുകൾ സൂചിപ്പിക്കുന്നത്.

മദ്യം മനുഷ്യന്റെ ചരിത്രം തുടങ്ങുന്ന അവസ്ഥയിൽ തന്നെ നമ്മോടൊത്ത് ഉണ്ടായിരുന്നു. ലോകത്തിലെ സകലമാന മതങ്ങളും മദ്യത്തിന്റെ ഉപയോഗം നിയന്ത്രിക്കുകയോ പൂർണ്ണമായി നിരോധിക്കുകയോ ചെയ്തിട്ടുണ്ട്. എന്തിലും അമിതമായ ഉപയോഗരീതി നടപ്പിലാക്കുന്ന നമ്മൾ മദ്യത്തിന്റെ കാര്യത്തിലും ഒരു പിശുക്കും കാണിച്ചിട്ടില്ല. ലോകത്തിൽതന്നെ പ്രതിശീർഷം മദ്യഉപഭോഗം കൂടുതൽ ഉള്ള ഒരു പ്രദേശമായി നമ്മുടെ കേരളം മാറിയിട്ടുണ്ട്.

ബ്രിട്ടീഷ് ഇന്ത്യയിൽ പ്രചാരം ലഭിച്ച വിദേശമദ്യം സ്വാതന്ത്ര്യലബ്ധിക്കുശേഷവും ഇന്ത്യയിൽ വ്യാപകമായിതന്നെ ഉപയോഗിച്ചുവന്നു. ഗാന്ധിജിയുടെ നേതൃത്വത്തിൽ ഇന്ത്യൻ നാഷണൽ കോൺഗ്രസ് മദ്യവർജ്ജനം മുഖ്യ അജണ്ടയായി സമരങ്ങൾ നയിച്ചിരുന്നുവെങ്കിലും ഗാന്ധിയുടെ ഇന്ത്യയിലും നമുക്ക് സമ്പൂർണ്ണ മദ്യനിരോധനം നടപ്പാക്കാൻ കഴിഞ്ഞിട്ടില്ല. ഗാന്ധിജിയുടെ ജന്മദേശമായ ഗുജറാത്തിലെങ്കിലും മദ്യനിരോധനം നിലനിൽക്കുന്നു എന്നുള്ളതിൽ ചെറിയൊരു ആശ്വാസം.

ലോക്ഡൗൺ കാലത്ത് വീട്ടിൽ നിന്ന് പുറത്തിറങ്ങാൻ കഴിയാതെ, മദ്യം ലഭ്യമാകാതെ വന്നപ്പോൾ വലിയ കുഴപ്പങ്ങളൊന്നും ആർക്കും ഉണ്ടാവുന്നില്ല. അതിനർത്ഥം മദ്യം ഇല്ലാതെ ആഘോഷങ്ങളും വിവാഹസൽക്കാരങ്ങളും നടത്താൻ കഴിയും എന്നല്ലേ?

ഇതൊരു വലിയ അവസരമായിക്കാണണം. സർക്കാർ തലത്തിലുള്ള മദ്യശാലകളുടെ എണ്ണം കുറക്കണം. വ്യക്തമായ ആലോചനയിലൂടെയും ഘട്ടംഘട്ടമായ പ്രവർത്തനരീതികളിലൂടെയും പരമാവധി മദ്യലഭ്യത കുറച്ചു കൊണ്ടുവരണം. അതോടൊപ്പം തന്നെ ശരിയായ ബോധവൽക്കരണ പരിപാടികളും ഉണ്ടാവണം. പ്രാദേശിക സ്വയംഭരണസ്ഥാപനങ്ങളിൽനിന്നും എടുത്തുകളഞ്ഞ മദ്യശാലകളുടെ ലൈസൻസ് നൽകുവാനുള്ള അവകാശം തിരിച്ചു നൽകണം.

കൊറോണക്കാലം കൊണ്ടുണ്ടായ ഏറ്റവും വലിയ അനുഗ്രഹം നമ്മുടെ സഹോദരർ മദ്യം ഉപയോഗിക്കുന്നത് കുറഞ്ഞു എന്നുള്ളതാണ്. ഈ ദുരിതകാലത്തും വ്യക്തിപരമായി ഏറെ സന്തോഷം നൽകുന്ന കാര്യം അതാണ്. കൊറോണ നമ്മെ വിട്ടുപോകട്ടെ, അതോടോപ്പം മദ്യമെന്ന വിപത്തും.

മദ്യം ലഭിക്കാത്തതിന്റെ പേരിൽ ആളുകൾ ആത്മഹത്യ ചെയ്യുന്നതിന്റെ വാർത്തകൾ ഇടക്കെങ്കിലും ഉണ്ടാവുന്നുണ്ട്. അവരുടെ കുടുംബത്തിനുണ്ടാവുന്ന തീരാനഷ്ടത്തിൽ മനസ്സ് വേദനിക്കുന്നുണ്ടെങ്കിലും ആ മരണങ്ങളെ ചൂണ്ടിക്കാണിച്ച് മദ്യം നാട്ടിൽ ലഭ്യമാക്കണം എന്ന് വാദിക്കുന്നവരെ കാണുമ്പോൾ സത്യത്തിൽ സഹതാപമാണ് തോന്നുന്നത്. കേരളത്തിൽ ചാരായം നിരോധിച്ച എ.കെ. ആന്റണി സർക്കാരിന്റെ കാലം ഓർമ്മ വരികയാണ്.

ചെറിയാൻ ഫിലിപ്പ് സംസ്ഥാന പ്രസിഡണ്ട് ആയിരുന്ന കേരള ദേശീയവേദിയുടെ തൃശ്ശൂർ ജില്ലാ പ്രസിഡണ്ട് ആയിരുന്നു ഞാൻ ആ കാലത്ത്. ചാരായനിരോധനത്തെ അനുകൂലിച്ചു ചെറിയാൻ ഫിലിപ്പ് രചന നിർവ്വഹിച്ച ഒരു തെരുവ് നാടകമായിരുന്നു ‘ചാരായമേ വിട’. നാടക രചനയ്ക്ക് സംസ്ഥാന അവാർഡ് ലഭിച്ച മികച്ച രചയിതാവായ ദിനേശ് പള്ളത്ത് എന്ന എന്റെ സുഹൃത്ത് ആ നാടകം തൃശ്ശൂർ ജില്ലാ കമ്മിറ്റിക്ക് വേണ്ടി തെരുവുകൾ തോറും നടത്താം എന്ന് സമ്മതിച്ചു.

തളിക്കുളത്തെ എന്റെ സുഹൃത്തുക്കൾ ആയിരുന്ന എ.എം. രമേശ്, താജു, നൗഷാദ്, സുനിൽ മോൻ, സുനീർ തുടങ്ങിയവർ ഒക്കെ ചേർന്ന് ദിനേശിന്റെ നേതൃത്വത്തിൽ വിപുലമായ രീതിയിൽ ആ നാടകം അവതരിപ്പിച്ചു മുന്നേറി. ചാരായ നിരോധനത്തിന്റെ സന്ദേശം വളരെ വിപുലമായ രീതിയിൽ പ്രചരിപ്പിക്കാനും ഇതുവഴി കഴിഞ്ഞു. ഇതിൽ കലി പൂണ്ട ചില സാമൂഹ്യവിരുദ്ധർ തൃശ്ശൂർ ജില്ലയിലെ മണലൂരിൽ വെച്ചു നാടകം നടത്തിക്കൊണ്ടിരിക്കെ മൃഗീയമായ രീതിയിൽ ഞങ്ങളെ ആക്രമിക്കുകയുണ്ടായി. നാടകത്തിൽ പങ്കാളികളായ അഞ്ചുപേർ അക്രമത്തിൽ പരിക്കേറ്റ് മെഡിക്കൽ കോളേജ് ആശുപത്രിയിൽ പ്രവേശിപ്പിക്കപ്പെട്ടു. ഞാനടക്കം.

മദ്യവർജ്ജന പ്രവർത്തനങ്ങളിൽനിന്നും പിന്നോട്ടുപോകാൻ ഞാൻ അന്നും തയ്യാറായിട്ടില്ല. ഇപ്പോഴും അതിനായി വാദിച്ചുകൊണ്ടിരിക്കുന്നു.

ഞാനെന്റെ കുട്ടിക്കാലത്ത് കണ്ടിട്ടുണ്ട് ചില വീടുകളിൽ സ്വസ്ഥതയും സമാധാനവുമില്ലാതെ, രാത്രിയും പകലുമില്ലാതെ കലഹങ്ങളും മറ്റും. വീടിന്റെ സ്വസ്ഥത, മക്കളുടെ പഠനം, പുതുതലമുറയുടെ ഭാവി എല്ലാം നശിപ്പിക്കാൻ ഒരു വീട്ടിൽ ഒരു മദ്യപാനിയുണ്ടായാൽ മതിയാകും.

മദ്യപിച്ച് റോഡിലൂടെ പോകുന്ന തങ്ങളുടെ അച്ഛനെ നോക്കി സ്കൂളിൽ തലകുമ്പിട്ടു നടക്കുന്ന സഹപാഠികളെ ഞാൻ കണ്ടിട്ടുണ്ട്. സഹതാപത്തോടെ നോക്കാനല്ലാതെ അവരോട് എനിക്കൊന്നും പറയാൻ കഴിഞ്ഞിട്ടില്ല.

എന്റെ ലഹരി എന്നെ പ്രതീക്ഷയോടെ കാത്തിരിക്കുന്നവർക്കൊപ്പം സമയം ചെലവഴിക്കുന്നതിലാണ്. നിയമസഭയിലും പാർലമെന്റിലും മറ്റ് അധികാരകേന്ദ്രങ്ങളിലും എന്റെ നാടിന്റെ ശബ്ദം, സാധാരണക്കാരുടെ പ്രശ്നം എത്തിക്കുമ്പോഴാണ്. അതിനോളം വലിയൊരു ലഹരി എനിക്കില്ല. ഒരിക്കലും ഞാൻ മദ്യപിച്ചിട്ടില്ല. അതൊരു അത്യാവശ്യമോ, ആവശ്യമോ പോലുമായി തോന്നിയിട്ടില്ല. ജീവിതത്തിൽ ഒരിക്കലും മദ്യപിക്കുകയുമില്ല.

ഇതൊരു അവസരമാണ്. മാസങ്ങളോളം മദ്യം ഉപയോഗിക്കാതിരുന്നിട്ട് നിങ്ങൾക്ക് ഒന്നും സംഭവിച്ചിട്ടില്ല. ഒന്നും സംഭവിക്കുകയുമില്ല. ലോക്ഡൗൺ പിന്നിട്ടശേഷവും നിങ്ങൾ മദ്യം വേണ്ടെന്ന് തീരുമാനിക്കുകയാണെങ്കിൽ നിങ്ങൾ നിങ്ങളോടും കുടുംബത്തോടും ചെയ്യുന്ന വലിയൊരു പുണ്യം കൂടിയായിരിക്കും. അല്ലാത്തപക്ഷം ആർക്കും മാറ്റാനാവാത്ത ഒരു മദ്യപാനിയായി നിങ്ങൾ മാറും. സമാധാനത്തോടെ ജീവിച്ച ഈ കാലത്തിനുവേണ്ടിയെങ്കിലും നിങ്ങളത് ചെയ്യൂ... നിങ്ങളെ കാത്തിരിക്കുന്ന കുടുംബത്തിനുവേണ്ടിയാണെന്ന് ഓർക്കൂ.

രാഹുൽ എന്ന കരുതൽ

ഈ കൊറോണക്കാലത്ത് മനസ്സറിയാതെ വീണ്ടും വെളിച്ചത്തിലേക്ക് നടന്നുപോയി. ലോകത്തിലെ നിരവധി വെളിച്ചങ്ങളിലേക്ക്. താൽക്കാലികമായി തെളിയിക്കുന്ന പല വെളിച്ചങ്ങളും അന്ധകാരങ്ങളെ അകറ്റുന്നതല്ല. പലരുടേയും കൈയ്യിൽ മാത്രമാണ് വെളിച്ചം. മനസ്സിലോ ഇരുട്ട്, കൂരാക്കൂരിരുട്ട്. ലോകത്തിന് മനുഷ്യത്വത്തിന്റെ വെളിച്ചം നൽകിയ ഒരു മഹാപ്രതിഭ സൂര്യതേജസ്സ് പോലെ നമ്മുടെ സാമൂഹികജീവിതത്തിലിന്നും തിളങ്ങി നിൽക്കുന്നുണ്ട്. ആർക്കും ഊതിക്കെടുത്താനാവാത്ത വെളിച്ചം. ഒരു 'തിര'കൾക്കും നശ്ശബ്ദമാക്കാനാവാത്ത പച്ചമനുഷ്യന്റെ ഹൃദയസ്പന്ദനങ്ങൾ ചേർത്ത മഹാവെളിച്ചം. ഭാരതീയന്റെ ആത്മാവ് കണ്ടെത്തിയ ആ വെളിച്ചത്തിനു മുന്നിൽ ഈ ഒറ്റയിരുപ്പിൽ ഒരിക്കൽകൂടി ഹൃദയം ചേർത്തുവെക്കാൻ കൊതിയൂറുന്നു.

മഹാത്മാഗാന്ധി എന്ന മഹാഗുരുവിനെക്കുറിച്ചുള്ള ഓർമ്മകളിലേക്ക് പോകുവാൻ എന്നെ പ്രേരിപ്പിച്ചത് രാഹുൽ ഗാന്ധിയുടെ ഇടപെടലുകൾ കണ്ടതോടെയാണ്. ലോകം ഇത്രയേറെ പ്രതിസന്ധിയിലകപ്പെട്ടിരിക്കുന്ന ഒരു സാഹചര്യമാണിത്. കൊറോണ, കൊറോണാനന്തരമുള്ള ജീവിതം എന്നിവയെക്കുറിച്ച് സാധാരണജനങ്ങൾക്കിടയിൽ വേവലാതികൾ നിറയുകയാണ്. ആ വേവലാതികൾ അലട്ടുന്ന ഒരു നേതാവിനെയാണ് രാഹുൽ ഗാന്ധിയിലൂടെ ഞാൻ കണ്ടത്. ഇന്ത്യൻ സമ്പദ്വ്യവസ്ഥയെക്കുറിച്ച് ലളിതമായ ഭാഷയിൽ, സാധാരണക്കാരന്റെ ചോദ്യങ്ങളിലൂടെ രഘുറാം രാജൻ അടക്കമുള്ള സാമ്പത്തികവിദഗ്ധരുമായി സംവദിക്കുന്ന വീഡിയോ സോഷ്യൽ മീഡിയയിലൂടെ പുറത്തുവിടുകയായിരുന്നു.

ഇതിനടുത്ത ദിവസങ്ങളിൽ ഇന്ത്യൻ പ്രധാനമന്ത്രി രാജ്യത്തെ ജനങ്ങളെ അഭിസംബോധന ചെയ്തു സംസാരിക്കുകയുണ്ടായി. കൊറോണ വൈറസ് മഹാമാരിയായി രാജ്യത്താകമാനം പടർന്നു പിടിക്കുന്നതിൽ ഭീതി പൂണ്ടുനിൽക്കുന്ന ജനങ്ങളെ ആശ്വസിപ്പിക്കുന്ന ഒരു നടപടിയും നയപരിപാടികളും ഇല്ലാതെ പതിവുപോലെ കേവലം ഉപദേശങ്ങളുടെ വാക്കസർത്തുകൾ മാത്രമായി ആ സംസാരങ്ങൾ

ചുരുങ്ങിപ്പോവുകയാണുണ്ടായത്. ഇവിടെയാണ് രാഹുൽഗാന്ധിയെ പ്പോലൊരു ദീർഘവീക്ഷണമുള്ള വ്യക്തിയുടെ പ്രസക്തിയും.

രാജ്യത്തെ ജനങ്ങളുടെ ദുരിതങ്ങൾ കണ്ടു മനസ്സിലാക്കാനും അതിനുള്ള പ്രതിവിധികൾ ആസൂത്രണം ചെയ്തു നടപ്പിലാക്കാൻ കഴിവുള്ള ഭരണാധികാരികളെ ലഭിക്കുക എന്നത് ഏതൊരു രാജ്യ ത്തിന്റെയും ജനതയുടെയും ഭാഗ്യമാണ്, അവകാശവുമാണ്. എന്നാൽ കേവലമായ വാഗ്ദാനങ്ങൾ കൊണ്ടും മതപരമായ പക്ഷപാതം കാണിച്ചും ഇന്ത്യാമഹാരാജ്യത്തെ ഭീകരമായ നാശത്തിലേക്ക് നയി ക്കുന്ന ഒരു ഭരണ സംവിധാനമാണ് നമ്മുടെ രാജ്യത്ത് ഇന്ന് നിലവി ലുള്ളത് എന്ന് പറയേണ്ടിവന്നതിൽ അതിയായ ദുഃഖം ഉണ്ട്.

എന്റെ വിദ്യാർത്ഥികാലത്ത് ഉദയം കൊണ്ട്, കൃത്യമായ വികസന ലക്ഷ്യവും ഇച്ഛാശക്തിയും അതിലുപരി മനുഷ്യത്വപരമായ നിലപാടു കളും ഉണ്ടായിരുന്ന, പക്ഷേ അകാലത്തിൽ നമ്മളിൽനിന്നും വിട്ടുപോയ ഒരു നേതാവ് ഇവിടെ ഉണ്ടായിരുന്നു, രാജീവ് ഗാന്ധി! ഇന്നത്തെ നമ്മുടെ നാടിന്റെ അവസ്ഥ കാണുമ്പോൾ അദ്ദേഹത്തെക്കുറിച്ചുള്ള ഓർമ്മകൾ മനസ്സിൽ നിറയുന്നു.

ഇന്ത്യ കണ്ട ഏറ്റവും ചെറുപ്പക്കാരനായ പ്രധാനമന്ത്രിയായിരുന്ന രാജീവ് ഗാന്ധി ചെറുപ്പക്കാരുടെ ആവേശമായിരുന്നു. ശ്രീപെരുമ്പത്തൂരിലെ മനുഷ്യബോംബിനാൽ ഛിന്നഭിന്നമായിപ്പോയത് ഈ നാടിന്റെ പ്രതീക്ഷകളാണ്. രാജീവ് ഇന്നുണ്ടായിരുന്നെങ്കിൽ എന്ന് ഒരു നിശ്വാസത്തോടെ ആഗ്രഹിക്കാത്തവരായി ആരുമുണ്ടാവില്ല നമുക്കിടയിൽ.

കമ്പ്യൂട്ടർ സാർവ്വത്രികമായി നമ്മുടെ നാട്ടിൽ പ്രചാരം നേടുന്നത് അദ്ദേഹത്തിന്റെ ഭരണകാലത്താണ്. അതുകൂടാതെ വാർത്താവിനിമയ രംഗത്ത് നമ്മൾ ഇന്ന് കാണുന്ന നേട്ടങ്ങളുടെയെല്ലാം അടിത്തറ പാകിയത് അദ്ദേഹത്തിന്റെ ദീർഘദൃഷ്ടിയോടെയുള്ള പരിഷ്കാരങ്ങൾ ആയിരുന്നുവെന്ന് അന്ന് അദ്ദേഹത്തെ എതിർത്തിരുന്നവർ പോലും സമ്മതിച്ചു തരുന്ന വസ്തുതയാണ്.

രാജീവ് ഗാന്ധിയുടെ ചിതാഭസ്മം നാട്ടിക മണ്ണിലൂടെ കൊണ്ടുവന്നപ്പോൾ ആ കണ്ണീരോർമ്മകളുടെ മുന്നിൽ നീങ്ങിയ വാഹനത്തിൽ മൈക്കിലൂടെ ഗദ്ഗദകണ്ഠനായി അനൗൺസ് ചെയ്ത ഓർമ്മ ഇന്നും മനസ്സിലുണ്ട്.

ഹൃദയത്തിലെ ആരാധനയ്ക്കപ്പുറത്ത് നെഹ്റു കുടുംബത്തോട് സാധാരണ മത്സ്യത്തൊഴിലാളി കുടുംബത്തിൽ ജനിച്ച എനിക്ക് എന്തെങ്കിലും ബന്ധമുണ്ടാകുമെന്ന് സ്വപ്നത്തിൽ പോലും ചിന്തിച്ചിട്ടില്ല. പിന്നീട് മൂന്നു തവണ കേരളനിയമസഭയിൽ അംഗമായി പ്രവർത്തിച്ച സന്ദർഭങ്ങളിൽ സോണിയാഗാന്ധിയുമായും രാഹുൽഗാന്ധിയുമായും പലപ്പോഴും ഒരുമിച്ചു പ്രവർത്തിക്കേണ്ടതായി വന്നിട്ടുണ്ട്. എല്ലാവരേയും പോലെ സാധാരണ നിലയിൽ.

മത്സ്യത്തൊഴിലാളി കോൺഗ്രസിന്റെ സംസ്ഥാന അധ്യക്ഷനായി നിയമിതനായപ്പോൾ മത്സ്യത്തൊഴിലാളികൾ നേരിടുന്ന പ്രശ്നങ്ങളെക്കുറിച്ച് ഏറെ ആഴത്തിൽ മനസ്സിലാക്കി. മീനാകുമാരി കമ്മീഷൻ റിപ്പോർട്ടടക്കമുള്ള ദേശീയ നയങ്ങൾ തുടങ്ങി പ്രാദേശികമായ ഒട്ടനവധി വിഷയങ്ങൾ മത്സ്യത്തൊഴിലാളികളുടെ ജീവിതം ദുസ്സഹമാക്കുന്നതും അടിയന്തിരമായി വലിയ പ്രതിരോധം തീർക്കേണ്ടതിന്റെ ആവശ്യവും മനസ്സിലാക്കി സംഘടനയെ പുനഃസംഘടിപ്പിച്ച് സംസ്ഥാന വ്യാപകമായി പ്രതിഷേധ പരിപാടികൾ സംഘടിപ്പിച്ചു.

ഡൽഹിയിലെത്തി പാർലമെന്റ് മാർച്ച് നടത്തി. 'കടൽ കടലിന്റെ മക്കൾക്ക്' എന്ന മുദ്രാവാക്യമുയർത്തി ചാവക്കാട് വലിയ രീതിയിൽ സംഘടിപ്പിച്ച മത്സ്യത്തൊഴിലാളി സംഗമം ഉദ്ഘാടനം ചെയ്യാൻ രാഹുൽ ഗാന്ധിയെ ക്ഷണിച്ചു. മത്സ്യത്തൊഴിലാളികൾ നേരിടുന്ന പ്രശ്നങ്ങൾ അദ്ദേഹത്തെ ധരിപ്പിക്കാൻ കഴിഞ്ഞതിനാൽ അദ്ദേഹം വരാമെന്നേറ്റു.

എസ്.പി.ജി യുടെ അതീവ സുരക്ഷയുള്ള രാഹുൽ ഗാന്ധി തൃശ്ശൂരിൽ പ്രത്യേകിച്ച് തീരപ്രദേശത്ത് പങ്കെടുക്കുന്ന ആദ്യത്തെ പരിപാടിയായിരുന്നു അത്. സംസ്ഥാനത്തെ മുഴുവൻ മത്സ്യത്തൊഴിലാളികളെയും ചാവക്കാട് എത്തിക്കുകയും കടപ്പുറത്ത് വിശാലമായ വേദിയൊരുക്കുകയും വഞ്ചിയുടെ ആകൃതിയിൽ നൂറുകണക്കിന് പ്രചരണ ഗേറ്റുകൾ സ്ഥാപിച്ച് ചടങ്ങിന്റെ സംഘാടനവുമായി ബന്ധപ്പെട്ട് പൂർണമായും ചാവക്കാട് തന്നെ കഴിയുമ്പോഴാണ് പരിപാടിക്ക് ഏതാനും ദിവസങ്ങൾ മുൻപ് ജീവിതത്തിൽ എന്റെ താങ്ങും തണലുമായിരുന്ന, ഞാൻ എന്റെ ജീവിതത്തിന് ഏറ്റവും കടപ്പെട്ടിരിക്കുന്ന, എന്റെ സന്തോഷങ്ങളിൽ എന്നേക്കാളേറെ സന്തോഷിക്കുന്ന, എന്റെ സങ്കടങ്ങളിൽ എന്നെ എന്നും ചേർത്തു പിടിച്ച അമ്മ മരണപ്പെട്ടത്.

അമ്മയുടെ മരണം വലിയ വേദനയും ശൂന്യതയും സൃഷ്ടിച്ചു. സംസ്കാര ചടങ്ങുകൾ പൂർത്തിയാക്കി അധിക ദിവസം വൈകാതെ വേദന ഉള്ളിലൊതുക്കി വീണ്ടും രാഹുൽഗാന്ധി പങ്കെടുക്കുന്ന സമ്മേളനത്തിന്റെ തിരക്കിലലിഞ്ഞു. രാഹുൽ വന്നു. ഞങ്ങളെ അത്ഭുതപ്പെടുത്തിക്കൊണ്ട്. സുരക്ഷാ ജീവനക്കാരുടെ വിലക്ക് ലംഘിച്ച് മത്സ്യത്തൊഴിലാളികളുമായി ഇടപഴകി. കോളനികൾ സന്ദർശിച്ചു. അവരോടൊപ്പം കപ്പയും മീനും കഴിച്ചു. മത്സ്യത്തൊഴിലാളികളുടെ പ്രശ്നങ്ങൾ പഠിച്ചു. അവരോട് സംവദിച്ച് അവർക്ക് ആശ്വാസമേകി. ഫിഷറീസ് മന്ത്രാലയവും ദേശീയ ഫിഷർമെൻ കോൺഗ്രസ്സും ഉറപ്പു നൽകി. സമ്മേളനം ചരിത്ര സംഭവമായി മാറി. എ.കെ. ആന്റണി, വി.എം. സുധീരൻ, രമേഷ് ചെന്നിത്തല, കെ.സി. വേണുഗോപാൽ തുടങ്ങിയ നേതാക്കളെല്ലാം അഭിനന്ദിച്ചു.

വേദിയിൽ നിന്നറങ്ങുമ്പോൾ രാഹുൽജി എന്നെ അടുത്തേക്കു വിളിച്ചു. എന്റെ കൈ ചേർത്തു പിടിച്ച് പടികളിറങ്ങി. പത്രക്കാരും എസ്.പി.ജിയും കാത്തുനിന്ന സ്ഥലത്തുനിന്ന് മാറി എന്നെ വേദിയുടെ പുറകിലേക്ക് മാറ്റി നിർത്തി, നെഞ്ചിൽ കൈ ചേർത്തുവെച്ചു പറഞ്ഞു:

"ഐ കെയിം ടു നോ എബൗട്ട് ദി ഡിമൈസ് ഓഫ് യുവർ മദർ. മൈ കൺഡോളൻസസ് പ്രതാപൻ. ഹൗ ഓൾഡ് വാസ് ഷീ? മൈ പ്രെയേഴ്സ് ആർ ദേർ ഫോർ ഹേർ..!!"

സംഘടനാ കാര്യങ്ങൾ എന്തെങ്കിലും ചോദിക്കാൻ വിളിച്ചതാണെന്നു കരുതിയ എന്റെ നെഞ്ചിൽ വെച്ച കൈയിന്റെ ചൂടിൽ നിന്ന്, മുഴുവൻ മനസ്സിലായില്ലെങ്കിലും അദ്ദേഹം പറഞ്ഞ ഇംഗ്ലീഷ് വാക്കുകളിൽ നിന്നും രാഹുൽ പറഞ്ഞത് എന്റെ പ്രിയപ്പെട്ട അമ്മയെക്കുറിച്ചാണെന്ന് തിരിച്ചറിഞ്ഞ ഞാൻ നിയന്ത്രണം വിട്ട് കരഞ്ഞുപോയി. അടുത്ത നിമിഷം എന്നെ മാറോടണച്ച് പുറത്ത് തട്ടി ആശ്വസിപ്പിച്ചു രാഹുൽഗാന്ധി.

അമ്മയെ നഷ്ടപ്പെട്ടപ്പോൾ തോന്നിയ വേദനയിൽ ആ ചേർത്തു പിടിക്കൽ എനിക്ക് എന്തെന്നില്ലാത്ത താങ്ങായി, കരുതലായി.

മുത്തശ്ശി സ്വന്തം വീട്ടുമുറ്റത്ത് സുരക്ഷാജീവനക്കാരനാൽ കൊല ചെയ്യപ്പെട്ടപ്പോഴും പിന്നീട് സ്വന്തം അച്ഛൻ ശ്രീപെരുംപുതൂരിൽ അതി ദാരുണമായി പൊട്ടിത്തെറിച്ചപ്പോഴും സങ്കടത്തോടെ കണ്ടുനിൽക്കേണ്ടി വന്ന രാഹുൽ മനുഷ്യബന്ധങ്ങളുടെ യഥാർത്ഥ വില മനസ്സിലാക്കുവാനും ദുരിതം അനുഭവിക്കുന്നവരുടെ കൂടെ ചേർന്നുനിൽക്കുവാനും എല്ലായ്പ്പോഴും ശ്രമിക്കാറുണ്ടെന്ന് തുടർന്ന് ഞാൻ മനസ്സിലാക്കുകയായിരുന്നു.

നെഹ്റു കുടുംബത്തിന്റെ പാരമ്പര്യമുള്ള ഈ കുടുംബത്തിനാണ് സാധാരണക്കാരന്റെ മനസ്സ് വായിക്കുവാൻ കഴിയുക. ഇതൊരു സത്യമാണ്. കാപട്യമില്ലാത്തതാണ് ഈ സ്നേഹം. ആത്മാർത്ഥത നിറഞ്ഞതാണ് ഈ ഹൃദയം. ഇന്ത്യക്കാർ ഇനിയും അത് പൂർണ്ണമായും മനസ്സിലാക്കിയിട്ടില്ല. ഇന്നല്ലെങ്കിൽ നാളെ അവരത് തിരിച്ചറിയുക തന്നെ ചെയ്യും.

2016ലെ നിയമസഭാ തെരഞ്ഞെടുപ്പിൽ യുവാക്കൾക്കായി മാറി നിൽക്കാൻ സ്വയം തീരുമാനിച്ചപ്പോൾ മത്സരരംഗത്തുണ്ടാവണമെന്ന് രാഹുൽ എന്നെ വിളിച്ചു നിർബന്ധിച്ചു. എന്റെ നിലപാടുകളെ മറ്റുള്ളവർ അപഹസിച്ചപ്പോൾ, ഉടൻ ഡൽഹിയിലെത്തണമെന്ന് ആവശ്യപ്പെട്ടു. കൈപ്പമംഗലത്ത് മത്സരിക്കണമെന്ന് സ്നേഹപൂർവം നിർബന്ധിച്ചു. അദ്ദേഹത്തോട് സംസാരിക്കാതെ മത്സരിക്കില്ലെന്ന് കത്തു നൽകിയതിന് സ്നേഹപൂർവ്വം ശാസിച്ചു. സ്ക്രീനിംഗ് കമ്മറ്റി യോഗം നീണ്ടു പോയപ്പോൾ ബംഗാളിലെ തെരഞ്ഞെടുപ്പ് പര്യടനത്തിനായി പുറപ്പെടുന്നതിന് മുൻപായി പിറ്റേന്ന് അതിരാവിലെ വീട്ടിലേക്ക് വിളിപ്പിച്ചു.

കൈയിൽ ഒരു സാധാരണ തുണി സഞ്ചിയും ഇടതു കൈയ്യിൽ ഒരു ഗ്ലാസ് ചായയുമായി യാത്രയ്ക്ക് തയ്യാറായി വീടിനു പുറത്തു വന്ന് ഞങ്ങളോട് സംസാരിച്ചു. തീരുമാനം മാറ്റാനുള്ള മാനസികമായ ബുദ്ധിമുട്ട് ഞാനറിയിച്ചു. അതൊന്നും കാര്യമാക്കേണ്ട, മത്സരിക്കണം. കൈപ്പമംഗലത്ത് ഞാൻ പ്രതാപന് വേണ്ടി പ്രചാരണത്തിനു വരും എന്നു പറഞ്ഞ് ചേർത്തു പിടിച്ചു. അതിനിടയിൽ തന്റെ പോക്കറ്റിൽ നിന്നും മൊബൈൽ ഫോൺ എടുത്ത് എന്നോടൊപ്പമുണ്ടായിരുന്ന പ്രിയ സുഹൃത്ത് ഹൈക്കോടതിയിലെ അഭിഭാഷകനായ രഖേഷ് ശർമ്മയ്ക്ക് നൽകി രാഹുൽജി. രാഹുൽജിയുടെ ഫോണിൽ ഞങ്ങളുടെ ഫോട്ടോയെടുക്കാൻ രഖേഷിനോടാവശ്യപ്പെട്ടു.

രാഖേഷ് ശർമ്മ ഫോട്ടോ എടുത്തുനൽകി. ഫോൺ തിരികെ വാങ്ങി പുഞ്ചിരിയോടെ കാറിൽ കയറി എയർപോർട്ടിലേക്ക് യാത്രയായി. ഞാനും രാഖേഷും തിരികെ കേരളത്തിലേക്ക് വരാൻ എയർപോർട്ടിലേക്കും. കാറിൽ എയർപോർട്ട് എത്തുമ്പോഴേക്കും വീണ്ടും കരുതലായി ഒരു ഇമെയിൽ സന്ദേശമെത്തി രാഹുൽജിയിൽ നിന്നും.

'ടു മൈ ഡിയർ ഫ്രണ്ട്' എന്നെഴുതി ഏതാനും നിമിഷങ്ങൾക്ക് മുൻപെടുത്ത ഫോട്ടോ അയച്ചിരിക്കുന്നു.

ഡൽഹിയിൽ ചെന്ന് മത്സ്യത്തൊഴിലാളി കോൺഗ്രസ്സിന്റെ ദേശീയ സംഘടന പ്രഖ്യാപിച്ചപ്പോഴും അതിന്റെ ദേശീയ ചെയർമാനായി എന്നെ നിയമിച്ചപ്പോഴും പിന്നീട് യുദ്ധകാലാടിസ്ഥാനത്തിൽ ദേശീയ, സംസ്ഥാന കമ്മറ്റികൾ രൂപീകരിച്ച് ദേശീയ നിർവാഹക സമിതി യോഗം ഡൽഹിയിൽ കോൺഗ്രസ്സ് ആസ്ഥാനത്ത് ചേർന്നപ്പോൾ അതിൽ പങ്കെടുത്തുമൊക്കെ ആ ചേർത്തുപിടിക്കലിന്റെ ഊഷ്മളതയും കരുതലും വീണ്ടും വീണ്ടും നൽകി, പ്രിയ രാഹുൽജി.

അന്ന് തിരഞ്ഞെടുപ്പിൽ മത്സരിക്കില്ലെന്ന തീരുമാനത്തിൽ ഞാൻ ഉറച്ചു നിന്നപ്പോൾ എന്റെ മനസാക്ഷിയോടൊപ്പം നിന്ന രാഹുൽജി പിന്നീട് കോൺഗ്രസ്സിന്റെ ജില്ലാ സാരഥ്യവും ലോകസഭാ തെരഞ്ഞെടുപ്പിൽ മത്സരിച്ച് പാർലമെന്റിലെത്താനുള്ള പിൻതുണയും നൽകി കൂടെ നിർത്തി. ഫാസിസത്തിന്റെ കടന്നുകയറ്റത്തെ പല്ലും നഖവുമുപയോഗിച്ച് പാർലമെന്റിൽ എതിർത്തതിന് സഭയിൽ നിന്ന് പുറത്താക്കപ്പെട്ടപ്പോൾ ഹൃദയത്തിൽ നിന്നും അഭിനന്ദനത്തിന്റെ മെഡലെടുത്ത് എന്റെ നെഞ്ചിൽ കുത്തിത്തന്ന് ഹൃദയത്തോട് ചേർന്നു നിന്നു. കൂടുതൽ കരുതലായി, സ്നേഹമായി.

നെഹ്റുവിന്റെ ദീർഘദൃഷ്ടിയും ഇന്ദിരയുടെ കരളുറപ്പും രാജീവിന്റെ സൗമ്യതയും ഒത്തുചേർന്ന രാഹുലിനെ വർത്തമാനഇന്ത്യ ആവശ്യപ്പെടുന്നുണ്ട്. നാളത്തെ ഭാരതത്തിനായ്...

അത് സംഭവിച്ചേ മതിയാവൂ. അഴിമതി തൊട്ടുതീണ്ടാത്ത ഒരു നേതാവിനേ പുതിയ ലോകത്തിൽ ഇന്ത്യയെ മുന്നോട്ടു നയിക്കാനാവൂ...

ഈ കോവിഡ് 19ന്റെ പിരിമുറുക്കത്തിലിരുന്ന് തിരിഞ്ഞു നോക്കുമ്പോൾ സത്യസന്ധതയും ആത്മാർത്ഥതയും നിഷ്ക്കളങ്കതയുമുള്ള നേതാക്കളുടെ എണ്ണം കുറഞ്ഞു കുറഞ്ഞു വരുന്നത് നമ്മളെ ആകുലപ്പെടുത്തുകയാണ്. പ്രത്യേകിച്ച് ദേശീയ തലത്തിൽ. തങ്ങളുടെ അധികാരക്കസേരകൾ നിലനിർത്തുന്നതിനും പിടിച്ചെടുക്കുന്നതിനും വേണ്ടി വികൃതമായ നിലപാടുകൾ എടുക്കുന്ന ഹൃദയശൂന്യരുടെ എണ്ണം നാൾക്കുനാൾ വർദ്ധിച്ചുവരികയാണ്. അവിടെയാണ് രാഹുൽഗാന്ധിയെന്ന നന്മമരത്തിന്റെ വലിപ്പം ബോധ്യമാകുന്നത്. കുടിയേറ്റത്തൊഴിലാളികളുടെ ഇടയിൽ അവരോടൊപ്പം അവരിലൊരാളായി ഡൽഹിയിലെ തെരുവിൽ ഇരുന്ന് സംസാരിക്കുന്ന, കാപട്യമില്ലാത്ത, ഈ മനുഷ്യസ്നേഹി നമുക്കിടയിലെ മറ്റൊരു 'ഗാന്ധി' തന്നെയാണ്.

ശഹീൻബാഗ്

ലോക്ഡൗണിന്റെ ആദ്യദിവസങ്ങളിൽ തന്നെ ഡൽഹിയിൽ നിന്ന് അശുഭകരമായ വാർത്തകൾ വന്നുതുടങ്ങിയിരുന്നു. അതിൽ കുടിയേറ്റ തൊഴിലാളികളുടെ പലായനം കരളലിയിപ്പിക്കുന്ന ഒന്നായിരുന്നു. തീരെ അപ്രതീക്ഷിതമായ ലോക്ഡൗൺ പ്രഖ്യാപനം വരുത്തിവെച്ച ദുരന്തത്തിൽ 22 പേരുടെ ജീവൻ നഷ്ടമായി. കൊറോണ ബാധിച്ച് ആളുകൾ മരിക്കാൻ തുടങ്ങും മുമ്പേ ഇരുപത്തിരണ്ട് പാവങ്ങളുടെ ജീവൻ ഇവിടെ പൊലിഞ്ഞുവീണു.

അതുപോലെ എന്നെ ഏറ്റവും വേദനിപ്പിച്ച ഒരു കാര്യം ആ ദിവസങ്ങളിൽ ശഹീൻബാഗിലും ജാമിഅയിലും ഡൽഹി പൊലീസിന്റെ ഭാഗത്തുനിന്നുണ്ടായ നടപടികളാണ്. 2019ൽ വീണ്ടും അധികാരത്തിൽ വന്നതിനു ശേഷം കേന്ദ്രസർക്കാറിന് തുടരെതുടരെ തോൽക്കേണ്ടിവന്ന രണ്ടിടങ്ങളാണ് ജാമിഅയും ശഹീൻബാഗും. പൗരത്വഭേദഗതിനിയമത്തിനെതിരായ സമരങ്ങളിൽ ഏറ്റവും പ്രൗഢമായതും ചിന്തോദ്ദീപകമായതും ഈ സമരാവേശങ്ങളാണ്. കഴിഞ്ഞ ഡിസംബർ, ജനുവരി മാസങ്ങളിൽ ലോകം മുഴുവൻ ഉറ്റുനോക്കിയ ഇടങ്ങൾ. ചെറുത്തുനിൽപ്പിന്റെ മഹിതമായ ചരിത്രമെഴുതിയ ഇടങ്ങൾ. ശഹീൻബാഗിലെ ഉമ്മമാരെയും ജാമിഅയിലെ വിദ്യാർത്ഥികളെയും പിന്തിരിപ്പിക്കാനും അമർച്ച ചെയ്യാനും സർക്കാരും ഗുണ്ടകളെയും പലവുരു തുനിഞ്ഞിറങ്ങിയിട്ടും തോൽവിയായിരുന്നു ഫലം.

ഒടുവിൽ കൊറോണഭീതി വ്യാപകമായ വേളയിൽ, സാമൂഹിക അകലത്തിന്റെ ആവശ്യത്തെപ്പറ്റിയുള്ള ചർച്ചകൾ ഉയർന്നു വന്നനേരം സമരത്തിന്റെ നൂറാംദിവസം ജാമിഅ കോർഡിനേഷൻ കമ്മിറ്റി സമരം തൽക്കാലത്തേക്ക് നിർത്തിവെക്കുകയാണെന്ന് പ്രഖ്യാപിച്ചു. ഉചിതമായിരുന്നു ആ നടപടി. പക്ഷേ, ശഹീൻബാഗിൽ ഒന്നര മീറ്റർ വ്യത്യാസത്തിൽ കട്ടിലുകൾ നിരത്തിയിട്ടു സമരം തുടരാൻ അവർ തീരുമാനിച്ചു. എന്നിട്ടും ജനതാ കർഫ്യുവിന്റെ അന്ന് അവർ സമരപ്പന്തലിൽ വന്നില്ല. പകരം അവരുടെ ചെരുപ്പുകൾ ഓരോ കട്ടിലിലും ഊരിവെച്ചു. ശഹീൻ

ബാഗിലെ സമരത്തിന്റെ മറ്റൊരു സർഗ്ഗാത്മകമുഖമായിരുന്നു അത്. അന്നേദിവസം ശഹീൻബാഗിലെ സമരപ്പന്തലിനുനേരെ ബോംബേറു ണ്ടായി. ജാമിഅയിൽ വെടിവെപ്പും. പ്രധാനമന്ത്രി ജനതാ കർഫ്യു ആവശ്യപ്പെട്ടപ്പോൾ നാടിന്റെ നന്മ ആഗ്രഹിച്ചവർ ശഹീൻബാഗിലുള്ള വരും മറിച്ച് ചിന്തിച്ചവർ 'ഗോലി മാറോ സാലോം കോ' വിഭാഗവുമായി രുന്നു.

ഒടുവിൽ ലോക്ഡൗണായതോടെ ആളൊഴിഞ്ഞ സമരപ്പന്തലുകൾ പൊളിച്ചുനീക്കുകയായിരുന്നു. ഒരു വലിയ പൊലീസ് സന്നാഹംതന്നെ ശഹീൻബാഗിലെത്തി. അവിടെയുണ്ടായിരുന്ന പന്തൽ പൊളിച്ചുമാറ്റി യെന്ന പ്രയോഗംതന്നെ ശരിയാവില്ലെന്ന് തോന്നുന്നു. അവർ ആ സമര പ്പന്തലിനോട് തന്നെ മുൻവൈരാഗ്യമുള്ളതുപോലെ നശിപ്പിച്ചുകളഞ്ഞു. അവിടെയുണ്ടായിരുന്ന സ്വാതന്ത്ര്യസമരസേനാനികളുടെ ചിത്രങ്ങൾ തുടങ്ങി ദേശീയപതാകയും മുദ്രാവാക്യങ്ങളെഴുതിയ പ്ലക്കാർഡുമടക്കം എല്ലാം ചുരുട്ടിക്കൂട്ടി. ഏറ്റവും വേദനിപ്പിച്ചത് അവിടുത്തെ ബസ്സ്റ്റോപ്പു കളിൽ പ്രവർത്തിച്ചിരുന്ന സാവിത്രിഭായ്, ഫാത്തിമ മഹതികളുടെ സ്മര ണാർത്ഥം ഉണ്ടാക്കിയ വായനാവൃത്തം കൂടി തെല്ലും ബഹുമാനമില്ലാതെ അവർ നാമാവശേഷമാക്കി. ഇതൊക്കെയും ജാമിഅയിലും ആവർത്തിച്ചു. പോരാത്തതിന് ജാമിഅയിലെ 'പ്രതിരോധത്തിന്റെ ചുമർചിത്രങ്ങളും' അവർ മായ്ച്ചുകളഞ്ഞു. രോഹിത് വെമുലയും നജീബ്അഹമ്മദും സക്കറിയയും മുതൽ മാൽകംഎക്സും അംബേദ്കറും മൗലാനാ അബുൽകലാം ആസാദും അടക്കം മനോഹരമായ പോർട്രെയ്റ്റുകളും ഫയസ് അഹമ്മദ് ഫയസിന്റെ തുടങ്ങി മനോഹരമായ കവിതകളും

ആവിഷ്കരിച്ച ആ മതിൽചുവരുകൾ ഫാസിസ്റ്റുകളെ കുറച്ചൊന്നുമായിരിക്കില്ലല്ലോ ഭയപ്പെടുത്തിയിരിക്കുക. കല തീർക്കുന്ന പ്രതിരോധം കാലാതീതമാണെന്ന് ആ മൗഢ്യർക്ക് എങ്ങനെ മനസ്സിലാക്കാനാണ്?

അന്നു മുഴുവൻ പലപ്പോഴായി ശഹീൻബാഗിനെ കുറിച്ചോർത്തു. ഈ പതിറ്റാണ്ടിലെ ഏറ്റവും ധീരരായ, ആത്മാഭിമാനികളായ, ദേശാഭിമാനികളായ ആ സ്ത്രീകളെക്കുറിച്ചോർത്തു. ഞാനും രമയും മക്കളായ ആഷികും ആൻസിയും ജാമിഅയിലെ സുഹൃത്ത് ഹമീദിന്റെ കൂടെയാണ് ഒരിക്കൽ ശഹീൻബാഗിൽ പോയത്. പുൽവാമ രക്തസാക്ഷിത്വത്തിന്റെ ഒന്നാം വാർഷികം കൂടിയായിരുന്നു അത്. ശഹീൻബാഗിൽ അന്ന് അനവധി അനുസ്മരണപരിപാടികൾ നടക്കുന്നുണ്ടായിരുന്നു. രാജ്യത്തിനു വേണ്ടി ജീവൻ ബലി നൽകേണ്ടിവന്ന ധീരരക്തസാക്ഷികളായ ജവാന്മാർക്ക് വേണ്ടി കുരുന്നു മക്കളുടെ അപദാനഗാനങ്ങൾ തുടങ്ങി വയോധികരുടെ പ്രാർത്ഥനകൾവരെ അഭൗതികമായ ഒരു അന്തരീക്ഷം ശഹീൻബാഗിൽ തീർത്തിട്ടുണ്ടായിരുന്നു.

ഞങ്ങൾ സ്റ്റേജിന്റെ പുറകുവശത്തുകൂടിയുള്ള പ്രവേശനവഴിയിലൂടെ പന്തലിനകത്തെത്തുമ്പോൾ സ്വാതന്ത്ര്യത്തിനും ആത്മാഭിമാനത്തിനും വേണ്ടിയുള്ള മുദ്രാവാക്യങ്ങളുടെ ആരവങ്ങളാണ് കേട്ടത്. ഫാസിസ്റ്റുകളിൽനിന്ന്, വർഗ്ഗീയരാഷ്ട്രീയത്തിൽ നിന്ന് രാജ്യത്തെ മോചിപ്പിക്കാനുള്ള മഹത്തായ ഒരു പോരാട്ടത്തിൽ എത്തിയതിന്റെ ഉത്സാഹം എന്റെ മനസ്സിനെ കോരിത്തരിപ്പിച്ചു. നമ്മളിൽ ഏറെപേരും സ്വാതന്ത്ര്യസമരം കണ്ടവരല്ല. അതിന്റെ ആവേശം എന്താണെന്ന് നേരിട്ടറിഞ്ഞവരല്ല. എന്നാൽ ശഹീൻബാഗിൽ ഞാനത് അറിയുകയായിരുന്നു. അത്രമേൽ ആത്മീയമായ ഒരനുഭവമായിരുന്നു അത്. അവിടെ ഞങ്ങളെ സ്വീകരിച്ച തൊണ്ണൂറോടടുത്ത് പ്രായമുള്ള ബിൽക്കീസ് എന്ന ഒരു ഉമ്മയുണ്ട്. പ്രായത്തിന്റെ അവശതകൾ അവരുടെ തൊലിപ്പുറത്തേയുള്ളൂ. അവർ എന്നെ ചേർത്തു നിർത്തി തലയിൽ കൈവെച്ച് പ്രാർത്ഥിച്ചു.

അന്നേരം സമരപ്പന്തലിൽ എന്നെ പരിചയപ്പെടുത്തി ഹമീദ് സംസാരിക്കുന്നുണ്ടായിരുന്നു. പൗരത്വഭേദഗതി നിയമത്തിനെതിരായ സമരങ്ങളിൽ പങ്കെടുത്ത വിദ്യാർത്ഥികൾക്കു നേരെ പൊലീസിന്റെ ഭാഗത്തു നിന്നുണ്ടായ കിരാതവാഴ്ചയ്ക്കെതിരെ പാർലമെന്റിനകത്തും പുറത്തും എന്നെക്കൊണ്ട് സാധിച്ച പോരാട്ടങ്ങളുടെ വിവരണംകൂടി ഹമീദ് പറഞ്ഞുകൊണ്ടിരുന്നു. അന്നേരം ബിൽക്കീസുമ്മ എന്റെ നെറ്റിയിൽ അമർത്തി മുത്തംതന്നു. എന്റെ അമ്മ... എനിക്ക് കരച്ചിലടക്കാനാവുമായിരുന്നില്ല. ഈ പ്രായത്തിലും ഇനിയും എത്രയോ അനിശ്ചിതത്വത്തിലേക്ക് പോയേക്കാവുന്ന ഒരു സമരത്തിൽ ഇത്രയും വലിയ സാന്നിധ്യമാകുന്നതിന്റെ പൊരുളെന്തായിരിക്കുമെന്ന് ഞാനാലോചിച്ചു. സ്വാതന്ത്ര്യത്തേക്കാൾ,

ആത്മാഭിമാനത്തേക്കാൾ വലിയ സമസ്യയില്ലല്ലോ. ഹമീദ് 'ആസാദി' മുദ്രാവാക്യം ചൊല്ലിത്തന്നു; മറ്റ് ആയിരം ഉറച്ച ശബ്ദങ്ങൾക്കൊപ്പം ഞങ്ങൾ അതേറ്റുവിളിച്ചു.

പന്തലിന് പുറത്തേക്ക് നടക്കുമ്പോൾ എനിക്കാവുന്ന ഭാഷയിൽ ഞാൻ അവരോട് പറയുന്നുണ്ടായിരുന്നു, നിങ്ങളെ ഞാൻ കൈവിടില്ല. പ്രായമേറെയുള്ള പലരും വന്ന് എനിക്ക് കൈതന്നു. എന്നെ അണച്ചു നിർത്തി. അവർ പ്രാർത്ഥിക്കുകയാണെന്ന് മാത്രം പലപ്പോഴും എനിക്ക് മനസ്സിലായി. ചെറുപ്പക്കാരികളും മധ്യവയസ്കരുമായ സ്ത്രീകൾ രമയോടും ആൻസിയോടും എന്തെന്നില്ലാത്ത സ്നേഹം പ്രകടിപ്പിച്ചു. അവരുടെ കണ്ണുകളിലും അനിർവചനീയമായ ഒരു തിളക്കമുണ്ടെന്ന് ഞാൻ വായിച്ചു.

പ്രത്യാശയുടെ ഒരു സൂര്യൻ ശഹീൻബാഗിൽനിന്നും ഉയരുന്നത് ഞാൻ കണ്ടു.

അതേ, ഞാൻ കറുത്തവനാണ്!!!

"**അ**തെ, ഞാൻ കറുത്തിട്ടാണ്. ഞാൻ നീഗ്രോയാണ്. അതിലെന്താണ് പ്രശ്നം? ആർക്കാണ് പ്രശ്നം? എനിക്കെന്റെ നിറത്തിലും വംശത്തിലും അഭിമാനമേയുള്ളൂ. ഈ പ്രതിസന്ധിയുടെ കാലത്തെങ്കിലും ഇത്തരം വംശീയരാഷ്ട്രീയം അവസാനിപ്പിച്ചു കൂടെ...?"

ലോകാരോഗ്യസംഘടനയുടെ തലവൻ എത്യോപ്യക്കാരനായ ടെഡ്റെസ് അദാനോമിന്റെ വാക്കുകളാണ്. ലോകത്താകമാനം കോവിഡ് പടർന്നു പിടിച്ചപ്പോൾ വംശീയരാഷ്ട്രീയം പഴിചാരാൻ കണ്ടെത്തിയത് കറുത്തവർഗ്ഗക്കാരനായ ലോകാരോഗ്യസംഘടനാ തലവനിലാണ്. സോഷ്യൽ മീഡിയകളിൽ മുഴുവൻ വർണ്ണവിവേചനത്തിന്റെയും വംശീയതയുടെയും ആക്ഷേപങ്ങൾ നിറഞ്ഞപ്പോൾ ടെഡ്റെസ് പറഞ്ഞതാണ് ആ വാക്കുകൾ.

കോവിഡ് 19 ഏറ്റവും വലിയ ആഘാതമുണ്ടാക്കിയത് അമേരിക്കയിലാണ്. യുഎസ് പ്രസിഡന്റ് ഡൊണാൾഡ് ട്രംപ് അതിന്റെ ജാള്യത മറയ്ക്കാനും ഉത്തരവാദിത്വങ്ങളിൽനിന്ന് ഓടിയൊളിക്കാനും വേണ്ടിയിരുന്ന കാരണങ്ങളായി ലോകാരോഗ്യസംഘടനയും ചൈനയുമൊക്കെ മാറി. ലോകാരോഗ്യസംഘടനയ്ക്കുള്ള അമേരിക്കയുടെ ഫണ്ടിങ് അവർ പിൻവലിച്ചത് അത്തരമൊരു നടപടിക്കു പുറത്താണ്. പോരാത്തതിന് കൊറോണ വൈറസിനെ ചൈനീസ് വൈറസ് എന്ന് വിളിച്ച് വംശീയമായ ആക്ഷേപംകൂടി നടത്തുകയുണ്ടായി ട്രംപ്.

വൈറസ് മനുഷ്യനിർമ്മിതമാണെന്നും ഒരു ആയുധമായി ഉപയോഗിച്ചതാണെന്നും പല രാജ്യങ്ങളെയും പ്രതിസ്ഥാനത്ത് നിർത്തിയും പലയിടത്തും ചർച്ചകൾ നടക്കുന്നത് കാണുന്നുണ്ട്. എന്താണ് അതിലെ സത്യാവസ്ഥ എന്നത് ഇനിയും പുറത്തുവരേണ്ട സത്യമാണ്.

ചൈന എന്ന രാജ്യത്തിലൂടെ ഞാൻ യാത്ര ചെയ്തിട്ടുണ്ട്. ഓരോ രാജ്യവും ഓരോ കാര്യങ്ങൾ നമ്മെ പഠിപ്പിക്കുന്നുണ്ട്. ഓരോ മനുഷ്യനും ഓരോ പുതിയ അറിവുകളെ നൽകുന്നുണ്ട് എന്നതുപോലെത്തന്നെ. മനുഷ്യരെ ജാതി തിരിച്ച്, മതം തിരിച്ച് അവഹേളിക്കുന്നതുപോലെത്തന്നെ

മോശമാണ് ഒരു രാജ്യത്തെ വേർതിരിച്ച് അവഹേളിക്കുന്നത്. പ്രത്യേകിച്ച് ഒരു മഹാമാരിയുടെ പേരു പറഞ്ഞ്.

ചൈനയിലേക്കുള്ള എന്റെ യാത്ര വനിതാ വോളിബോൾ സംഘത്തെയും കൊണ്ടായിരുന്നു. നിയമസഭാംഗമായിരുന്ന കാലത്തായിരുന്നു ആ യാത്ര.

ഇന്ത്യൻ വനിതാ വോളിബോൾ സംഘത്തെ നയിച്ച് പോയപ്പോഴുണ്ടായ അനുഭവം ഏറെ അഭിമാനത്തോടെയാണ് ഞാൻ ഓർക്കുന്നത്. ഇന്ത്യയിലെ മതേതരത്വത്തെക്കുറിച്ചും ജനാധിപത്യത്തെക്കുറിച്ചും ചോദിച്ചറിഞ്ഞ ചൈനീസ് ജനത നമ്മുടെ രാജ്യത്തെ വളരെ അഭിമാനത്തോടെയാണ് നോക്കിക്കാണുന്നത്.

അതിർത്തികൾക്കപ്പുറത്ത് മനുഷ്യൻ എന്ന വികാരം മാത്രമാണ് ഞങ്ങൾ സംസാരിച്ചപ്പോൾ ഉയർന്നിരുന്നത്.

ചൈനയിൽ നിന്നും ഞാനേറെ പഠിച്ചിട്ടുണ്ട്. ചൈനയിൽ ഒരു വീടുണ്ടാക്കുമ്പോൾ ഒരു മരം നടണമെന്ന് നിർബന്ധമാണ്. മരങ്ങളെ പരിപാലിക്കുന്നതിലും അതീവ ശ്രദ്ധ ചൈനീസ് ജനത കൊടുക്കുന്നുണ്ടായിരുന്നു. സിറിഞ്ചിലൂടെ ഔഷധങ്ങൾ നൽകുന്നതുപോലെ അവർ നട്ട

മരങ്ങൾക്ക് വളരാൻ ആവശ്യമായ വെള്ളവും വളവും പ്രത്യേക രീതിയിലായിരുന്നു നൽകിയിരുന്നത്.

ചൈനായാത്രയുടെ ഓർമ്മകൾ എന്നെ ഇപ്പോഴും അലട്ടുന്നുണ്ട്. അവിടെ നിന്നു പഠിച്ച പാഠങ്ങൾ ഇതുവരെയും എന്റെ മണ്ണിൽ നടപ്പിൽ വരുത്താൻ സാധിച്ചിട്ടില്ല.

പാർലമെന്റേറിയനായി മാറിയതോടെ എനിക്ക് അതിനുള്ള അവസരം വന്നുചേരുകയാണ്. ഭാരതത്തിൽ ഓരോ പുതിയ കുഞ്ഞ് ജനിച്ചുവീഴുമ്പോഴും ഒരു മരം നടന്നുവെന്ന് ഉറപ്പുവരുത്തണമെന്നും എങ്കിൽ മാത്രമേ ജനനസർട്ടിഫിക്കറ്റ് നൽകാവൂ എന്നും നിഷ്കർഷിക്കുന്ന ഒരു സ്വകാര്യ ബിൽ പാർലമെന്റിൽ അവതരിപ്പിക്കാൻ ഒരുങ്ങുകയാണ് ഞാൻ. കൊറോണക്കാലത്തിനുശേഷം ആദ്യത്തെ നടപടിയായിരിക്കും അത്.

ചൈനീസ് വൈറസ് എന്ന് വിളിച്ച് ആക്ഷേപിക്കുന്നവർക്കുള്ള മറുപടിയായിട്ടാണ് ഞാൻ ഈ സ്വകാര്യബില്ലിനെ കാണുന്നത്. ചൈനയിലെ നല്ല പാഠങ്ങൾ നമുക്ക് ഉൾക്കൊണ്ട് അവഹേളനത്തെ ചെറുക്കാം.

ചൈനയുടെ കാര്യത്തിൽ പറഞ്ഞതുപോലെത്തന്നെ കോവിഡ് മഹാമാരിയുടെ പശ്ചാത്തലത്തിൽ ആഗോളാടിസ്ഥാനത്തിൽ തെക്കുകിഴക്കനേഷ്യക്കാരോട് വംശീയമായ ആക്ഷേപം ഉയരുന്ന സംഭവങ്ങൾ വ്യാപകമായി റിപ്പോർട്ട് ചെയ്യപ്പെടുന്നുണ്ട്.

ഇന്ത്യയിലും സ്ഥിതി മോശമല്ല. കൊറോണ വൈറസ് വ്യാപനത്തിന്റെ തുടക്കത്തിൽ വടക്കുകിഴക്കൻ സംസ്ഥാനങ്ങളിൽ നിന്നുള്ളവരോട് രാജ്യത്തിന്റെ പലയിടങ്ങളിലും കടുത്ത വംശീയാധിക്ഷേപങ്ങൾ ഉണ്ടായിരുന്നു. ഡൽഹിയിലെ നിസാമുദ്ദീനിൽ നടന്ന തബ്ലീഗ് ജമാഅത്ത് സമ്മേളനത്തിനുശേഷം 'കൊറോണ ജിഹാദ്' എന്ന പുതിയ സംജ്ഞ തന്നെ ഉയർന്നുവന്നു.

ദേശീയ മാധ്യമങ്ങളിൽ പലതും അത്യധികം അപലപനീയവും വിഷലിപ്തവുമായ ആക്ഷേപങ്ങൾ മുസ്ലീംവിഭാഗത്തിനെതിരെ നടത്തി. ട്വിറ്ററിലും സോഷ്യൽ മീഡിയകളിലും മുസ്ലീങ്ങൾക്കെതിരെ കേട്ടാലറയ്ക്കുന്ന വെറുപ്പ് പ്രചരിപ്പിക്കപ്പെട്ടു. കുടിയേറ്റത്തൊഴിലാളികളുടെ പ്രതിസന്ധി കൈകാര്യം ചെയ്യുന്നതിൽ പരാജയപ്പെട്ട കേന്ദ്രസർക്കാരിനെ രക്ഷിച്ചെടുക്കാനുള്ള കാരണം കൂടിയായി അത് മാറി.

ആ സമ്മേളനത്തിന് അനുമതി കൊടുത്ത സർക്കാർ നടപടിയോ, അത് ലോക്ഡൗണിനു മുമ്പായിരുന്നു എന്ന വസ്തുതയോ ചർച്ചയായില്ല. ലോക്ഡൗണിന്റെ പിറ്റേന്ന് ഉത്തർപ്രദേശ് മുഖ്യമന്ത്രി യോഗി ആദിത്യനാഥ് അയോധ്യയിൽ അനുയായികൾക്കൊപ്പം നടത്തിയ ക്ഷേത്രാരാധനമതത്തിന്റെ പേരിൽ ആരും ചർച്ചയ്ക്കെടുത്തില്ല. ഒരു പ്രത്യേക സമുദായത്തിനുമാത്രം അത്തരം ആക്ഷേപങ്ങൾ ചുമക്കേണ്ടിവരുന്ന സാഹചര്യമുണ്ടായി. കൊറോണയ്ക്ക് ഇന്ത്യയിൽ മതം കണ്ടെത്തി; നാണക്കേട്.

ലോകത്തെയാകെ തന്നെ കൊറോണ ബാധിച്ചിരിക്കുന്ന ഈ കാലഘട്ടത്തിൽ കൊറോണയേക്കാൾ ഭീതിജനകമായ മതവൈറസുകൾ നമ്മുടെ നാട്ടിൽ വിഷം തുപ്പുന്നത് കാണുമ്പോൾ ഇതുമായി ബന്ധപ്പെട്ട സമ്മിശ്രങ്ങളായ ചില അനുഭവങ്ങൾ പങ്കുവെക്കാതിരിക്കാൻ നിർവ്വാഹമില്ല.

ലോകം ഇത്രയൊക്കെ പുരോഗതി കൈവരിച്ചിട്ടും മനുഷ്യരുടെ മനസ്സിൽ നിന്നും തുടച്ചുമാറ്റാൻ ബുദ്ധിമുട്ടുള്ള ഒന്നാണ് ജാതി, മത വംശീയ ചിന്തകൾ എന്ന് സമീപകാല സംഭവികാസങ്ങൾ കാണിച്ചുതരുന്നുണ്ട്. ലോകത്ത് ഇന്നുവരെ ഉണ്ടായിട്ടുള്ള ഒരു മതവും ഒരു പ്രവാചകനും ജാതിയുടെയോ മതത്തിന്റേയോ അടിസ്ഥാനത്തിൽ മനുഷ്യരെ മതിലുകൾ പടുത്ത് വിഭജിച്ചതായി കാണാനാവില്ല. പകരം സ്നേഹത്തിന്റേയും കാരുണ്യത്തിന്റേയും സഹവർത്തിത്വത്തിന്റേയും വഴികളാണ് എല്ലാ മതങ്ങളും മാനവരാശിക്ക് മുന്നിൽ തുറന്നുകൊടുത്തിട്ടുള്ളത്.

ഇന്ത്യോനേഷ്യയിലെ കൊറോണ പ്രതിരോധ പ്രവർത്തനങ്ങൾക്കിടെ മരണപ്പെട്ട ഡോക്ടർ ഹദിയോ അലി സ്വന്തം മതത്തിലുള്ളവനെന്നോ ജാതിയിലുള്ളവനെന്നോ നോക്കിയായിരുന്നോ ചികിത്സ നടത്തിയത്? സ്വന്തം ജീവിതം ഹോമിക്കപ്പെട്ടത്?

ഹദിയോ അലി സ്വന്തം കുഞ്ഞുങ്ങളെയും ഭാര്യയെയും അവസാനമായി കാണുന്ന അതിദയനീയമായ കാഴ്ച നമ്മളെല്ലാവരും സാമൂഹിക മാധ്യമങ്ങളിലൂടെ കണ്ടതാണ്. ഹൃദയഭേദകമായിരുന്നു ആ കാഴ്ച.

കൊറോണ വൈറസിനെക്കുറിച്ച് ലോകത്തിനു തന്നെ ആദ്യമായി മുന്നറിയിപ്പ് തന്ന ചൈനീസ് ഡോക്ടർ വിൻലിം യാങ്ങിന്റെ മരണവും നമ്മെ ഏറെ സങ്കടപ്പെടുത്തുന്നതായിരുന്നു.

ഇന്ന് മകൾ ആൻസിയുമായി സംസാരിച്ചപ്പോൾ എനിക്ക് അഭിമാനം തോന്നിയ നിമിഷമായിരുന്നു. അച്ഛനോടും അമ്മയോടും സംസാരിക്കുന്ന സമയം രണ്ട് രോഗികളെയെങ്കിലും പരിചരിക്കാനാവുമെന്ന് അവൾ പറഞ്ഞപ്പോൾ അഭിമാനത്തിനൊപ്പം അത്ഭുതവുമുണ്ടായി. പുതിയ തലമുറയുടെ എന്തിനെയും നിസ്സാരമായി കാണുന്ന സ്വഭാവമൊക്കെ അവളിൽ നിന്നും എങ്ങോ പോയ് മറഞ്ഞിരിക്കുന്നു.

ഭക്ഷണകാര്യത്തിലുള്ള ആൻസിയുടെ രീതികൾ, നിബന്ധനകൾ എല്ലാം മാറിയിരിക്കുന്നു. പകരം ദുരിതം അനുഭവിക്കുന്നവരോടുള്ള ദീനാനുകമ്പ, അതിലുപരി രോഗികളെ സഹായിക്കാൻ കഴിയുന്നതിലുള്ള അഭിമാനം അതൊക്കെ അവളുടെ ഫോണിലൂടെയുള്ള ഹ്രസ്വസംഭാഷണത്തിൽ നിന്നും മനസ്സിലാക്കുവാൻ സാധിച്ചു. അഭിമാനമുണ്ട് ആൻസീ നിന്നെക്കുറിച്ചോർത്ത്.

ഇന്ത്യയിലും ലോകത്തിന്റെ മുക്കിലും മൂലയിലും കൊറോണകൊണ്ട് ദുരിതം അനുഭവിക്കുന്ന ദശലക്ഷക്കണക്കിനാളുകൾക്ക് ആശ്വാസമേകുന്ന നിരവധി ആൻസിമാരുണ്ടെന്നറിയാം. അവരുടെ സുരക്ഷയ്ക്ക്

വേണ്ടിയുള്ള പ്രാർത്ഥനയിലാണ് ലോകമിന്ന്. ലോകം മാനവചരിത്രത്തിൽ ഇവരെ രേഖപ്പെടുത്തുക ലോകത്തെ രക്ഷിക്കാൻ പോരാടിയ 'വീര യോദ്ധാക്ക'ളെന്ന പേരിൽ ആയിരിക്കും എന്നെനിക്കുറപ്പുണ്ട്.

മകൾ ഡോക്ടർ ആവാനുള്ള ആഗ്രഹം പ്രകടിപ്പിച്ചപ്പോഴും അതിനു സമ്മതം മൂളുമ്പോഴും ഡോക്ടർ എന്ന നിലയിൽ സമ്പാദിച്ചു കൂട്ടണ മെന്ന് അവൾക്കോ എനിക്കോ അല്പംപോലും ആഗ്രഹം ഉണ്ടായിരു ന്നില്ല. ഇന്ന് ഈ കൊറോണയുടെ താണ്ഡവകാലത്ത് എന്റെ ആഗ്രഹ ത്തിന്, എന്റെ പ്രാർത്ഥനകൾക്ക് ഫലമുണ്ടായതായി അനുഭവപ്പെടുന്നു.

ദുരിതമനുഭവിക്കുന്നവരോടും പട്ടിണിപ്പാവങ്ങളോടും കരുണ കാണി ക്കുന്ന ഒരുവളായിരിക്കണമേയെന്ന എന്റെ ആഗ്രഹത്തിന് അവൾ തന്നെ ഉത്തരം തന്നിരിക്കുന്നു. ഒരു രോഗിയിൽ നിന്നും മറ്റൊരു രോഗിയിലേക്ക് അവൾ ഓടിനടക്കുകയാണ്. ലോകത്തെ എല്ലാ കൊറോണ രോഗി കൾക്കും എത്രയും പെട്ടെന്നുള്ള രോഗശാന്തി ആശംസിക്കുന്നു.

സ്വകാര്യമായ സ്വപ്നങ്ങളും ജീവിതവും ബലികഴിക്കാതെ തന്നെ നമുക്ക് മാനവികതയ്ക്ക് വേണ്ടി നിലകൊള്ളാനാവും. ഭയചിന്തകൾ ഒന്നും തന്നെയില്ലാതെ ആൻസി അടങ്ങുന്ന ഒരു വലിയ സമൂഹം കൊറോണരോഗികൾക്കുവേണ്ടി, രോഗപ്രതിരോധത്തിന് വേണ്ടി രാപ കലില്ലാതെ ഓടിനടക്കുകയാണ്.

ആധുനികലോകത്തിന്റെ വർണ്ണപ്പൊലിമകളിലൂടെ കടന്നു പോകുന്ന പുതിയ തലമുറയുടെ അകക്കണ്ണ് തുറക്കുന്നത് ഏതു രീതിയിലായിരിക്കും എന്നുള്ള വർത്തമാനകാലത്തെ രക്ഷിതാക്കളുടെ സ്വാഭാവികമായ ഉത് കണ്ഠ എനിക്കും ഉണ്ടായിരുന്നു. കൃത്രിമം നിറഞ്ഞ ഈ കാലത്ത് യുവത്വം എങ്ങനെയാണ് ഇത്തരം ദുരന്തങ്ങളെ ഏറ്റെടുക്കുക എന്നുള്ള സംശയവും എന്നിൽ ഉണ്ടായിരുന്നു.

2018ലെയും 2019ലെയും പ്രളയകാലത്തും നിപ്പ വൈറസ് കാലത്തും ഇപ്പോഴിതാ ഈ കൊറോണ കാലത്തും അവർ കാലത്തിന്റെ ഉത്തര വാദിത്വം ഏറ്റവും ശക്തമായ രീതിയിൽ ഏറ്റെടുത്തുകൊണ്ട് നമ്മുടെ സംശയങ്ങൾക്ക് മറുപടി നൽകിയിരിക്കുന്നു. സന്തോഷമുണ്ട് അള വില്ലാത്ത കൃതജ്ഞതയുണ്ട് നമ്മുടെ കുട്ടികളോട്, നമ്മുടെ യുവാക്ക ളോട്. നന്ദി നന്ദി... നന്ദി.

കൊറോണയ്ക്കുശേഷവും നാം ജാഗരൂകരായി ഇരിക്കേണ്ടിയിരി ക്കുന്നു. രോഗം പകരാതിരിക്കാൻ അധികാരികൾ നൽകുന്ന എല്ലാ മുൻ കരുതലുകളും അക്ഷരംപ്രതി പാലിക്കാൻ നമ്മൾ കടപ്പെട്ടവരാണ്. അത്തരത്തിൽ മാത്രമേ നമ്മുടെ ജീവന് വേണ്ടി അക്ഷീണം പട പൊരു തുന്ന ആരോഗ്യപ്രവർത്തകരോട് നന്ദി പ്രകാശിപ്പിക്കാൻ നമുക്ക് കഴി യുകയുള്ളൂ.

ഒരുമയെന്ന നന്മ

മനസ്സ് അസ്വസ്ഥമാകുമ്പോൾ ഞാൻ ആ തീരത്തേക്ക് അണയും. ഇത് വളരെ ചെറുപ്പംമുതലേ തുടങ്ങിയതാണ്.

കടൽത്തീരം അങ്ങനെയാണ്. കടൽ ചെറുതിരകളിലൂടെ ആശ്വസിപ്പിക്കും. ശാസനയാണെങ്കിൽ തിരയുടെ വേഗത കൂട്ടും. കടലും തീരവും തന്നെയായിരുന്നു എല്ലാ പരാതിപറച്ചിലിന്റെയും ആവലാതിപ്പെടുന്നതിന്റെയും അവസാന കര.

തളിക്കുളം എന്റെ സ്നേഹതീരമാണ്.

മകൻ ആഷിക്ക് കൂടെത്തന്നെയുണ്ട്. മകൾ ആൻസി ജോലിത്തിരക്കിലാണ്. ഈ കൊറോണക്കാലത്ത് അവൾ തിരക്കിലാണ്. എങ്കിലും ഫോണിൽ അവളുടെ വിശേഷങ്ങൾ അന്വേഷിച്ചറിഞ്ഞുകൊണ്ടിരിക്കുന്നുണ്ട്. പക്ഷേ, എന്റെ മൂന്നാമത്തെ കുഞ്ഞ്...? സ്നേഹതീരം എന്റെ കുഞ്ഞുതന്നെയായിരുന്നു. എന്റെ സ്വപ്നങ്ങളുടെ സാക്ഷാത്കാരമായിരുന്നു സ്നേഹതീരം. ഞാൻ ആ തീരത്തേക്കെത്തിയിട്ട് ദിവസങ്ങളേറെയായിരിക്കുന്നു. കാണാൻ കൊതിയായിരിക്കുന്നു.

സ്നേഹതീരം വർഷങ്ങൾ നീണ്ട ആഗ്രഹത്തിന്റെയും പ്രവർത്തനത്തിന്റെയും ഫലമായിരുന്നു. ഞാനേറെ ആഗ്രഹിച്ച്, പ്രാർത്ഥിച്ച് കിട്ടിയ കുഞ്ഞിനെപ്പോലെ.

മാറാട് കടപ്പുറത്തും പരിസരപ്രദേശങ്ങളിലുമായി പൊട്ടിപ്പുറപ്പെട്ട് ആളിപ്പടർന്ന കലാപം കേരളത്തിന്റെ മനസ്സാക്ഷിയെ വേദനിപ്പിച്ച സമയം. സ്നേഹിച്ചാൽ ഹൃദയം പറിച്ചുതരുന്നവരാണ് കടലോരത്തെ കടലമ്മയുടെ മക്കൾ. അവരുടെ കളങ്കമില്ലാത്ത മനസ്സുകളിലേക്ക് വർഗീയതയുടെ കാലുഷ്യം പടർത്താനുള്ള ഗൂഢശ്രമങ്ങൾ ആശങ്ക വർദ്ധിപ്പിച്ചു. ഭീതിയുടെ കനലുകൾക്ക് പകരം കടലോരങ്ങളിൽ നന്മയുടെയും സാഹോദര്യത്തിന്റേയും തിരി എങ്ങനെ തെളിക്കാമെന്ന ചിന്തയാണ് തൃശ്ശൂരിലെ നാട്ടിക കടപ്പുറത്ത് തുടക്കം കുറിച്ച 'ഒരുമ'.

കോഴിക്കോട് കടപ്പുറത്ത് നടക്കാറുള്ള മലബാർ മഹോത്സവത്തിന്റെ ശൈലിയിൽ നാട്ടികയുടെ കടപ്പുറത്ത് ഒരുമ ബീച്ച് ഫെസ്റ്റിവലിന് തിരി തെളിഞ്ഞു. 2003 ഡിസംബർ. നാട്ടിക അങ്ങനെ രാജ്യത്തിന് തന്നെ മാതൃകയായി മാറി. ഇരുപത്തിയാറോളം ആനകളെ അണിനിരത്തിയ കടൽപ്പൂരവും ബീച്ച് സ്പോർട്സും കടൽയാത്രയും ചലച്ചിത്ര താര നിശയും സംഗീതരാവും കാരണവർക്കൂട്ടവും കുട്ടിക്കൂടാരങ്ങളും നാടിന്റെ തനതു രുചി പങ്കുവെക്കലും കടൽ ഭക്ഷ്യമേളയും ഗസലും കച്ചേരിയും മാപ്പിളപ്പാട്ടും ദഫ് മുട്ടും അറബനമുട്ടും നാടൻപാട്ടും വർണ്ണമഴയും അങ്ങനെയങ്ങനെ വൈവിധ്യത്തിന്റെ ഒരു കലവറ തീർക്കുകയായിരുന്നു നാട്ടിക കടലോരം. ജനം വിഭാഗീയചിന്തകൾ മാറ്റിവെച്ച് മതസൗഹാർദ്ദത്തിന്റെ, നന്മ നിറഞ്ഞ ഒരുമയുടെ കൂട്ടായ്മയിലേക്ക് ഒഴുകിയെത്തി, എന്റെ സ്നേഹതീരത്തേക്ക്.

ഉന്നതരായ മന്ത്രിമാരും ജനപ്രതിനിധികളും സുകുമാർ അഴീക്കോടും കൈതപ്രവും ഉമ്പായിയും സത്യൻ അന്തിക്കാടും കമലും മധുവും ഷീലയും തുടങ്ങി കേരളത്തിന്റെ സാംസ്കാരിക സാമൂഹിക മനസ്സ് ഒന്നുചേർന്ന കാലം.

പിന്നീട് വ്യത്യസ്തമായ പരിപാടികളോടെ ഓരോ വർഷവും 'ഒരുമ' നാട്ടികയുടെ ജീവിതത്തിന്റെ ഭാഗമായി. കൈതപ്രം നമ്പൂതിരി എഴുതി, ദീപാങ്കുരൻ ഈണം നൽകി തൃപ്രയാറിലെ നൂറിലേറെ കുട്ടികൾ ഒന്നിച്ച് പാടിയ 'ഒരുമയ്ക്കൊരുമയ്ക്കൊരുമിക്കാൻ നന്മയുള്ളൊരു കൂട്ടായ്മ' എന്ന ഗാനം ഈ നാടിന്റെ ദേശീയഗാനമായി മാറി.

നാട്ടികയിലും പിന്നീട് തളിക്കുളത്തെ സ്നേഹതീരത്തുമായി നിറഞ്ഞു നിന്ന ഒരുമയെന്ന കൂട്ടായ്മ ബീച്ച് ഫെസ്റ്റിവലുകൾക്കപ്പുറത്തേക്ക് കടന്ന് ദേശീയ ആദിവാസി പൈതൃകോത്സവവും മുള സംഗീതവും കാർഷികോത്സവങ്ങളും കടലറിവും നാട്ടറിവും മഴയും മഞ്ഞും നിലാവും എല്ലമെല്ലാമായി മാറി. വളർത്തു പക്ഷി-മൃഗ ദേശീയ എക്സിബിഷനും ആയിരം അമ്മമാരെ ആദരിച്ച, പത്മശ്രീ എം.എ. യൂസഫലിയേയും ഭരത് മോഹൻലാലിനെയും പോലും വികാരാധീനരാക്കി കരയിപ്പിച്ച 'അമ്മക്കിളിക്കൂട്' എന്ന ചടങ്ങും, അതിനെ തുടർന്ന് മക്കൾ ഇല്ലാത്ത ആയിരം അമ്മമാരെ ദത്തെടുത്ത് സനാഥരാക്കി ചരിത്രം സൃഷ്ടിച്ച 'അമ്മയ്ക്കൊരു കവിൾ കഞ്ഞി' എന്ന മാതൃകാപദ്ധതിയുമൊക്കെ സംഘടിപ്പിച്ചും നടപ്പിലാക്കിയുമൊക്കെ നാടിന്റെ മനസ്സാക്ഷിയോട് ചേർന്നു നിന്നു.

നാട്ടികയുടെ ഒരുമയിൽ നിന്നും പ്രചോദനമുൾക്കൊണ്ട് ചാവക്കാട് 'പെരുമ'യും ഇരിങ്ങാലക്കുടയിലെ 'തനിമ'യും 'പീച്ചി' ഫെസ്റ്റിവലുമെല്ലാം ഉയർന്നുവന്നു. ഇതോടൊപ്പം ആലപ്പുഴയിലും വണ്ടൂരും പറവൂരും

അങ്ങനെ കേരളത്തിലെ ഗ്രാമ, നഗര മനസ്സുകളിൽ സൗഹൃദങ്ങളുടെ കൂട്ടായ്മകൾ പിറവിയെടുത്തു. ജനപ്രതിനിധികളുടെ നേതൃത്വത്തിൽ അതിന്റെ തുടക്കക്കാരനാകുവാൻ കഴിഞ്ഞതിലെ വൈകാരികതകൾ നിറഞ്ഞ ഓർമ്മകളിലാണ് ഇപ്പോഴെന്റെ മനസ്സ്.

നന്മ നിറഞ്ഞ പ്രവർത്തനങ്ങളുമായി മുന്നോട്ടു പോകുമ്പോഴും വ്യക്തിപരമായി തകർക്കാനും എന്റെ നാട്ടുകാർക്കിടയിൽ തെറ്റിദ്ധാരണ പരത്തി എതിർപ്പുണ്ടാക്കാനും എന്റെ രൂപം കടലിൽ നിമഞ്ജനം ചെയ്ത് സായൂജ്യമടയാനുമൊക്കെ ഉത്സാഹിച്ചിരുന്നവരുമുണ്ടായിരുന്നു എന്നതൊക്കെ മനസ്സിലേക്ക് ഓളം തള്ളിവരികയാണ്. അവർ പലരും ബന്ധുക്കളായിരുന്നു. സ്വന്തം കൂടാരത്തിലെ ബന്ധുക്കൾ. എന്റെ സൗഹൃദങ്ങളുടെ തണലിൽ ചേർന്നു നിന്നവർ; ആവോളം അതിന്റെ കുളിർ ആസ്വദിച്ചവരും. ചിലപ്പോഴൊക്കെ അവരുടെ ഭാവം മാറാറുണ്ട്. മികച്ച അഭിനേതാക്കളുടെ വൈഭവത്തോടെ.

എന്തിനാണ് ഈ അകൽച്ചകൾ? ആർക്കു വേണ്ടിയാണ്? ഒരു നാൾ ഈ കളം വിട്ട് പോകേണ്ടി വരും. ഒരിക്കലും പ്രതീക്ഷിക്കാത്ത നിമിഷങ്ങളിൽ. ഒന്നും കൂടെ കൊണ്ടുപോകാതെയുള്ള ഒടുവിലത്തെ യാത്ര.

ദൈവം പലപ്പോഴും നമ്മെ അത് ഓർമ്മപ്പെടുത്താറുണ്ട്. നൂറ്റാണ്ടുകൾ

കൂടുമ്പോഴായിരുന്നു പണ്ടെല്ലാമെങ്കിൽ ഇപ്പോൾ വർഷങ്ങൾ പിന്നിടുമ്പോൾ അടുത്തടുത്ത് വന്ന് ഓർമ്മപ്പെടുത്തുകയാണ്.

നമ്മുടെ നിസ്സാരത, നിസ്സഹായത. പണവും പ്രതാപവും സ്ഥാനങ്ങളും എന്തിന്? അത് സമ്പാദിക്കാനുള്ള ഈ പരക്കംപാച്ചിലിൽ ഒടുവിൽ നാമെത്തുന്നതെവിടെയാണ്? പരസ്പരം അറിയാതെ, ഒരാളെയും അംഗീകരിക്കാതെ എന്തിനാണീ ഓട്ടം? ചില തിരിച്ചറിവുകൾ നല്ലതാണ്. എല്ലാവർക്കും. ഒപ്പം ക്ഷമിക്കാനുള്ള മനസ്സും പൊറുക്കാനുള്ള വിശാലതയും കൂടെ ചേർത്ത് പിടിക്കുകയാണ് ഉത്തമം. ചിലപ്പോൾ നമ്മെ അറിഞ്ഞ് മനപ്പൂർവ്വം വേദനിപ്പിച്ചവരുണ്ടാവാം. തിരിച്ച് കുത്തിയവരുണ്ടാവും. കഞ്ഞിയിൽ മണ്ണിട്ട് ഓടി ഒളിച്ചവരുണ്ടാവും. മറക്കുക, എല്ലാം മറക്കുക. ഒരുമ തന്നെയാണ് ശക്തി.

ജാതി-മത ചിന്തകൾക്കതീതമായി സാമൂഹിക കൂട്ടായ്മയൊരുക്കി ഒരു നാട് അതിന്റെ ജൈവികമായ മാനവസ്നേഹത്തെ പ്രദാനം ചെയ്ത് വരുംതലമുറയിലേക്ക് കൈമാറി കൊണ്ടുപോകണം എന്നു മാത്രമാണ് ഞാൻ എന്റെ സ്നേഹതീരത്ത് ഒരുമയിലൂടെ കൊണ്ടുവരാൻ ശ്രമിച്ചത്. കക്ഷിരാഷ്ട്രീയംപോലും അവിടെയില്ല. സ്നേഹം, സ്നേഹംമാത്രം തിരതല്ലുന്ന സ്നേഹതീരം.

സ്നേഹതീരം എന്റെ അമ്മയായിരുന്നു, എന്റെ കുഞ്ഞായിരുന്നു, എന്റെ ജീവനും രക്തവുമായിരുന്നു. ആ പഞ്ചാരമണലിൽ കാലുറച്ച്, കരളുറച്ച്, നിൽക്കുമ്പോൾ എനിക്ക് കേൾക്കാനാവും മാതാവിനും കുഞ്ഞിനും മാത്രം അറിയാവുന്ന ഭാഷയിലുള്ള സ്നേഹസംഭാഷണം.

സ്നേഹതീരത്തെ എന്റെ മോഹതീരമാക്കി മാറ്റിയതിനു പിന്നിൽ നിരവധി പേരുടെ അധ്വാനം കൂടിയുണ്ട്. സി.എ. മുഹമ്മദ് റഷീദ്, സി.ജി. അജിത്കുമാർ, മനോജ് തച്ചപ്പള്ളി, സി.എം. നൗഷാദ്, ജാഫർ മാഷ്, സജീവൻ നാട്ടിക, ഉണ്ണികൃഷ്ണൻ തൈപറമ്പത്ത്, ദീപൻമാഷ്, ശശി മാഷ്, മണികണ്ഠൻ, സുധി ആലക്കൽ, ഫഹദ് റഹ്മാൻ, ഉണ്ണിമോൻ, സന്തോഷ്, ഹരിലാൽ, ബാബു, സാദിഖ്... ഇങ്ങനെ നീളുന്നു. ഇനിയും ഏറെപ്പേരുണ്ട്. എല്ലാവരുടെയും പേരെടുത്ത് പറയുക അസാധ്യം. ഇവരെല്ലാം എന്റെ ഹൃദയത്തിന്റെ സ്നേഹതീരത്ത് എന്നും വാഴ്ത്തപ്പെട്ടവരാണ്. കാരണം അവരൊക്കെയായിരുന്നു എന്റെ സ്നേഹതീരത്തിന്റെ സ്വപ്നസാക്ഷാത്കാരത്തിന് വെന്നിക്കൊടി പാറിച്ചവർ.

കിതപ്പാർന്ന കാലത്ത്, സ്വരൂക്കൂട്ടി വെച്ച്, അളന്നുമുറിച്ച്, ചിലവഴിച്ച് സ്വപ്നം സാക്ഷാത്കരിക്കാനുള്ള വെമ്പൽ നടത്തവേ, ഒരിക്കൽ എന്റെ സ്നേഹതീരം കടലെടുത്തിരുന്നു. ആ തീരത്ത് ഞാൻ ഇരുന്ന് കരഞ്ഞ ആ ദിനങ്ങളേ, എന്റെ ഗർഭപാത്രത്തിലെ പേറ്റുനോവിന്റെ വേദന തിന്ന ദിനങ്ങളായിരുന്നു നിങ്ങൾ.

എന്റെ പ്രാർത്ഥന കടലമ്മ കേട്ടു. തിരിച്ചുപിടിക്കാനുള്ള വെമ്പൽ എന്നിലേക്ക് ആ തിരകൾ കോരിയിട്ടു. അവിടെനിന്നും ഉയിർത്തെഴുന്നേറ്റ് വന്ന ഫിനിക്സ് പക്ഷിയാണ് എന്റെ സ്നേഹതീരം. അതിന്റെ ചിറകുകൾ കടലാറ്റിയെടുത്ത തിരകളുടേതായിരുന്നു. തീരം മാത്രം ലക്ഷ്യമുള്ള സ്നേഹത്തിന്റെ തിരമാലകളായിരുന്നു അതിന്റെ ശക്തി. സ്നേഹതീരം ഉയർന്നുയർന്നു.

ഈ പഞ്ചാരമണലിൽ കാലമർത്തി നിൽക്കുമ്പോൾ ഓർമ്മകളുടെ വേലിയേറ്റത്തിലൂടെ കടലമ്മ പറഞ്ഞുതരികയാണ് ഓരോന്നും. ഉപ്പുകുറുക്കി ശരീരത്തിലാകമാനം തേച്ചുതരികയാണ് ആ പഴയകാലത്തെ കണ്ണീരിന്റെ രുചി. എങ്കിലും ഞാൻ ഈ തീരത്തോളം സ്വസ്ഥമായൊരിടത്തും കാലുറപ്പിച്ചിട്ടില്ല. ഈ സ്നേഹത്തോളം വലിയൊരു സ്നേഹവും രുചിച്ചിട്ടില്ല.

സത്യം. ഇതാണെന്റെ തീരം.

ഇതുമാത്രമായിരുന്നു എന്റെ തീരം.

സ്നേഹതീരം.

വീണ്ടും കാരാഗൃഹത്തിലേക്ക്

ചോരയൊലിക്കുന്ന കാലുമായി ഒരു കുഞ്ഞുപെൺശരീരം നടക്കുകയാണ്. രാവെന്നോ പകലെന്നോ ഇല്ല. വീടണയാൻ ഇനിയും കിലോമീറ്ററുകളാണ് താണ്ടാനുള്ളത്. അവൾ ചവിട്ടി പിന്നിലാക്കിയ ദൂരം എത്രയോ കിലോമീറ്ററുകളാണ്.

ഇന്ത്യയിലെ ദരിദ്രന്റെ അവസ്ഥ ഇന്ന് ഇങ്ങനെ എഴുതിയിടാം. അല്ലെങ്കിൽ തളർന്ന്, തേഞ്ഞുതുടങ്ങിയ ആ കാലുകളിലെ മുറിപ്പാടുകളിലൂടെ ഇന്ത്യയുടെ രേഖാചിത്രം വരയ്ക്കാം.

കുടിയേറ്റത്തൊഴിലാളികൾ തങ്ങളുടെ ഗ്രാമങ്ങളിലേക്ക് ഇപ്പോഴും നടന്നുകൊണ്ടിരിക്കുകയാണ്.

നിങ്ങളുടെ മണിസൗധങ്ങൾക്ക് മാറ്റ് കൂട്ടുവാൻ, നിങ്ങളുടെ അഴുക്കുചാലുകൾക്ക് കൃത്യമായ ഒഴുക്ക് വരുത്തുവാൻ, നിങ്ങളുടെ സ്വപ്നങ്ങൾക്ക് കെട്ടിടങ്ങളുടെ ഉയരം വരുത്താൻ ഒക്കെയായിരുന്നു ഈ പാവങ്ങൾ എത്തിയിരുന്നത്. പട്ടിണിയും പാതിപ്പട്ടിണിയുമായി, പ്ലാസ്റ്റിക് കൂരകളിൽ അന്തിയുറങ്ങി അവർ നിങ്ങളുടെ സ്വപ്നങ്ങൾക്ക് മോടി കൂട്ടിത്തന്നു. ഇപ്പോൾ കൊറോണ വ്യാപിക്കുന്നതോടെ തൊഴിലും വരുമാനവും താമസവുമില്ലാതെ ആ പാവങ്ങൾ പലായനം ചെയ്തുകൊണ്ടിരിക്കുകയാണ്.

ആരും ചോദിക്കാനും പറയാനുമില്ലാത്ത സാധാരണജനമല്ലേ, ഉത്തർപ്രദേശ് പോലുള്ള സംസ്ഥാനങ്ങളിലൂടെ കടന്നുപോകുമ്പോൾ പൊലീസുകാർ ഇവരെ ലാത്തി കൊണ്ടടിച്ചും തവളച്ചാട്ടം ചാടിച്ചും കൂട്ടിയിരുത്തി സാനിറ്റൈസർ തെളിച്ചും മൃഗങ്ങളോടെന്നപോലെയാണ് പെരുമാറുന്നത്.

കുഞ്ഞുങ്ങളാണ് എന്നെ ഏറെ വേദനിപ്പിക്കുന്നത്. കാലിൽ നീര് വന്നും പാദരക്ഷകൾപോലുമില്ലാതെ എത്ര ദിവസങ്ങളാണ് അവർ നടക്കുന്നത്. വഴിയിൽ ആരെങ്കിലും നീട്ടുന്ന ഭക്ഷണം മാത്രമാണ് അവർക്ക് ഏകആശ്രയം.

എരിയുന്ന വെയിലാണ്. ചുട്ടുപൊള്ളുന്ന റോഡാണ്. കരിഞ്ഞു പോകുന്ന തളിരിലകളാണ് അവർ. ആ കാഴ്ചകൾ ആരുടെ മനസ്സിലാണ് നീറ്റലുണ്ടാക്കാതിരിക്കുക?

ഇതിനിടെ വഴിയിൽ ലോറിമറിഞ്ഞും ട്രെയിനുകൾ കയറിയിറങ്ങിയും പ്രതിദിനം നടന്നുതുടങ്ങിയ കുടിയേറ്റത്തൊഴിലാളികളുടെ മരണവാർത്ത കളും വന്നുകൊണ്ടിരിക്കുന്നു.

സാധാരണക്കാരന്റെ മരണം ആർക്കാണ് വേദനയുണ്ടാക്കുക? ഒരു മുൻകരുതലുകളും എടുക്കാതെയുള്ള ലോക്ഡൗൺ പ്രഖ്യാപനവേള യിൽ ഈ പാവങ്ങളെയൊന്നും സർക്കാറുകൾ പരിഗണിച്ചതേയില്ല. ഇപ്പോഴും പരിഗണിക്കുന്നില്ല. അവർ മരിച്ചുവീഴാനുള്ള വെറും സാധാരണ ജനം മാത്രമാണെന്ന് സർക്കാർ ഉറപ്പിക്കുകയാണ്.

ലോക്ഡൗൺ കാലത്തെ ഓരോ പകലും ആരംഭിക്കുന്നത് ഈ നടത്തത്തിന്റെ നീര് മുറ്റുന്ന വേദനയുള്ള കാലുകളെ ഓർത്താണ്. ആ കുഞ്ഞുങ്ങളെയോർത്താണ്.

കേരളം ഇവിടെ നിന്നും അതിഥിത്തൊഴിലാളികളെ നാട്ടിലെത്തിക്കാ നുള്ള സൗകര്യങ്ങൾ റെയിൽവെയുമായി സഹകരിച്ച് ചെയ്തു.

മറ്റു പല സംസ്ഥാനങ്ങളും അതുപോലും ആലോചിച്ചില്ല. ചിലർ തങ്ങ ളുടെ സംസ്ഥാനത്തുള്ള, പുറം സംസ്ഥാനങ്ങളിൽ കുടുങ്ങിപ്പോയവരെ എത്തിക്കാനുള്ള ശ്രമം നടത്തിയിട്ടുണ്ട്. അതും കുടിയേറ്റത്തൊഴിലാളി കളുടെ കാര്യത്തിലെന്നപോലെ പ്രധാനമായതു തന്നെയാണ്. സർക്കാരു കൾ അക്കാര്യത്തിലും കൂടുതൽ ശ്രദ്ധ ചെലുത്തേണ്ടതുണ്ട്.

പലായനത്തിന്റെ നേർച്ചിത്രങ്ങളുണ്ടാക്കിയ നീറ്റലിൽ ഉള്ളു വെന്തു നിൽക്കുന്ന സമയങ്ങളിലാണ് പലരുടെയും ഫോൺവിളികൾ എനിക്ക് വന്നത്.

"പ്രതാപേട്ടാ, ചെന്നെയിൽ നിന്നാണ് ഞാൻ വരുന്നത്..."

തമിഴ്നാട്ടിൽ നിന്നും ബാംഗ്ലൂരിൽ നിന്നുമൊക്കെ കേരളാ അതിർത്തി യിലെത്തിയ ഒട്ടനേകം സഹോദരരും സഹോദരിമാരുമാണ് എന്നെ ഫോണിൽ വിളിച്ചത്. തൃശ്ശൂരുള്ളവർ, പാലക്കാടുള്ളവർ.

കുഞ്ഞുങ്ങളെ കാണാൻ, അമ്മയെയും അച്ഛനെയും കാണാൻ, ഭാര്യയെ കാണാൻ, ഇങ്ങനെ കൊറോണ പടരുന്ന തമിഴ്നാട്ടിൽ നിന്നും ജീവനുംകൊണ്ട് സ്വന്തം നാട്ടിലേക്ക് വരുന്ന നിരവധിപേർ. അവർ അതിർത്തിയിൽ തടയപ്പെട്ട് കിടക്കുകയാണ്.

സംസ്ഥാന സർക്കാർ പാസ് അനുവദിക്കുന്നതിനായി വെബ്സൈറ്റ് തുടങ്ങിയിട്ടുണ്ട്. അതിൽ അപേക്ഷിച്ച് ഉടനെ കിട്ടുമെന്ന് പ്രതീക്ഷിച്ച് അതിർത്തിയിലേക്ക് കിട്ടുന്ന വണ്ടിയും പിടിച്ച് എത്തിയവരാണവർ.

ചെക്പോസ്റ്റിനപ്പുറം ദിവസങ്ങളായി കാത്തുകിടക്കുകയാണവർ. വഴിയരികിലാണ് കിടക്കുന്നത്. ഗർഭിണികൾ വരെ കൂട്ടത്തിലുണ്ട്. തങ്ങൾക്ക് തങ്ങളുടെ നാട്ടിലേക്ക് എത്തണം.

പാസ്സിനായുള്ള വെബ്സൈറ്റ് തലേദിവസങ്ങളിൽ പ്രവർത്തിച്ചിരുന്നില്ല. ഞങ്ങൾ ഇക്കാര്യം കളക്ടറോട് അന്വേഷിച്ചപ്പോൾ സെർവർ ഓഫ് ചെയ്തിട്ടതാണ് എന്നായിരുന്നു കളക്ടറുടെ മറുപടി. പിന്നെങ്ങനെയാണ് ആ പാവങ്ങൾക്ക് പാസ്സ് കിട്ടുക?

എന്റെ ഫോണിലേക്ക് വിളി വന്നതെല്ലാം ഇതേ ആവശ്യം തന്നെയാണ് ചോദിച്ചത്.

"ഞങ്ങളെയൊന്ന് രക്ഷിക്കുമോ?"

അപ്പോൾ എനിക്ക് ഓർമ്മ വന്നത് ഉത്തരേന്ത്യൻ വീഥികളിൽ കാൽ പൊള്ളിയും ചോര വാർന്നുതുടങ്ങുകയും ചെയ്യുന്ന ആ കാലുകളായിരുന്നു. നമ്മുടെ സഹോദരങ്ങൾക്ക് ഈ ഗതി വരരുത് എന്ന് ആത്മാർത്ഥമായ ആഗ്രഹത്തോടെയാണ് സംസ്ഥാന സർക്കാരിന്റെ അന്യസംസ്ഥാനത്തുള്ള മലയാളികളോടുള്ള അവഗണന എന്നെ വേദനിപ്പിച്ചത്.

പൊതുജനത്തിന്റെ ആവശ്യങ്ങൾക്കു മുന്നിൽ എനിക്ക് പ്രോട്ടോക്കോളുകളില്ല. അവരാണ് മുഖ്യം. ഞാൻ മറ്റ് എം.പിമാർക്കൊപ്പവും എം.എൽ.എമാർക്കൊപ്പവും വാളയാറിലേക്ക് പോയി.

പോകുന്നവഴിക്കെല്ലാം എന്നെ ഉത്തരേന്ത്യയിലെ കാഴ്ചകൾ വേദനിപ്പിച്ചുകൊണ്ടിരുന്നു. ദിവസങ്ങളോളമായി നമ്മുടെ അതിർത്തികളിൽ വന്ന് റോഡിലും പാതയോരങ്ങളിലും കിടക്കുന്ന നമ്മുടെ സഹോദരർക്ക് ആ ഗതി വരുത്തരുതെന്ന് പ്രാർത്ഥിച്ചു. തൃശ്ശൂർ കളക്ടറേറ്റിനു മുന്നിൽ ഞങ്ങൾ പ്രതിഷേധം സംഘടിപ്പിച്ചുവെങ്കിലും അധികാരികളുടെ ഭാഗത്തുനിന്നും യാതൊരു നീക്കവുമുണ്ടായില്ല. അതിർത്തികളിൽ നിന്നുള്ള ഫോൺവിളികൾക്ക് മാറ്റവുമുണ്ടായില്ല.

അതിർത്തിയിൽ കുടുങ്ങിയവരെല്ലാം പാസ്സിനായി അപേക്ഷിച്ചവരാണ്. എന്നാൽ ദിവസങ്ങളെടുത്തിട്ടും കിട്ടാത്തവരാണ്. അവരെ അന്യദേശത്ത് പെരുവഴിയിൽ നിർത്തിയിരിക്കുന്നതെന്തിനാണെന്ന് ഒരു പൊതുപ്രവർത്തകൻ എന്ന നിലയിൽ ചോദ്യമുയർത്തേണ്ടതാണ്.

ഇക്കാര്യം അന്വേഷിച്ച് ഞങ്ങളവിടെ എത്തിയപ്പോൾ അതൊരു രാഷ്ട്രീയമുതലെടുപ്പായി മാറി. ഞങ്ങൾക്കെതിരെ അത്തരത്തിൽ പ്രചരണവും സോഷ്യൽമീഡിയകളിൽ ചില പോരാളികൾ അടച്ചിറക്കി. ഞങ്ങളുടെ മണ്ഡലത്തിലെ, ഞങ്ങളുടെ ജില്ലയിലെ, സംസ്ഥാനത്തെ ഒരു വ്യക്തി സഹായം അഭ്യർത്ഥിച്ച് വിളിച്ചാൽ, ദിവസങ്ങളായി സർക്കാർ പാസ്സിനായി കാത്ത് പെരുവഴിയിൽ കിടക്കുകയാണെന്ന് അറിഞ്ഞാൽ

അവിടെയെത്തി അന്വേഷിക്കുന്നതും അക്കാര്യത്തിൽ ഇടപെടുന്നതുമാണ് പൊതുപ്രവർത്തനം എന്ന് എന്താണ് നിങ്ങൾ മനസ്സിലാക്കാത്തത്?

പാസ്സ് നൽകാത്ത നടപടിയെ ചോദ്യം ചെയ്തതിനാണ് കുറ്റക്കാരനാക്കിയത്. സർക്കാരിന്റെ തെറ്റായ നടപടിയെ തിരുത്താൻപോലും ശ്രമിക്കുകയല്ല ചെയ്തത് എന്നത് ഖേദകരമാണ്.

പാസ്സില്ലാതെ കടത്തിവിടണമെന്നല്ല, വഴിയിൽ ഉപേക്ഷിക്കാതെ സുരക്ഷിതമായി മാറ്റണമെന്നാണ് ആവശ്യപ്പെട്ടത്.

ഞങ്ങളുടെ ആശങ്ക വ്യക്തമായും ഞങ്ങൾ സർക്കാറിനെ അറിയിച്ചു. ഞങ്ങളെ അവിടെനിന്നും മാറ്റി സർക്കാരിനെതിരെ മിണ്ടാൻ അവകാശമില്ലാത്തവരാക്കി മാറ്റുന്ന നടപടിയാണ് സർക്കാർ കൈക്കൊണ്ടത്.

നാട്ടുകാരുടെ ക്ഷേമം അന്വേഷിക്കുന്നതിന് എത്തിയ ഞാനടക്കമുള്ള ജനപ്രതിനിധികളോട് ഹോം ക്വാറന്റൈനിൽ പോകണമെന്ന് സർക്കാർ ആരോഗ്യവകുപ്പ് വഴി തീരുമാനമാക്കി.

പതിന്നാലു ദിവസത്തെ ക്വാറന്റൈൻ ഞാൻ വീട്ടിൽ ഇരുന്നതാണ്. വീണ്ടും പതിന്നാലു ദിവസം എന്നാണെങ്കിൽ സന്തോഷമേയുള്ളൂ.

പക്ഷേ, ഞങ്ങളുടെ സഹോദരങ്ങൾ അതിർത്തിയിൽ തെരുവീഥികളിൽ ദിവസങ്ങൾ തള്ളിനീക്കുന്നത് കണ്ടുനിൽക്കാനാവില്ല. ഉത്തരേന്ത്യയിലേതുപോലെ ട്രെയിനിനും ചരക്കുലോറിക്കും ഇടയിൽപ്പെട്ട് അപകടപ്പെടുത്തുവാൻ ഞങ്ങൾ സമ്മതിക്കില്ല. ഞങ്ങളുടെ സഹോദരന്മാരാണത്.

മന്ത്രി വിദേശത്തുനിന്ന് എത്തി ക്വാറന്റൈനിൽ പ്രവേശിപ്പിച്ചവർക്കൊപ്പം നിന്ന ചിത്രം പ്രചരിക്കപ്പെട്ടിരുന്നു. എന്നാൽ മന്ത്രിക്ക് ക്വാറന്റൈൻ പാലിക്കേണ്ടതില്ലെന്ന നിലപാട് തെറ്റാണ്.

സോഷ്യൽമീഡിയകളിൽ ഉത്തരേന്ത്യയിലെ കുടിയേറ്റത്തൊഴിലാളികളെ ഓർത്ത് വേദനിക്കുകയും മലയാളികളെ കണ്ടില്ലെന്ന് നടിക്കുകയും ചെയ്യുന്ന പോരാളികളുണ്ട്. ഞങ്ങൾ ചെയ്തതിലെ ധാർമ്മികത എന്തെന്ന് നിങ്ങൾക്ക് മനസ്സിലാവില്ലായിരിക്കും. എന്നാൽ, ഞങ്ങൾ ധർമ്മത്തിനുവേണ്ടി, സാധാരണജനങ്ങൾക്കുവേണ്ടിയാണ് പ്രവർത്തിച്ചത് എന്ന ഉത്തമബോധ്യത്തോടെയാണ് രണ്ടാംവട്ടവും ക്വാറന്റൈനിലേക്ക് കയറുന്നത്.

പതിന്നാലുദിവസം നീളുന്ന ഏകാന്ത തടവറവാസം തുടങ്ങുകയാണ്. അതിനിടെ ഞങ്ങളുടെ ഫലം വന്നു, നെഗറ്റീവ്.

പതിന്നാല് ദിവസംകൂടി.

ലോകം മുഴുവൻ സുഖം പ്രാപിച്ച് വരുന്ന പുതിയ പുലരി ആശംസിച്ചുകൊണ്ട്.

■

കടലിന്റെ ആഴവും മറുകരയിലേക്കുള്ളയത്രയും പരപ്പും താണ്ടിയ ജീവിതകഥ. ഈ കടലിന്റെ ഇങ്ങേത്തലയ്ക്കൽ തീരത്തേക്ക് ആർത്തലച്ചെത്തുന്ന തിരമാലകളിൽ കാലൂന്നി കഥ തുടരുകയാണ്. കടലിൽ അസ്തമിക്കുന്ന സൂര്യപ്രകാശം ഈ കരയിലെ പ്രതീക്ഷയും വെളിച്ചവുമാണ്. കടൽ ഒരു ജന്നത്തായി മാറുന്നു. കരയിൽ ഈ കഥ വീണ്ടും തുടരുന്നു.